बृहन्महाराष्ट्राचे वाङ्मयीन संचित

दिलीपराज प्रकाशन प्रा. लि.™
२५१ क, शनिवार पेठ, पुणे - ४११०३०

दिलीपराज प्रकाशनाची सर्व पुस्तके आता आपण *Online* खरेदी करू शकता.
आमच्या **Website** ला कृपया अवश्य भेट द्या. **www.diliprajprakashan.in**
दूरध्वनी क्रमांक (फॅक्ससहित)- २४४७१७२३, २४४८३९९५, २४४९५३१४
info@diliprajprakashan.in

बृहन्महाराष्ट्राचे वाङ्‌मयीन संचित

डॉ. श्रीपाल सबनीस

दिलीपराज प्रकाशन प्रा. लि.™
२५१ क, शनिवार पेठ, पुणे -४११०३०

बृहन्महाराष्ट्राचे वाङ्मयीन संचित - Bhuhnmaharastrache Vangmayeen Sanchit

◆ **प्रकाशक**
राजीव दत्तात्रय बर्वे,
मॅनेजिंग डायरेक्टर,
दिलीपराज प्रकाशन प्रा. लि.,
२५१ क, शनिवार पेठ, पुणे - ४११ ०३०
दूरध्वनी (सर्व फॅक्ससहित)
२४४७१७२३, २४४८३९९५, २४४९५३१४
Email: diliprajprakashan@yahoo.in

सौ. ललिता श्रीपाल सबनीस
२०२, पेशवाई आर्केड, ६७७, सदाशिव पेठ, पुणे ३०
भ्रमणध्वनी : ९४२२३६९५२०

◆ **प्रथमावृत्ती** - १५ जानेवारी २०१६

◆ **प्रकाशन क्रमांक** - २२४३

◆ **ISBN** - 978 - 93 - 5117 - 094 - 5

◆ **मुद्रक**
Repro India Ltd,
Mumbai.

◆ **टाइपसेटिंग**
पितृछाया मुद्रणालय,
९०९, रविवार पेठ, पुणे - ४११ ००२

◆ **मुद्रितशोधन** - पूजा कुलकर्णी

◆ **मुखपृष्ठ** - सुहास चांडक

मराठी संस्कृतीचा बृहन्महाराष्ट्रीय
अनुबंध अर्थपूर्ण करणारे निष्ठावंत
उपक्रमशील नेतृत्व

अनुराधाताई जामदार	प्रा. भालचंद्र शिंदे	दिलीप खोपकर
डॉ. विद्याताई देवधर	कपूर वासनिक	सुरेश नाईक
चंद्रशेखर अग्निहोत्री	रमेश वसंकर	बी. ए. कांबळे

आणि

गुजराथ, छत्तीसगड, गोवा, आंध्र, कर्नाटक, मध्य प्रदेश इ. प्रांतांतील वाङ्मयीन संचिताचे निर्माते, कार्यकर्ते आणि संस्कृतिसेवक यांना कृतज्ञापूर्वक अर्पण—

शुभेच्छा

बृहन्महाराष्ट्रात म्हणजे महाराष्ट्राबाहेर मराठीतून दर्जेदार लेखन करणारे अनेक साहित्यिक आहेत. ज्यांनी मराठी भाषा फक्त टिकवलीच नाही तर ती वर्धिष्णु करण्यात योगदान दिले आहे. या साहित्यिकांच्या मराठी ग्रंथांचे परीक्षण करणे हे मोलाचे कार्य रा. श्रीपाल सबनीस यांनी केले आहे. सत्याग्रही विचारधारा या मराठी मासिकात आम्ही त्यांचे ग्रंथ परीक्षणाचे लेख 'परिघाबाहेर' या सदरातून दोन वर्षे प्रकाशित केले.

देशभरात विविध ठिकाणी असणाऱ्या मराठी माणसांशी नाते जुळविणे व भाषिक बंधुत्वाचे मोल वाढविणे हे काम म्हणजे मराठी भाषेची सेवा आहे. त्यांच्या लेखमालेमुळे महाराष्ट्रातील वाचकांना महाराष्ट्राच्या बाहेरच्या समकालीन साहित्यिकांची ओळख झाली. डॉ. श्रीपाल सबनीस हे माझे मित्र आहेत. त्यांनी आमच्या विनंतीला मान देऊन ग्रंथ परीक्षणाचे काम पार पाडले, याबद्दल त्याचे आभारी आहोत. 'बृहन्महाराष्ट्रातील साहित्य संचित' हा त्यांचा ग्रंथ प्रकाशित होणार हे कळल्यावर आनंद झाला. हा ग्रंथ वाचकांना तसेच अभ्यासकांना उपयुक्त ठरेल. ग्रंथाचे प्रकाशक राजीव बर्वे (दिलीपराज प्रकाशन) यांना तसेच डॉ. श्रीपाल सबनीस यांच्या लेखणीला शुभेच्छा!

डॉ. कुमार सप्तर्षी
संपादक, सत्याग्रही विचारधारा
अध्यक्ष, महाराष्ट्र गांधी स्मारक निधी, पुणे

मनोगत

महाराष्ट्राच्या परिघाबाहेर अनेक राज्यांत मराठी भाषा व संस्कृतीचा अनुबंध जपणाऱ्या व पूजणाऱ्या अनेक संस्था व प्रतिभासंपन्न व्यक्ती कार्यरत आहेत. विविध विषयांवर वेगवेगळ्या वाङ्मय प्रकारात श्रेष्ठ दर्जाची साहित्य निर्मितीही बृहन्महाराष्ट्रात चालू आहे. या प्रतिभावंतांच्या साहित्य सेवेची नोंद घेऊन त्यांच्या कलाकृतीची समीक्षा करण्याचा मी संकल्प केला.

पुण्याच्या 'सत्यग्रही विचारधारा' या मासिकातील 'परिघाबाहेर' या स्तंभलेखनात जे लेखन प्रसिद्ध झाले त्यांचा हा ग्रंथ होय.

या कामी मध्य प्रदेश, आंध्र, कर्नाटक, गोवा, छत्तीसगड आणि गुजरात राज्यातील मराठी साहित्य परिषदेच्या पदाधिकारी व लेखक-कवी यांनी जे साहित्य उपलब्ध करून दिले तेवढ्याच साहित्याची समीक्षा मला करणे शक्य झाले. अर्थात हे समीक्षा लेखन प्रातिनिधिक स्वरूपाचे आहे.

तेव्हा बृहन्महाराष्ट्रातील सर्व लेखकांच्या साहित्यकृतीची नोंद या पुस्तकात मला घेता आलेली नाही. जे सहज उपलब्ध झाले तेवढेच साहित्य, समीक्षा लेखनासाठी स्वीकारले. या कामी श्रीमती अनुराधा जामदार, अनिल निगुडकर, सुधाकर भाले, विश्वनाथ शिरढोणकर, डॉ. विद्याताई देवधर, डॉ. शोभा देशमुख, सुरेश नाईक, रमेश वंसकर, चित्रसेन शबाब, डॉ. कोमरपंत (गोवा) कपूर वासनिक (छत्तीसगड), प्रा. भालचंद्र शिंदे, बाबूराव कांबळे, प्रभाकर सलगरे, गुरय्या स्वामी, व्यंकटेश वळसंगकर, सर्वोत्तम सताळकर, विजयकुमार चौधरी, विद्याधर मरुगकर, ॲड. बिरादार (गुलबर्गा), दिलीप खोपकर, चंद्रशेखर अग्निहोत्री, (बडोदा) यांनी सहकार्य केले.

बडोद्याच्या वाङ्मय परिषदेने २०१५च्या प्रारंभी साहित्य संमेलनाचे अध्यक्षपद देऊन मला सन्मानीत केले. मी त्यांचा ऋणी आहे. त्याच भाषणातील काही अंश 'बृहन्महाराष्ट्राच्या सांस्कृतिक संचिता'ची भूमिका म्हणून इथे मांडली आहे.

सुमारे अडीच वर्षे 'सत्यगृही विचारधारा' मासिकात संपादक डॉ. कुमार सप्तर्षी आणि सतीश देशपांडे यांनी हे समीक्षा लेखन प्रसिद्ध करून सांस्कृतिक कर्तव्य बजावले. मी त्यांचा आभारी आहे.

दिलीपराज परिवाराचे राजीव बर्वे, नीता काळे, सौ. उज्ज्वला सावळे आणि शंकर केंगेरी, कैवल्य मशिदकर यांचे आभार मानणे माझे कर्तव्य आहे.

– डॉ. श्रीपाल सबनीस

डॉ. श्रीपाल सबनीस यांच्या वैचारिक भूमिकेच्या संबंधाने विविध क्षेत्रातील मान्यवरांचे अभिप्राय

१) वि. वि. शिरवाडकर (नाशिक) - "प्रागतिक भूमिका असलेले विचारवंत म्हणून त्यांचा (डॉ. सबनीस) लौकिक आहे. तो सार्थ आहे."

२) प्रा. मे. पु. रेगे (मुंबई) - "डॉ. श्रीपाल सबनीस यांच्याशी माझा अनेक वर्षांचा परिचय आहे. मराठी साहित्याचे एक चिकित्सक अभ्यासक आणि समीक्षक म्हणून मी त्यांना ओळखतो. मराठी ललित साहित्य आणि वैचारिक साहित्य या दोन्ही क्षेत्रांचे त्यांनी व्यापक व सूक्ष्म अध्ययन केले आहे. या दोन्ही क्षेत्रात त्यांना सारखाच रस असला तरी त्यांचा पिंड चिंतनशील विचारवंतांचा आहे."

३) प्रा. ग. प्र. प्रधान (पुणे) - "डॉ. श्रीपाल सबनीस हे स्वतंत्र बुद्धीने विचार करणारे असून व्यासंगीही आहेत. त्यांची वाङ्मयीन अभिरुची अभिजात आहे.

विद्यावर्धिनी कॉलेजमध्ये अध्यापन करताना एक प्रभावी व्यासंगी आणि ध्येयवादी प्राध्यापक म्हणून त्यांचा (डॉ. सबनीस) लौकिक होता. अध्यापन करतानाच त्यांनी ग्रंथ लेखनही केले. स्व. नानासाहेब गोरे यांच्यासारख्या चोखंदळ विचारवंताला त्यांचे लेखन आवडले आणि त्यांनी माझ्याजवळ डॉ. सबनीस यांच्याबद्दल गौरवोद्गार काढले. साहित्याची रसिकतेने समीक्षा करताना डॉ. सबनीस यांनी वैचारिक साहित्याची निर्मिती केली. त्यांच्या पुरोगामी सामाजिक जाणिवा आणि चिकित्सक वृत्तीने विश्लेषण करण्याची त्यांची मर्मग्राही पद्धत यांचा संगम त्यांच्या वैचारिक लेखनात मला आढळून आला. सामाजिक संदर्भाचे भान ठेवून महात्मा फुले आणि डॉ. आंबेडकर यांच्या विचारासंबंधी आणि कार्यासंबंधी डॉ. सबनीस यांनी केलेले लेखन मला फार उद्बोधक वाटले. त्यांच्याशी मतभेद असणाऱ्या विचारवंतांनीही डॉ. सबनीस यांनी स्वतंत्र विचार करून नव्या भूमिकेतून ग्रंथलेखन केले आहे, हे मान्य केले."

४) श्री. स. मा. गर्गे (पुणे) - "डॉ. श्रीपाल सबनीस यांचे ग्रंथ

मी वाचले आहेत. साहित्य समीक्षेच्या आणि सामाजिक प्रबोधनाच्या संदर्भात त्यांची भूमिका व विचार मला प्रगत वाटले.

डॉ. श्रीपाल सबनीस यांच्या इहवादी संस्कृतीच्या विचारांची मला कल्पना आहे. वैचारिक निर्भयता आणि निर्भीडपणा हे त्यांच्या लेखणीचे गुणधर्मही मला माहीत आहेत. त्यांचा नवा ग्रंथही अशाच बुद्धिप्रामाण्यवादी मार्गावरून वाटचाल करणारा असेल यात मला शंका नाही. सत्यशोधनाचे त्यांचे कार्य असेच चालत राहो, ही सदिच्छा.''

५) डॉ. आनंद यादव (पुणे) - ''डॉ. श्रीपाल सबनीस हे तरुण पिढीतील उमेदीचे आणि स्वतंत्र विचार करणारे आणि निर्भीडपणे विचार मांडणारे विचारवंत आहेत.''

६) निर्मलकुमार फडकुले (सोलापूर) - डॉ. श्रीपाल सबनीस हे अभ्यासू संशोधक समीक्षक आहेत. विचारांची समीक्षा करताना त्यांनी ती निखळपणे व निर्भीडपणे केलेली असते.

७) नारायण सुर्वे (मुंबई) - ''विचारवंत, उत्कृष्ट वक्ते व महाराष्ट्रातील नव्या विचारवंताच्या पिढीतील प्रमुख विचारवंत म्हणून त्यांचा लौकिक आहे.

८) प्रा. केशव मेश्राम - ''आपल्या आस्वाद दृष्टीलाही काही प्रमाणात बिघडवण्याचे कार्य ब्राह्मणी दृष्टीने केले अशी प्रांजळ धारणा व अभ्यास असणाऱ्या नव्या संशोधकांत डॉ. श्रीपाल सबनीस यांचा समावेश होतो.

सगळ्याच नव्या परिवर्तनाच्या गती-तत्वाकडे आधुनिक विचार दृष्टीने पाहणाऱ्या शोधकात काही वाटा प्रदीर्घ काळ एकटेपणाने आणि जिद्दीने चोखाळाव्या लागतात, या अग्निपरिक्षेस डॉ. श्रीपाल सबनीस चोख उतरतील या बद्दल खात्री वाटते.''

९) डॉ. प्रभाकर मांडे (औरंगाबाद) - ''डॉ. श्रीपाल सबनीस यांचा अंतर्भाव आजच्या पिढीतील बिनीच्या लेखकांत होतो, त्यांचे वैचारिक ग्रंथ महाराष्ट्रात विद्यमान्य झाले. एक परिवर्तनशील सामाजिक विचारवंत म्हणून त्यांची महाराष्ट्रात प्रतिमा आहे.''

१०) श्रीमती मृणाल गोरे - प्राचार्य श्री. श्रीपाल सबनीस हे व्यासंगी अभ्यासक असून शिक्षण क्षेत्रात त्यांनी ३२ वर्षे प्रामाणिकपणे काम केले आहे. या पूर्वी दोन वेळा त्यांची निवड कुलगुरूपदाच्या पॅनेलवर झाली होती. त्यांचे अनेक वैचारिक ग्रंथ प्रसिद्ध झाले असून त्यांना बरेच पुरस्कारही मिळाले आहेत.

***

अनुक्रमणिका

। भूमिका ।

बृहन्महाराष्ट्राचा मराठी अनुबंध

महाराष्ट्र आणि बृहन्महाराष्ट्र यांचे अंतरंग मराठी संचिताने जुळलेले आहे म्हणून महाराष्ट्राबाहेरील लेखक-कवी-कलावंतांच्या अस्सल योगदानाची नोंद परिघातील मान्यवरांनी साक्षेपाने घेतली पाहिजे. या संदर्भात मी स्वत: पुढाकार घेऊन महाराष्ट्राबाहेरील अनेक लेखकांच्या कलाकृतींचे समीक्षण करून डॉ. कुमार सप्तर्षी संपादित 'सत्याग्रही विचारधारा' या दर्जेदार मासिकात प्रसिद्ध केलेय.

महाराष्ट्रातील मराठी लोकांनी मराठी संस्कृतीची उपासना करणे, हे स्वाभाविक मानले पाहिजे. पण बृहन्महाराष्ट्रातील हैदराबाद, गुलबर्गा, भोपाळ, इंदौर, बडोदा, गोवा, छत्तीसगड इत्यादी ठिकाणी मराठी भाषा व संस्कृतीच्या उपक्रमांत कार्यरत असणाऱ्या संस्था माझ्या दृष्टीने अधिक महत्त्वाच्या आहेत. शेकडो वर्षांपासून मराठीच्या मध्यवर्ती केंद्राचा भौगोलिक संबंध तुटला असताना, संस्कृतीची नाळ घट्ट जुळवून निष्ठेने कार्य करणाऱ्या मराठीवेड्या कार्यकर्त्यांचे, लेखक-कवींचे आणि मराठमोळ्या रसिकांचे ऋण संपूर्ण महाराष्ट्रावरच आहे. महाराष्ट्राचा भौगोलिक नकाशा मर्यादित असला तरी मराठी भाषा व मराठी संस्कृतीचा नकाशा मात्र हैदराबाद-बेंगलोर-गोव्यापासून बेळगाव, बडोदे, भोपाळ इंदौरपर्यंत पसरला आहे.

या सर्वच ठिकाणी अनेक वर्षांपासून मराठी संस्कृतीचे उपासक निष्ठेने काम करत आहेत. नियतकालिके, नाट्यसंस्था, मराठी ग्रंथालये, मराठी ग्रंथ प्रकाशने, मराठी काव्य, कथास्पर्धा, मराठी नाट्यप्रयोग, मराठी साहित्य संमेलने, असे विविध उपक्रम बृहन्महाराष्ट्राच्या बहुभाषिक संस्कृतीच्या साक्षीने चालू आहेत.

बृहन्महाराष्ट्रातील मराठी साहित्य परिषदांचे सांस्कृतिक कार्य मराठीच्या भविष्यासाठी उपयुक्त ठरलेय. वाचकांच्या संख्येचे प्रमाण बृहन्मराष्ट्रातील मराठी साहित्य सेवेने वाढलेच; पण मराठी संस्कृतीचा डंका राष्ट्रीय पातळीवर प्रभावशाली ठरला. या कामी सर्व मराठी साहित्य संस्थांच्या मुखपत्र असलेल्या त्रैमासिकांनी

मोलाची कामगिरी बजावली.

।।बडोदा ।।

बडोदा नरेश श्री. सयाजीराव गायकवाड यांचे राजकीय, सांस्कृतिक कर्तृत्व सर्वस्पर्शी व ऐतिहासिक आहे. छत्रपती शिवरायांनी स्थापन केलेल्या मराठी राज्याचा समृद्ध वारसा श्रीमन्महाराज सयाजीराव गायकवाडांनी सिद्ध करून मराठी संस्कृतीचा विस्तार रुजवला. बडोदे राज्य आणि मराठी भाषा व संस्कृतीचा अनुबंध, राज्यस्थापनेपासूनच अर्थपूर्णरित्या जुळून आहे. म्हणूनच मराठी वाङ्मय निर्मितीचा व संवर्धनाचा प्रयत्न अत्यंत निष्ठेने येथे चालू आहे.

सुमारे ३०० वर्षांच्या राजकीय रणधुमाळीत महाराष्ट्रातील मराठी माणूस बडोदा परिसरात विसावला. हिंदवी स्वराज्याच्या छत्रपतींच्या प्रेरणा स्वीकारून मराठी माणूस उत्तरेत आला, त्याने नवा इतिहास निर्माण केला. त्याच परंपरेचे फलित म्हणून मराठी वाङ्मय परिषदेने मराठी भाषा व संस्कृतीच्या कैवारातून अनेक उपक्रम रुजवले, चालू ठेवले,

सयाजी ग्रंथमालेअंतर्गत प्रसिद्ध झालेले अनेक ग्रंथ, राष्ट्रकथामाला, सयाजी ज्ञान मंजूषा, विविध विषय ग्रंथमाला, अशा श्रीमंत सयाजीराव गायकवाडप्रणीत उपक्रमांची ऐतिहासिक पार्श्वभूमी, मराठी वाङ्मय परिषदेला प्रेरक ठरली.

संपूर्ण भारतातील ग्रंथालय चळवळीचे अधिष्ठान बडोदा संस्थानचे भूषण ठरले. अखिल भारतीय मराठी साहित्य संमेलनाचे यशस्वी आयोजन करण्याची परंपराही बडोदा संस्थानच्या सांस्कृतिक इतिहासाची साक्ष आहे. १९०९ च्या मराठी साहित्य संमेलनाची प्रेरणा खुद्द बडोदा नरेशच होते आणि त्यावेळपासूनच 'मराठी ग्रंथकार संमेलना'चे नामांतर होऊन 'मराठी साहित्य संमेलन' असे झाले व तेच नाव आजही चालू आहे.

सयाजीराव महाराजांची दृष्टी व्यापक असल्याने त्यांच्या कर्तृत्वाने विविध पातळ्यांवर नवे नवे विक्रम सिद्ध केले. मराठी आणि गुजराथी भाषेला समान न्याय देण्याच्या दृष्टीने महाराजांनी ग्रंथप्रसारासाठी त्यावेळचे दोन लाख रुपये अनामतची व्यवस्था केली होती. हिंदी भाषेचा प्रचारही याच भूमिकेचा विस्तार होता. साक्षरता आणि सक्तीचे शिक्षण, प्रौढ शिक्षणासोबतच आवश्यक मानले गेले. जाती निर्मूलन व अस्पृश्यता निवारण, ही तर श्रीमंत सयाजीराव महाराजांची खास ओळख! त्यांच्याच मदतीमुळे डॉ. बाबासाहेब आंबेडकरांसारखा विद्वान, समाज क्रांतिकारक देशाला मिळाला.

श्रीमंतांच्यापदरी सेवा बजावणारे रियासतकार गोविंद सरदेसाई आणि 'इंदूप्रकाश'चे

संपादक शंकर मोरो रानडे यांचे योगदान संपूर्ण मराठी संस्कृतीलाच वंदनीय ठरले. बडोद्याच्या 'सहविचारिणी सभे'च्या विविध उपक्रमांतून या परिसरातील रसिकांची अभिरुची समृद्ध झाल्याचा इतिहास आहे.

राजकवी चंद्रशेखर, राम गणेश गडकरी, विनोदाचे बादशहा चि. वि. जोशी, कवी दत्त, ना. ग. जोशी, माधव ज्युलीयन, अशा अनेक मान्यवरांच्या वाङ्मयीन कर्तृत्वाने बडोदा संस्थानचा वाङ्मयीन इतिहास प्रभावित असून एकूण मराठी वाङ्मयाच्या प्रवाहातील हे योगदान महत्त्वाचे ठरते.

मान्यवरांचा अनुबंध

मराठी वाङ्मय परिषद बडोदेच्या मराठी साहित्य संमेलनाच्या व्यासपीठावर तात्यासाहेब केळकर, वा. म. जोशी, आचार्य अत्रे यांच्यापासून फडके-माडखोलकर-काणेकरांपर्यंतचे मराठी लेखक सन्मानित झालेत. बा. भ. बोरकर, माडगूळकर, दांडेकर, तेंडुलकर, शेवाळकर, नेमाडे, विश्वास पाटील या वाङ्मयीन पराक्रम रुजवणाऱ्या नावांचा सहभागही याच परंपरेचा भाग आहे. अर्थातच बडोदा आणि महाराष्ट्र या दोन प्रांतांचा सांस्कृतिक अनुबंध घट्ट करण्याकामी बडोद्याच्या सांस्कृतिक 'मराठी वाङ्मय परिषदे'चे व्यासपीठ उपयुक्त ठरल्याचा हा इतिहास आहे. मराठी आणि गुजराथी भाषांचा संवादही याच प्रवाहातील महत्त्वाचा मुद्दा आहे.

बडोद्याचे वाङ्मयीन संचित

बडोदा संस्थानच्या वाङ्मयीन इतिहासात अनेक भक्तिप्रधान साहित्यकृती सन्मानित झाल्यात. याच बडोद्याच्या जगन्नाथ रघुनाथ अजगावकरांनी संत ज्ञानदेव, एकनाथसह संत नामदेवांचे चरित्र लिहिले. दिगंबर आपटे यांचे 'गीता तत्त्वसार' आणि कृष्णराव केळुसकरांनी लिहिलेले 'उपनिषदे भाग १ व २' हे ग्रंथ बडोद्याच्या मातीचे भूषण आहेत. चांदोरकरप्रणीत शंकर ब्रह्मसूत्राचे मराठी भाषांतरही इथलीच पुण्याई!

महाराष्ट्राच्या मराठी विश्वातील साहित्य निर्मितीच्या पराक्रमाची बरोबरी करणारे अनेक लेखक-कवी बडोद्याच्या सांस्कृतिक इतिहासाचे शिल्पकार आहेत.

प्रा. गणेश अग्निहोत्रीप्रणीत 'सयाजी नगरीतील साहित्य विचारांचे दोन खंड', विनायक जनार्दन कीर्तने यांची नाटके, दि. पु. चित्रे यांच्या कथा-कविता चिं. वि. जोशींचे विनोदी साहित्य, स्मिता भागवत यांच्या कथा-कादंबऱ्या, सुधा बोडा यांचे साने गुरुजीविषयक साहित्य, डॉ. सुजाता नातू यांचे नृत्यविषयक सौंदर्यशास्त्रीय लेखन, डॉ. वि. पा. दांडेकर यांचे कथा-कादंबरी-चरित्र लेखन, गणेश दंडवते यांचे वाङ्मय इतिहास लेखन इत्यादी वाङ्मयीन संचित बडोद्याच्या सांस्कृतिकतेचे मानदंड ठरतात.

बडोद्याच्या अस्मितादर्शक वर्तमानाची सांस्कृतिक ओळख डॉ. सुषमा करोगल,

चंद्रशेखर अग्निहोत्री, डॉ. वनिता ठाकूर, श्यामराव कुलकर्णी, अरुणा जोशी, सीताराम डोंगरे, शैलजा डोंगरे, कमलाकर ढोक, नरेंद्र तांबे, प्रकाश तेरेदेसाई, अंजनी नरवणे, धनंजय मुजुमदार, स. उ. पाटील, विनोद पांढरीपांडे, मधुकर प्रधान अशा प्रतिभावंतांनी मराठी वाङ्मयात कोरून ठेवलीय. अर्थात लेखक-कवी-कथा-कादंबरीकार, अनुवादक-समीक्षक यांची यादी प्रातिनिधिक आहे. बडोद्याचा वाङ्मयीन चेहरा तपशिलासह उजागर करायचा म्हटल्यास अनेक लेखकांच्या नावांचा सहभाग अपरिहार्य आहे.

बडोद्याच्या वाङ्मयीन इतिहासामध्ये स्वतंत्रपणे लक्ष वेधून घेणारी काही नावे आहेत. चीन देशातील सुधारणा आणि बौद्ध धर्म चिकित्सा करणारे राजाराम पाटकर, भगवान बुद्धावर लेखन करणाऱ्या स्नेहलता पगार, विस्मृतीच्या पाऊलवाटा अधोरेखित करणारे चंद्रकांत नाशिककर, साठ वर्षांच्या अर्वाचीन मराठी साहित्याचा आलेख चितारणारे विष्णु पांडुरंग नेने, संस्कृत-इंग्रजीच्या व्यासंगी प्रा. उमा देशपांडे, नाटक व एकांकिकांचे निर्माते रामचंद्र देवळालीकर अशी कितीतरी प्रतिभावंत मंडळी बडोद्याचे सांस्कृतिक भूषण ठरतात.

बडोद्याची सांस्कृतिक एकात्मता :

बडोद्याचे वाङ्मयीन विश्व संस्कृत, इंग्रजी, मराठी, गुजराथी इत्यादी भाषांच्या आपसातील संवादाची साक्ष देणारे आहे. वामन शास्त्री इस्लामपूरकरांनी जैन धर्मीय कवीच्या पुस्तकाचे केलेले भाषांतर, अरुणा जोशींचा दलित कथाविषयक अनुवाद, महादेव जोशींकृत अनुवाद, अशा काही साहित्यकृती लक्षवेधक ठरल्या आहेत.

नाटक, एकांकिका, कथा-कादंबरी, वैचारिक-ललित निबंध, कविता, चरित्र, अशा सर्वच वाङ्मयीन प्रकारांत बडोद्याच्या प्रतिभावंतांनी लेखन करून मोलाची भर घातलीय. अर्थात मागच्या काळातील अस्सल संशोधक, समीक्षक, प्रतिभावंत कलावंतांची परंपरा आज खंडित झाल्याचे वास्तव आहे. व्यंकटाचार्य गजेंद्रगडकर, डॉ. वि. पा. दांडेकर, डॉ. वासुदेव जोशी, डॉ. नारायण जोशी, अशा प्रज्ञावंतांची उणीव भरून निघणे, आता कठीण दिसते.

परिवर्तनाचा वारसा

तत्त्वज्ञान, इतिहास, समाजशास्त्र, आहारशास्त्र, शरीरशास्त्र, छंदशास्त्र, आरोग्य, विज्ञान अशा संस्कृतीच्या विविध विषयांमध्ये बडोदेकर विद्वानांनी वेळोवेळी संशोधन, लेखन करून संपूर्ण देशाच्या इतिहासात विधायक योगदान दिले आहे. अर्थातच बडोदा संस्थानचे नरेश श्रीमंत सयाजीराव गायकवाड यांच्या दूरदृष्टीला आणि त्यांच्या सर्वसमावेशक 'बहुजन हिताय, बहुजन सुखाय' या भूमिकेलाच याचे

श्रेय जाते. महाराजांनी समाज परिवर्तन व सामाजिक ऐक्याला प्राधान्य दिले होते. त्यामुळे संस्कृतीचे सर्व प्रवाह बडोद्याच्या केंद्राभोवती प्रगल्भतेने विणले गेले. महाराष्ट्रातला ब्राह्मण-ब्राह्मणेतर वाद बडोद्याला शिवला नाही, खैरलांजी प्रकरणातील दलितांचा हाहाकार बडोद्यास बाधला नाही, फुले-शाहू-आंबेडकरी परंपरेचा जन्मच महाराष्ट्रात झाला. परिवर्तनवादी मराठी साहित्याची निर्मितीही प्रथम महाराष्ट्रातच झाली. पण जाती-जातींची भांडणे महाराष्ट्रात वाढली, दलितांच्या हत्याकांडांची प्रकरणे महाराष्ट्रात अधिक घडली. ही दुरावस्था केव्हा संपणार? कोण संपवणार? या संदर्भात लेखकांची भूमिका कोणती?

।। छत्तीसगड ।।

छत्तीसगडची मराठी साहित्य परिषद आपल्या क्षमतेनुसार मराठी संस्कृतीशी इमान राखून आहे. मराठी शाळा इतरांप्रमाणे इथेही बंद पडल्या असून मराठी ग्रंथालये ओस पडलीत. अशा प्रतिकूलतेत श्री. कूपर वासनिकांच्या निष्ठावंत नेतृत्वाची किमया छत्तीसगड साहित्य परिषदेच्या कार्यातून शोधता येते. 'ना. वा. टिळक स्मृती कवीसंमेलन' आणि 'प्राचार्य जोगळेकर स्मृती व्याख्यानमाला' या उपक्रमांचे सातत्य अद्याप टिकून आहेत. अर्थात सौ. शुभदा जोगळेकर, गजानन फडके, डॉ. शिरूडे, चमन हुमने, चिटणीस, रवींद्र तेलंग इत्यादी मराठी प्रेमींचे सहकार्य मोलाचे आहे. महाराष्ट्र शासनाचा निधी आता बंद पडलेल्या काळातही कपूर वासनिक व सहकारी त्यांची मराठी रसिकता टिकवून आहेत. कपूर वासनिक उत्तम संघटक तर आहेतच पण त्यांचा 'बंधमुक्त' काव्यसंग्रहसुद्धा प्रतिमांच्या सौंदर्यामुळे मराठी वाङ्मयात प्रसिद्ध आहे.

।। गोवा ।।

सुरेश नाईक, नितीन कोरगावकर, रमेश वंसकर, सुदेश आर्लेकर, गंगाराम मोरजकर, भारती पावसकर या सहकाऱ्यांच्या बळावर गोव्यात मराठी उपक्रमांची मालिका चालू आहे. गोमंतक साहित्य सेवक मंडळा'तर्फे 'साहित्य सेवक' या अंकाचे प्रसारणही चालू आहे.

ग्रंथ प्रकाशन, काव्य संध्या, व्याख्याने, वाङ्मयीन चर्चा, सत्कार-सोहळे अशा अनेक कार्यक्रमांतून मराठी लेखक व रसिक एकत्र येतात.

'गोवा कला अकादमी' या संस्थेचे कार्यसुद्धा मराठी वाङ्मय व संस्कृतीसाठी उपकारक ठरत आहे.

बा. भ. बोरकर, माधवी देसाई, गुरुनाथ नाईक, अरुण हेबळेकर, डॉ. सुभाष भेंडे, अ. का. प्रियोळकर, महादेवशास्त्री जोशी, डॉ. प्रल्हाद वडेर, विजय कापडी,

शंकर रामाणी, नरेंद्र बोडके अशा विविध क्षेत्रांतील मान्यवर लेखकांनी मराठी साहित्य प्रवाहात महत्त्वाचे योगदान दिले आहे. प्रा. नाडकर्णींच्या समीक्षा ग्रंथांचे मूल्य अ. भा. मराठी अभ्यासकांनी प्रमाण मानले आहे. संशोधक प्रा. प्रियोळकर आणि डॉ. प्रभूदेसाई यांचे संशोधनपर साहित्यही गोव्याच्या मातीची देण ठरते. डॉ. प्रल्हाद वडेर आणि डॉ. कोमरपंतांचे समीक्षा लेखन मराठीच्या समीक्षा विश्वात स्वतंत्र ठसा उमटवून जाते.

कवी बोरकरांच्या वारशात शंकर रामाणी, गजानन रायकर ते नरेंद्र बोडके यांची गोमंतकीय कविता फुलताना आजच्या वर्तमानात रमेश वंसकर, चित्रसेन शबाब, शंभू बांदेकर, नलिनी देशपांडे पुष्पाग्रज, लीना पेडणेकर, राधा भावे, दयामित्र गोत्री, चित्रा क्षीरसागर, प्रकाश क्षीरसागर, अशा नव्या प्रतिभावान कवींच्या कवितांची नोंद अपरिहार्य ठरते. 'ठसे' सारखे ललित निबंधांचे सुरेश नाईक लिखित पुस्तक रामभाऊ शेवाळकरांनी मुक्तपणे गौरवून गोमंतकीय वाङ्मय निर्मितीचा सन्मानच केलाय, नारायण महाले यांचे कथा-वाङ्मय महाराष्ट्रातही प्रसिद्ध आहे. गोवा मुक्तीनंतरच्या मराठी कादंबरीचा श्री. महाले यांनी नोंदवलेला अभ्यास महत्त्वाचा आहे. डॉ. विठ्ठल ठाकूर आणि सौ. रेखा ठाकूर यांच्या गोमंतकीय पर्यावरणातील सांस्कृतिक खुणा त्यांच्या साहित्यातून संपूर्ण मराठी विश्वात अधोरेखित झाल्यात.

'गोमंतक साहित्य सेवक मंडळा'च्या वतीने वाङ्मयीन पर्यावरणाच्या समृद्धीसाठी विविध कार्यक्रमांचे आयोजन केले जाते. डॉ. नरेंद्र दाभोळकर आणि रा. ग. जाधव यांच्या प्रमुख उपस्थितीत झालेले दुसरे साधना साहित्य संमेलन, ज्ञानपीठ पुरस्कार विजेते कवी 'विंदा' यांच्या सन्मानार्थ संपन्न झालेला 'विंदागौरव' कार्यक्रम, 'निसर्गाची वाङ्मयीन रूपे', कवितेबरोबर जगणे, वाढणे, नव्वोदत्तरी कविता इत्यादी विषयांवरील परिसंवाद, व्यंगचित्रकार संजय मिस्त्री यांची 'हास्यशाही', चित्रकार शांताराम पवार यांचा वार्तालाप, गजलकार सुरेश वैराळकरांचा 'महाराष्ट्राची लोककला' कार्यक्रम अशा असंख्य कार्यक्रमांचे यशस्वी संयोजन गोमंतक साहित्य सेवक मंडळाने करून मराठी संस्कृतीची पताका मुक्त गोव्यात फडकत ठेवली.

शेकडो व्याख्याने, ग्रंथ प्रकाशने, चर्चा-सत्रे यांची वाङ्मयीन धुमाळी गोव्याच्या वाङ्मयीन विश्वाची खास ओळख आहे. लेखक रमाकांत खलप, पत्रकार सागर जावडेकर, संपादक व कवी-लेखक श्रीराम पंचिद्रे, समीक्षक प्रा. एस. एस. नाडकर्णी व डॉ. कोपरपंत, गोपाळराव मयेकर इत्यादी अनेक मान्यवरांच्या सांस्कृतिक योगदानाची नोंदसुद्धा अपरिहार्य ठरते. त्याशिवाय गोव्याचे वाङ्मयीन चित्र स्पष्ट होणार नाही.

गोव्याच्या मराठी संस्कृतीचे पूर्वापार मानदंड म्हणून गोमंतक विद्या निकेतन

या १०० वर्षांच्या जुन्या संस्थेची नोंद अटळ आहे. तेथील 'गोमंतक' व 'तरुण भारत' दैनिकांचे महत्त्वसुद्धा याच संदर्भात नोंदले पाहिजे.

प्रा. ग. प्र. प्रधान यांनी 'प्रबोधनकार' म्हणून गौरविलेले ज्ञानु पारकर पेडणेकर आणि नारायण कारवार मराठे यांचे सामाजिक प्रबोधनाचे कार्य गोव्याच्या सांस्कृतिक इतिहासात महत्त्वाचे ठरले. बौद्ध उपासक विद्वान धर्मानंद कोसंबी, आगरकरांच्या प्रभावात रमलेले पत्रकार हेगडे-देसाई, दलित प्रवाहात प्रबोधन-कार्य करणारे दादु मांजरेकर आणि शंभू बांदेकर, मार्क्सवादी अर्जुन परब - लेखिका - कार्यकर्त्या रेखा ठाकूर व वासंती नाडकर्णी, लेखक लक्ष्मण सरदेसाई, सुखटणकर, लोटलीकर, कामत अशा असंख्य जुन्या-नव्या मान्यवरांनी गोव्यात मराठी संस्कृती आपापल्या भूमिकेनुसार व निष्ठेनुसार जिवंत ठेवली.

एका वर्षात गोव्याच्या भूमीत १० ते १५ संगीत व साहित्य संमेलनाचे आयोजन संपन्न होते आणि आठवड्यात निदान १-२ तरी पुस्तक प्रकाशन सोहळे होतात. यावरून गोमंतकीय वाङ्मयीन अभिरुची आणि सांस्कृतिक संचिताची ओळख पटावी. अर्थात या सर्वांच्या पार्श्वभूमीत दयानंद बांदोडकरांची प्रेरणा रुजल्याचे चित्र दिसते.

।। कर्नाटक ।।

प्रा. भालचंद्र शिंदे यांच्या मार्गदर्शनाखाली गुलबर्गास्थित मराठी साहित्य मंडळाचे कार्य सध्या जोमाने चालू आहे. या मराठी साहित्य मंडळाने 'अनुबंध' या नावाचे सुंदर त्रैमासिक वाङ्मयीन निष्ठेने चालू ठेवले आहे. विद्याधर मुरुगकर, व्यंकटेश वळसंगकर, वंदना किणीकर, डॉ. विजया तेलंग यांचे संपादक मंडळ आणि मुख्य संपादक प्रा. भालचंद्र शिंदे, असा हा वाङ्मय प्रेमींचा संच कार्यरत आहे.

डॉ. यु. म. पठाण, नरहर कुरुंदकर, इंदिरा संत, अरुणा ढेरे, तारा भवाळकर, गो. म. कुलकर्णी, डॉ. गंगाधर पानतावणे, डहाके, अक्षयकुमार काळे, अशा असंख्य मान्यवरांचा सहभाग 'अनुबंध'च्या वाटचालीचे भूषण ठरले आहे. कर्नाटक प्रांतीय बी.ए. कांबळे, वंदना किणीकर, प्रभाकर सलगरे, हरिहर जाधव, विजयकुमार चौधरी, सौ. संध्या भालचंद्र शिंदे, श्रीमती सुमन कदम, ॲड. दयानंद बिरादार, जे. एन. कदम, श्रीमती घनपाठी, प्रा. बाबुराव गायकवाड, व्यंकटेश वळसंगकर, प्रा. सर्वोत्तम सताळकर इत्यादी नव्या लेखकांची मांदियाळी 'अनुबंध' मध्ये लेखन करून मराठी भाषेच्या सेवेची सिद्धता करताना दिसतात.

'अनुबंध'ची भूमिका सर्वसमावेशक असून मराठी वाङ्मयातील उपेक्षितांच्या प्रवाहातील अनेक लेखकांना, संपादक प्रा. भालचंद्र शिंदे यांनी लिहिते केले, शिवाय उपेक्षित समाज घटकांच्या वेदना व्यक्त करणारे साहित्यही प्रसिद्ध केलेय.

बंजारा समाजातील जातपंचायत (डॉ. म. वि. चव्हाण) दलित साहित्य (डॉ. नरसिंह कदम) तस्लिमा नसरीन (प्रा. सर्वोत्तम सताळकर), प्रज्ञा पवारची कविता (गीता गवस), आदिवासी लोक साहित्याचे स्वरूप (डॉ. सविता व्हटकर), आदिवासी लोक संस्कृती (डॉ. संजय कोळी), मु. पो. देवाचे गोठणे (बी.ए. कांबळे), ही सामाजिक बांधीलकीची साक्ष अर्थातच नमुन्यादाखल नोंदलीय.

'अनुबंध' ब्राह्मण-ब्राह्मणेतर वादाच्या गुंत्यात अडकत नाही. म्हणून तर 'स्वा. सावरकरांच्या राष्ट्रप्रेमा'पासून, इंदिरा संतांच्या काव्यापर्यंतच्या समीक्षा लेखनाला 'अनुबंध'च्या अंकात स्थान मिळाले. ग्रेस, अर्जुन डांगळे, प्रज्ञा पवार, ना. घ. देशपांडे, कुसुमाग्रज, अशा सर्व प्रवाहातील मान्यवरांच्या लेखनाची चर्चा 'अनुबंध' मध्ये अनुभवता येते.

डॉ. अश्विनी धोंगडे, तारा पंडित, डॉ. सावंत, सुरेश साबळे, डॉ. इरेश स्वामी, प्रा. द. ता. भोसले, डॉ. वाघमारे, अशा अनेक मान्यवर लेखकांची हजेरी 'अनुबंध'च्या वाङ्मयीन इतिहासाचे भूषण ठरलीय.

कवी बी.ए. कांबळे, कथा-कादंबरीकार सर्वोत्तम सताळकर, लेखक दयानंद बिरादार, कवी युवराज सोनटक्के, कवी व्यंकटेश वळसंगकर व वंदना किणीकर, पत्रकार प्रभाकर सलगरे, बाबुराव गायकवाड, भिमाशंकर देशपांडे इत्यादी अनेक लेखक-कवी कर्नाटकात राहून मराठी साहित्याची सकस निर्मिती करीत आहेत.

भाऊसाहेब देऊळगावकर, श्री. चंद्रशेखर कपाळे अशा मागच्या पिढीतील दिग्गजांनी कानडी भाषेच्या वर्तुळात राहून मराठी संस्कृतीची प्रामाणिकपणे सेवा केली. त्याच परंपरेचे इमान जपताना 'मराठी साहित्य मंडळ' अनेक उपक्रम राबवून मराठीचा आवाज रुजवत आहे. लोकमान्य टिळक, छत्रपती शिवाजी महाराज, अशा महापुरुषांच्या पुण्य स्मरणाचे सोहळे या मंडळाच्या वाटचालीचा अविभाज्य भाग बनलेत. महाराष्ट्रात लोकमान्य टिळकांची पुण्यतिथी ब्राह्मणांच्या संस्थेपुरतीच बंदिस्त होऊन ब्राह्मणेतरांनी टिळकांना वाळीतच टाकल्याचे चित्र दिसते. या विकृतीची बाधा प्रा. भालचंद्र शिंदे व त्यांचे सहकारी मराठी साहित्य मंडळाला होऊ देत नाहीत.

दरवर्षी या मंडळाचे स्वतंत्रपणे मराठी अधिवेशन होते. भालकी, बसव कल्याण, बिदर, बेळगाव या परिसरांत मराठीपण जपणारा डोळस समाज आहे.

'कर्नाटक राज्य मराठी साहित्य परिषद' ही दुसरी संस्थासुद्धा प्रा. भालचंद्र शिंदे यांच्या पुढाकारातून कार्यरत असून 'माझी मराठी' हे त्रैमासिकही सध्या सुरू आहे. प्रभाकर सलगरे, गुरय्या स्वामी, बी.ए. कांबळे, विजय चौधरी, हाच वाङ्मयीन चमू 'मायबोली'चा नवा संसार नव्या दमाने चालवतो आहे. श्री. मुळे अण्णा, ॲड. बिरादार,

डॉ. देऊळगावकर, डॉ. जर्नादन वाघमारे यांचे पाठबळ या संदर्भात महत्त्वाचे ठरलेय.

।। आंध्र प्रदेश ।।

'आंध्र प्रदेश मराठी साहित्य परिषदे'चे नेतृत्व करणाऱ्या डॉ. उषा जोशी आणि डॉ विद्या देवधर यांनी डॉ. शोभा देशमुख व डॉ. गीता काटे यांच्या सहकार्याने 'पंचधारा' त्रैमासिकाचे कार्य नियमित चालू ठेवले आहे. श्री. रं. कुलकर्णी, द. पां. जोशी, नलिनी साधले, प्रा. दादेगावकर इत्यादी प्रतिभासंपन्न ज्ञानवंतांच्या सहभागाने व लेखक मान्यवरांच्या कर्तृत्वाने 'पंचधारा'ची परंपरा समृद्ध झालीय. असंख्य महत्त्वाच्या विषयावरील 'पंचधारा'चे विशेषांक महाराष्ट्रातही गाजले. डॉ. श्री. रं. कुलकर्णी व नरहर कुरुंदकरांच्या स्मृती जपणारा विशेषांक जसा मराठी मनाला भावला, तसाच अगदी अलीकडचा मराठी-हिंदी-तेलगू-उर्दू नाटकांवरचा 'पंचधारा'चा विशेषांकही प्रभावशाली ठरला. 'पंचधारा'ने इस्लाम किंवा उर्दू या दोन्ही मुस्लीम संदर्भीय सांस्कृतिक प्रवाहांचा, प्रगल्भ जीवन-जाणिवेच्या परिप्रेक्ष्यात विचार केला. म्हणूनच जिलानी बानोच्या कथेचा अनुवाद 'पंचधारा'मध्ये प्रसिद्ध होऊ शकतो आणि प्रा. माजीद बेदार यांचा उर्दू नाटकावरील लेखही त्याच अंकात सन्मानित होतो.

इंदिरा संत, संजीवनी मराठे, पद्मा गोळे यासारख्या मराठी कवयित्री 'पंचधारा'च्या पानापानांवर सन्मानित झाल्या. वा. रा. कांत, बी. रघुनाथ या सर्वच मान्यवरांच्या जन्मशताब्दीचा शब्द-सोहळा 'पंचधारा'ने सर्वदूर पोचवला. या कामी डॉ. विद्या देवधर यांचा व्यासंग व वाङ्मयीन दृष्टी महत्त्वाची ठरली. पण त्यांच्या भूमिकेला पेलून 'आंध्र मराठी साहित्य परिषदे'चे कार्य करणाऱ्या डॉ. गीता काटे, डॉ. कांचन जतकर, सुरेश कुलकर्णी इत्यादीचे सहकार्यही उपयोगी पडले.

हैदराबादचे मराठी केंद्र अनेक मान्यवर लेखक-संशोधकांच्या कर्तृत्वाने भारलेले आहे. भालचंद्र कहाळेकर, द. पां. जोशी, डॉ. श्री. रं. कुलकर्णी, धनंजय कुलकर्णी, पद्माकर व उमा दादेगावकर, डॉ. शोभा देशमुख, डॉ. उर्मिला पंत, विवेक देशपांडे, डॉ. कांचन जतकर, नलिनी साधले ही प्रातिनिधिक नावे महत्त्वाची आहेत. 'विमल', 'रंगधारा', 'कलाभिषेक' या नाट्यसंस्थांचे कार्य भास्कर शेवाळकर, भाऊराजे जहागीरदार, आनंद कुलकर्णी इत्यादी रंगकर्मी निष्ठेने बजावत आहेत, ही यादी मुळामध्ये फारच मोठी आहे. हैदराबादच्या मराठी केंद्रामध्ये अनेक मराठी साहित्य संमेलनाचे सोहळे यशस्वी झाले. त्यात साने गुरुजींच्या संकल्पनेतील आंतर भारतीचे साहित्य संवाद संमेलन महत्त्वाचे ठरते.

'पंचधारे'तील परीक्षणात्मक लेखांच्या नोंदी तपासल्या तरी जात-धर्मापलीकडे जाऊन अनेक लेखकांच्या कलाकृतींना या प्रवासात स्थान दिल्याचे दिसते. युवराज

सोनटक्के, इंद्रजित भालेराव, निरंजन उजगरे, श्रीधर नांदेडकर, सुलभा हेर्लेकर, सय्यद सलीम, शहाजहाना, अली सरदार जाफरी, कैफी आजमी, मोहमद खदीरबाबू, भ. म. परसावळे, सुरेश द्वादशीवार, गो. ब. देगलुरकर ही यादी शेकडो प्रतिभावंतांना कवेत घेणारी आहे. या प्रातिनिधिक लेखकांना कर्तृत्वाच्या नोंदीवरून 'पंचधारा'ची शुद्ध भाषिक व सांस्कृतिक भूमिका मला अधोरेखित करायची आहे.

मराठीतील प्रत्येक पिढीतील मान्यवरांच्या लेखनाचा सहभाग 'पंचधारा'च्या पानापानांवर वेळोवेळी अभिव्यक्त झालाय. त्याच विद्वतेचा वारसा स्त्रियांच्या कादंबरी लेखनाची समीक्षात्मक नोंद घेताना डॉ. विद्या देवधरांनी त्यांच्या ग्रंथात जोपासलाय. डॉ. शोभा देशमुखांनीसुद्धा मराठी नाटकांचा समीक्षात्मक वेध घेऊन मराठी रंगभूमी व रसिकता प्रभावित केली. डॉ. उर्मिला पंतांचा सिद्धयोग अभ्यास आणि विवेक देशपांडे यांची सत्यकथनात्मक 'डायरी' या आजच्या वर्तमानाच्या उत्तम सांस्कृतिक साक्षी आहेत.

द. पां. जोशी आणि डॉ. श्री. रं. कुलकर्णी यांसारख्या शिखरस्थ प्रतिभावंतांच्या कर्तृत्वाने मराठी वाचक प्रभावित आहे. या सर्व संचिताचा अनुबंध महाराष्ट्रातील मराठी वाङ्मयाच्या गाभ्याशी जुळून आल्याने आंध्र प्रदेशातील मराठी सेवेचे उपक्रम मराठी माणसाच्या आत्मीयतेचा विषय झाले आहेत. या सर्व मराठी सांस्कृतिकतेचा प्रवास हैदराबादस्थित सतीश देशपांडे यांच्या नेतृत्वात कार्यरत असलेल्या, मराठी ग्रंथ संग्रहालयाच्या प्रदीर्घ कारकिर्दीच्या नोंदीशिवाय पूर्ण होणार नाही.

।। मध्य प्रदेश ।।

'मध्य प्रदेश मराठी साहित्य संघा'चे सांस्कृतिक पुढारीपण श्रीमती अनुराधाताई जामदार यांच्या परिपक्व वाङ्मयीन अभ्यासाने अर्थपूर्ण ठरलेय. त्यांनीच संपादन केलेल्या मध्य प्रदेशातील निवडक १०० कवींच्या मराठी कवितांचा संग्रह बृहन्महाराष्ट्राचे भूषण ठरावा एवढा महत्त्वाचा आहे. कै. माधव जामदार, प्रा. डॉ. चंद्रकांत पांढरीपांडे, सुषमा ठाकूर, अनिल निगुडकर, मंदा गंधे, वामनराव पाठक, अनुराधा मुजुमदार, पौर्णिमा हुंडीवाले, विद्या श्रॉफ, मीना आठवले, विश्वनाथ शिरढोणकर, श्रीकांत बेडेकर इत्यादी अनेक कवींच्या कवितांनी मध्य प्रदेशचे मराठी विश्व भारावलेले आहे.

माधव साठे यांची 'ब्रह्मवर्त' कादंबरी, अश्विन खरे यांचे 'सर्वोत्तम' त्रैमासिक, श्रीकृष्ण बेडेकरांचा 'शब्द दरवळ' दिवाळी अंक, शोभा खानविलकरांचे कथा वाङ्मय, शोभा तेलंग यांची गझल, प्रफुल्लता जाधव यांची कादंबरी व काव्य, अलकनंदा साने, श्याम खरे, निलेश नूर, सुषमा अवधूत, अर्चना शेवडे इत्यादी लेखक-कवींचे साहित्य मराठीचे अनुबंध स्पष्ट करतात.

इंदौरची मराठी 'साहित्य सभा', 'सानंद' नाट्यसंस्था, 'मराठी सोशल ग्रुप',

'मराठी साहित्य संस्था' मध्य प्रदेशातील मराठी संस्कृतीच्या केंद्रस्थानी असून आपापल्या सांस्कृतिक ध्येयवादाला त्या आकार देत आहेत.

रमेश खांडेकर, अनिकेत धडईवाले, गितेश भिसे, अश्विन खरे यांच्या प्रयत्नातून १९९८ पासून शारदोत्सवातील व्याख्याने चालू आहेत. साहित्य संमेलन, मराठी ग्रंथालय, मराठी ग्रंथ प्रकाशन, चर्चा, कवीसंमेलने अशा विविध कार्यक्रमांची सिद्धता मराठी साहित्य सभेच्या कार्यातून होत आहे.

जयंत भिसे यांच्या 'सानंद' संस्थेमार्फत मराठी बालनाट्य महोत्सवासह दरमहा नाट्य प्रयोग केले जातात. सुमारे ३००० सभासदांपर्यंत मराठी नाटकातील संचित पोचवण्याचे काम 'सानंद' तर्फे केले जाते. स्नेहा करमरकरप्रणीत 'मराठी महोत्सव' संगीतासह लावणी-मेळा आणि मराठी खानपानांची चंगळ घडवतो. मेघना निरखीवाले, बाबासाहेब तराणेकर, वसुधाताई ढवळीकर, अश्विन खरे यांची मराठी भक्ती, कथास्पर्धा, प्रकाशन सोहळे, व्याख्याने अशा कार्यक्रमांतून व्यक्त झालीय.

इंदौरच्या 'मराठी अकादमी'चे कार्यही महत्त्वाचे आहे. श्री. अग्निहोत्रीप्रणीत 'अभिनव समाजा'चे संगीतविषयक कार्य, दिनकर मुजुमदारांचा तबला- संतोष अग्निहोत्री आणि शोभा तेलंग यांचे गझल गायन, स्मिता बाजपाईंचे सतारवादन, मध्य प्रदेशच्या संगीतमय विश्वाचे व मराठी संस्कृतीच्या सुसंवादाचे भूषण आहे.

अनुराधा जामदार, अनिल निगुडकर, रवींद्र भालेराव, श्री. भाले, पुरुषोत्तम सप्रे इत्यादी मराठी प्रेमींच्या 'मध्य प्रदेश मराठी साहित्य संघाने' मराठी साहित्य संमेलनासह व्याख्याने, चर्चा अशा अनेक कार्यक्रमांच्या आयोजनातून महाराष्ट्राची सांस्कृतिक नाळ जपून ठेवली. 'मध्य प्रदेश सांस्कृतिक परिषदेचे कार्यसुद्धा महेश बागदरे यांच्या नेतृत्वाखाली उत्तम रीतीने चालू आहे.

बृहन्महाराष्ट्रातील मराठी सांस्कृतिक केंद्रामध्ये चालू असणाऱ्या प्रयोगांना प्राप्त परिस्थितीमध्ये प्रचंड प्रतिकूलता आहे. प्रत्येक प्रांताची भाषा वेगळी असल्याने मराठी शाळा व मराठी साहित्याला वाईट दिवस आलेत. तरीही सर्वच केंद्रात मराठी जपण्याचे व पूजण्याचे प्रयत्न चालू आहेत. त्यात श्रेष्ठ - कनिष्ठ ठरवणे अयोग्य आहे. या सर्वांचे ऋण व्यक्त करणेच माझे सांस्कृतिक कर्तव्य आहे.

या पार्श्वभूमीवर बृहन्महाराष्ट्रातील लेखक– कवींच्या कलाकृतींची समीक्षा करणारा हा ग्रंथ वाङ्मय सेवकांच्या कृतज्ञतेची साक्ष ठरावी!

◆◆◆

१. प्रतिमांच्या सौंदर्याने बहरलेली कविता

मानवी नात्यातील समता व बंधुता बुद्धांच्या करुणेसह या कवितेत सन्मानित होताना दिसते. मराठी दलित कविता गद्याकडे अधिक झुकल्याची वास्तवता लक्षात घेता, बुद्ध व आंबेडकरांच्या सैद्धांतिक अधिष्ठानासह अर्थपूर्ण प्रतिमांनी बहरलेली कविता सरस व कलात्मक ठसा उमटविणारी आहे.

'छत्तीसगड'च्या परिसरात मराठी भाषा व संस्कृतीची निष्ठा जपणारे कवी म्हणून कपूर वासनिक यांचा उल्लेख होतो. त्यांनी त्यांचा 'क्रोधांगार' हा कवितासंग्रह महात्मा फुल्यांच्या क्रांतिकार्यास अर्पण केलेला आहे. या अर्पणपत्रिकेवरूनच कवीची विचारधारा लक्षात येते.

दुःखमुक्त व बंधमुक्त अनुभूतीचा काव्यात्म आविष्कार येथे प्रत्ययाला येतो. 'बंधमुक्त' ही संग्रहातील पहिली कविता. 'अविरत पाऊसधारांची कोसळण' आणि 'गळा भरून हुंदक्याच्या साथीचा महापूर' सहन करताना 'कवी'चे घरच दारासकट वाहत गेल्याची अनुभूती व्यक्त होते.

मानवी नात्यातील समता व बंधुता बुद्धांच्या करुणेसह या कवितेत सन्मानित होताना दिसते. अहिंसा व शांततेचा सांस्कृतिक ध्येयवादच युद्धखोर विश्वात सर्व मानवाच्या मुक्तीचा एकमेव केंद्र असल्याची जाणीव ही कविता करून देते. 'माती' सारखी कविता प्राचीन काळातील इतिहासाचे अन्यायी वास्तव मांडताना अर्थपूर्ण आशयाचे सूत्र विणते. 'नेमाने शंबुक वधाची तालीम देणारी माती' कवी मनाला अस्वस्थ करते. त्यातूनच कवीला वाटते की उदात्त अर्थांना हीच माती झुगारून देते, हीच माती पाण्याची तहान रक्ताने शमविते. या मातीत काट्यांचे पीक फोफावते आणि हिरवळ कुजून जाते. कवी म्हणतात-

'नद्या, पर्वत, दगड, धोंडे ह्या मातीचा परिचय ।
माणुसकीचा गंध नाही माती ही माणसांदारी ॥'

मातीच्याच संदर्भांना लाथाडणारी माती कविमनाच्या वेदनेचा विषय आहे. एकलव्याचा अंगठा कापून घेणारा द्रोणाचार्य जसा याच मातीतून जन्मला, तसेच लोकशाही मूल्यांची पेरणी करून दुःखमुक्त मानवतेचा ध्येयवाद सांगणारे बाबासाहेब आंबेडकरही जन्मले । जसा कृष्ण जन्मला तसा बुद्धही जन्मला. तेव्हा दोष मातीचा मानण्यापेक्षा व्यवस्थेचा असल्याचे समजून घ्यावे लागते. या कवितेच्या माध्यमातून मानवी पशुत्व व अन्याय करणाऱ्या प्रवृत्तींचे दर्शन मात्र कवीने समर्थपणे घडवले आहे.

त्यांची कविता प्रतिमा-प्रतीकांच्या भाषेत बोलते. त्यामुळे या कवितेचा आशय सूचित केलेल्या अर्थपूर्ण निवडक शब्दांतून पाझरत राहातो.

'शिकार' कवितेत कवी म्हणतात,

'आईचा आक्रोश आभाळभर झालाय
टराटरा फाटणाऱ्या तिच्या लालभडक पदरासारखा
जाळत सुटतात हेच निखारे माझ्यातला अंधार.'

आत्मभान जागृत होऊन अन्यायाविरुद्ध पेटून उठण्याची ऊर्मी या क्रांतिसन्मुख कवितेतून अभिव्यक्त होताना दिसते.

'आता पाखरांनो' ही कविता प्रतीकात्मक अर्थाची रांगोळी काढणारी क्रांतिकारक कविता आहे. 'घरट्यांच्या दिशां'नी प्रस्थापित व्यवस्थेच्या कैवाऱ्यांनी जाळे टाकून असंख्य निरपराध्यांना शेकोटीत घातले. कित्येकांची पिसे कापून जायबंदी केले. बिचारी पाखरे कोणताच गुन्हा नसताना प्रस्थापित जातीयवाद्यांची बळी ठरली.

'मागील पिढ्या
अशाच मेल्या
आता पाखरांनी
चोची परजल्या'

दलित-आदिवासींच्या 'बळी' ठरलेल्या मागच्या सर्व पिढ्या प्रस्थापितांनी 'शेकोटी'त घालून कशा जाळल्या, याचे काव्यात्म दर्शन अस्वस्थ करणारे आहे. कवी कुठेही प्रस्थापित जातीयवाद्यांचे नाव किंवा संदर्भ घेत नाहीत; पण 'पाखरांचे' दुःख 'शेकोटी'त घातल्याने ते दलित उपेक्षितांचेच ठरते. 'पाखरू' हे असे समर्पक प्रतीक ठरते. अल्पाक्षरी काव्यातून कवी सामाजिक विषमतेविरुद्ध व सर्वस्तरीय शोषण व्यवस्थेविरुद्ध क्रांतीचा वणवा पेरताना दिसतात. त्यांचे हे वैचारिक सामर्थ्य मराठी दलित कवितेच्या इतिहासात कलात्मक उंचीवरून प्रत्ययाला येते.

'माउले' ही कविता संग्रहातील सर्वाधिक भावलेली कविता आहे. आई, माय, माउली अशा संकल्पना व शब्दांनी मातृत्वाची थोरवी मराठी काव्यात पिढ्यानूपिढ्या वर्णिली गेलीय. पण 'माय'साठी 'माउले' हा पूर्णत: नवा शब्द स्वीकारून कलात्मकदृष्ट्या श्रेष्ठत्व सिद्ध करणारी मातृवंदनाच त्यांनी मराठी कवितेला दिलीय.

कवितेचा प्रारंभ करताना कवीने म्हटलेय-

'धरा काटेरी अवघी
नभ दु:खाळ दु:खाळ
अश्रू सदाचे पाहुणे
इथे व्यथांचा सुकाळ'

'सुकाळ, दुधाळ, दुष्काळ' असे शब्द मराठीत रूढ आहेत. परंतु कवी 'नभ दु:खाळ दु:खाळ' असल्याचे सांगतात. तेव्हा दु:खाचा कहर किंवा दु:खाचा पूर नभातून वाहिल्याचा प्रत्यय येतो.

'माउले'चे हुंदके गहाण आहेत; पण कुणालाही कणव नाही. कवीच्या कल्पनाविलासातील दाहक अनुभूती वाचकाच्या हृदयाला कापत जाते. ते म्हणतात,

'एका मडक्याच्या तळी
तुझ्या आशांची लक्तरे'

गरिबाच्या संसारात मडक्याशिवाय असणार काय? त्यातील फक्त एकाच मडक्याच्या तळी त्या 'माउले' ने जपून ठेवलेली स्वप्ने तिच्या 'आशांची लक्तरे'च नव्हेत काय? कारण विषय व शोषण व्यवस्थेची आग सोसणाऱ्या गरीब -दलित मातेच्या मडक्यात शिल्लक काय असणार?

या 'माउले' संदर्भात कवीला प्रचंड जिव्हाळी प्रेम, तर आहेच; पण तिच्या चिवटपणे जगण्याचे व प्रतिकूलतेतही संसार सांभाळणाऱ्या कर्तृत्वाचा आदरही आहे. पुढील शब्द या संदर्भात बोलके आहेत-

'कसे सावरिशी जिणे
ठेचा पावलागणिक
जीर्ण झोळीत वाहशी
उभ्या आयुष्याची भीक'

दु:ख, दारिद्र्याने पीडलेल्या 'माउली'ची जीवनासक्ती आणि आपापल्या चिल्यापिल्ल्यांना जगवण्यासाठी तिची चाललेली दुर्दम्य आशावादी धडपड कवितेत शब्दबद्ध झालीय. ही प्रत्ययकारी कविता वामन निंबाळकरांच्या 'माय' या कवितेची आठवण करून देते. कवी यशवंत, कवी माधव जुलियन यासारख्या कवींच्या 'आई'

विषयक कविता मातृत्वाप्रती कृतज्ञता व्यक्त करणाऱ्या आहेत. पण दलित कवितेतील 'माय' ची वेदना आणि प्रस्थापित कवीच्या कवितेतील 'आई'चे स्वरूप यात निश्चितच फरक आहे. हा फरक सांस्कृतिक-सामाजिक-आर्थिक संदर्भातून सिद्ध आहे. परंतु दलित कवितेच्या प्रवाहातील अनेक कवींच्या 'माय' विषयक कवितांमध्ये ही कविता सर्वार्थाने लक्षणीय ठरते.

कवीच्या चिंतनशीलतेच्या आणि सुंदरतापूर्ण विचारगर्भ काव्यात्मतेच्या अनेक खुणा काव्यसंग्रहातील पानोपानी विखुरल्याच्या साक्षी आहेत. त्यापैकी काही प्रातिनिधिक उदाहरणे पुढीलप्रमाणे आहेत :

१) 'काठावर रचली कितिदा मोजून तयाची सरणे
सळसळीत आले हेही, परक्याचे मरण उखाणे,'
(वेड)
२) 'मोडलेल्या पाखरास मल्हार स्फुरतो'
(मल्हार)
३) 'गीत मुके तारकांचे, रातराणीही मुकी
दु:ख माझ्या अंतरीचे कोण त्यांना सांगतो'
(वेदना)

या कविता वेदनेच्या डोहातूनच जन्म घेताना विवेकी शहाणपण अभिव्यक्त करतात.

'कवितेच्या आडोशाला
वेदनांची रांग आहे
शल्य आहे शतकांचे
निखाऱ्यांची रास आहे'

शतकाशतकांची वेदना उरात बाळगत व निखाऱ्यांची रास भोगताना, कवीचा काव्यात्म संयम सुटत नाही. पहिल्या-दुसऱ्या दलित पिढीच्या कवितेतल्या शिव्या या कवितेत दिसत नाहीत. ती वेदना बोलते, विद्रोहही मांडते. पण शिव्याशापाशिवाय! अर्थात तिचा पोत आंबेडकरी मूल्यात्मकता पचवून बुद्धत्वाला शरण जातो. हीच जागा या कवितेचे वैचारिक वैभव आणि कलात्मक उंची सिद्ध करणारी आहे. या संदर्भात 'शृंखला', 'वेदना', 'पाखरांनो', 'कालची जखम', विहीर या सारख्या कविता लक्षणीय आहेत.

'विहीर' सारखी कविता त्याच प्रतीकांतून भीषण वास्तव सांगू पाहते.विहिरीचे पाणी वरवर स्वच्छ दिसत असले, तरी गाळामुळे दलदल साचून ते 'माजले' आहे. काठावरचे कोरीव काम संस्कृतीच्या वरवरच्या भपक्यासारखे फसवे आहे. जे त्या

विहिरीत उतरले ते वर आलेच नसल्याची भयानक कुरूप वास्तवता कवी समर्थपणे व सूचकतेने मांडतात. संस्कृतीच्या अंत:प्रवाहातील धार्मिक भोवऱ्यात सापडलेल्या निष्पाप, निरागस दलित-उपेक्षितांच्या सनातन वेदनेची ही सत्यकथा मनाला सुन्न करून सोडते. कवीचा धर्मशास्त्र, समाजशास्त्राचा अभ्यास निश्चितच सखोल असून त्याच्या कवितेमधून जीवन जाणिवेचा पोत उलगडतो.

बोधिवृक्ष फोफावून खोलवर मुळे गेल्यावरसुद्धा, त्याच्याच छायेखाली तळीराम बोकाळल्याची खंत कवी व्यक्त करतात. यातून त्यांचे आत्मपरीक्षणात्मक सामर्थ्यही जाणवते. त्यातूनच 'पाणावला रंग निळा', 'तडे गेले उत्साहास' अशी रचना जन्माला येते.

'अश्रद्धेचे अभंग' या नाट्यात्मक शीर्षकाची कविता श्रद्धेवर आधारित परंपरेला निर्णायक व दार्शनिक पातळीवर सिद्ध करून काव्यात्म विद्रोह पेरते.

पूर्वजांनी देवाचे चिंतन करून काहीही उपयोग झाला नाही, कारण वाट्याला लादलेली अमानुष वर्ण-जातीव्यवस्था कोणत्याही ईश्वराने मोडीत काढली नाही. त्यामुळे दलित-उपेक्षितांचे पूर्वज देवाच्या चिंतनात थकून गेले. हा इतिहास कवीला ज्ञात झाल्याने त्यांची श्रद्धा आता उरण्याचे कारण नाही. अठ्ठावीस युगे उभा असणारा विठोबा! पण त्याला बसायला वेळ नसावा? मोहम्मद गझनवी आला तेव्हा मूर्ती सोडून देव पळाल्याचा इतिहासही कवीप्रतिभेत मांडला आहे. द्रौपदीसाठी कपड्याचे भांडार उभे करणारा श्रीकृष्ण दलित उपेक्षितांसाठी काहीच करीत नाही! पापी दुर्जनाला प्रेरणाही देवाचीच कशी? या प्रश्नांची मांडणी अर्थपूर्ण आहे.

हिंदूंच्या ३३ कोटी देव-देवतांपैकी एकाही देवाने दलितांचे अश्रू पुसण्यासाठी पुढे येऊ नये? या हजारो वर्षांच्या वेदनेचा टाहो कवीच्या काव्यात्म शब्दात नोंदला गेलाय. या कवितेची आशयसूत्रे आंबेडकरी पर्वाला कवेत घेऊन निरीश्वरवादी बुद्धाला शरण जाताना दिसतात. १९५६ च्या बौद्ध धम्माच्या स्वीकाराचा दलितांचा तेजस्वी इतिहासही ते मांडतात.

कवीच्या सौंदर्यवेधी कल्पनांचे काही काव्यात्म नमुने पाहण्यासारखे आहेत :

१) 'लाट उंचावे उंचावे
व्योम सारे तुषारले
थिजे चोचीतली आग
चिंब चारी पंख झाले'
(भरती)

२) 'ह्या अशाच सायंकाळी तुज कधीतरी

स्फुरलेल्या ओठांवर माझ्या गाथा
थव्याथव्यांनी झुलल्या'
(क्षितिजाशी)
३) 'मरण आकांत कृपावंत धाव
झेलू वाटे घाव कुऱ्हाडींचे...'
(झेलू वाटे)

कवितेच्या वाङ्‌मयीन निकषांवर पूर्णत: उतरणारी व श्रेष्ठ जीवनानुभूतीची सूत्रे मांडणारी ही कलात्मक कविता आहे. विषम समाजव्यवस्थेच्या आगीत होरपळणाऱ्या कोटी कोटी मानवी अस्मितांची स्पंदने या कवितेने आत्मसात केली. या अर्थाने या कवितेला दलित कवितेच्या प्रवाहात समाविष्ट करता येते पण दलित कवितेच्या प्रवाहातही तिचे मोठेपण अनुभूतीच्या मांडणीच्या वेगळेपणातून अनुभवावे लागते.

समाजशास्त्र व धर्मशास्त्रीय वास्तवाची सखोल जीवन-जाणीव, प्रगल्भ चिंतन, संयम व सूचक काव्यात्म विद्रोह, कलात्मकता पचवलेला काव्यात्म आकृतिबंध कवितेत जाणवतो. ही वाङ्‌मयीन गुणांनी युक्त कविता एकूणच मराठी कवितेचे महाराष्ट्राच्या परिघाबाहेरचे श्रेष्ठ लेणे आहे.

गावकुसाबाहेरचे मिणमिणते दिवे 'धन्य'च झाले आणि खोपटाखोपटांतून असंख्य सूर्य उगवले. ही किमया युगपुरुष डॉ. आंबेडकरांनी घडवली. त्या 'महामानवा'ची कविता सर्वांग सुंदर आहे.

निसर्ग घटकांच्या साथसंगतीत उदय पावलेल्या अव्वल प्रतिमा-प्रतीकांच्या पेरणीने या कवितासंग्रहाची कलात्मक उंची अधिक वाढलीय. मराठी दलित कविता गद्याकडे अधिक झुकल्याची वास्तवता लक्षात घेता, बुद्ध-आंबेडकरांच्या सैद्धांतिक अधिष्ठानासह अर्थपूर्ण प्रतिमांनी बहरलेली ही कविता सरस व कलात्मक ठसा उमटवणारी आहे. तिचा विनाअट गौरवही अपरिहार्य ठरतो.

'छत्तीसगड' सारख्या मराठी संस्कृतीच्या परिघाबाहेरच्या राज्यात मराठी भाषा व बौद्ध संस्कृतीचा झेंडा कवितेच्या खांद्यावर मिरवणाऱ्या या अस्सल प्रज्ञावंत व प्रतिभावंत कवीच्या कर्तृत्वाला शुभेच्छा!

परिचय

कपूर वासनिक (छत्तीसगड)

कपूर वासनिक हे सध्या छत्तीसगडमध्ये स्थायिक आहेत. महाराष्ट्राबाहेर राहून मराठीतून लेखन करणाऱ्यांपैकी कवी कपूर वासनिक हे एक. त्यांनी डब्ल्यू

कपूर या नावाने लेखन केले आहे. ते मूळचे गोंदिया जिल्ह्यातील बोरा (तिरोडा) गावचे. त्यांनी वाणिज्य आणि शिक्षणशास्त्र शाखेची पदवी संपादन केली. विद्रोही कविता, मिलाफ येथे वाळवंटाचा, उच्छ्वास, युगांधराचा, समकालीन मराठी साहित्य, कविता दीक्षा भूमीच्या, दलित पोएट्री टुडे, पॉयझन्ड ब्रेड ही त्यांची साहित्य संपदा. त्यांच्या कवितांचा हिंदी, बांगला आणि इंग्रजीत अनुवाद झाला आहे. आजवर त्यांनी महाराष्ट्रातील तसेच छत्तीसगड येथील प्रमुख नियतकालिकांतून लेखन केले आहे. सध्या ते मराठी साहित्य परिषद छत्तीसगडच्या अध्यक्षस्थानी व अखिल भारतीय मराठी साहित्य महामंडळाचे सदस्य म्हणून काम पाहत आहेत. वाचन संस्कृती रुजविण्यासाठी वाचन चळवळीत ते नेहमी सक्रिय असतात.

◆◆◆

२. व्यामिश्र जीवनदर्शनाचे 'ठसे'

मराठी भाषा आणि संस्कृतीची सेवा करणाऱ्या प्रतिभावंत लेखक, साहित्यिक कलाकारांची निर्मिती महाराष्ट्राबाहेरही सातत्याने चालू आहेत. पण मध्यवर्ती वाङ्‌मयीन प्रवाहात त्याची फारशी नोंद घेतली जात नाही. या पार्श्वभूमीवर महाराष्ट्र आणि बृहन्महाराष्ट्रातील मराठी संस्कृतीचा वाङ्‌मयीन अनुबंध सर्वदूर प्रस्थापित करणाऱ्या दृष्टीने प्रातिनिधिक लेखकांच्या कलाकृतींची समीक्षा वाचकांना देण्यासाठी डॉ. श्रीपाल सबनीस यांचे हे नवे सदर या वर्षारंभ अंकापासून देत आहोत.

'स्तंभ लेखन' हा वाङ्‌मयाचा भाग मानावा की नाही यासारखा प्रश्न आता विचारला जात नाही; कारण मराठी दैनिकातील अनेक मान्यवर स्तंभ लेखकांनी स्वत:च्या प्रतिभेचा आविष्कार अशाच 'कॉलम'मधून घडवला आणि वाचकांच्या अनेक पिढ्यांनी त्याला भरभरून प्रतिसादही दिला.

दै. गोमंतकाने मराठी भाषा व संस्कृतीची सेवा बजावताना प्रदीर्घ अशी वाङ्‌मयीन संचिताची परंपरा रुजवली. त्यातील स्तंभ लेखनाचा दर्जा नेहमीच अव्वल राहिल्याचा इतिहास आहे. 'आठवा स्तंभ' नावाच्या स्तंभ लेखनातील श्री. सुरेश नाईक यांचे लेखन, 'ठसे'या पुस्तकातून सर्वदूर पोचले आहे.

पुस्तकाच्या प्रारंभीच राम शेवाळकरांच्या आशीर्वादाची 'शाबासकी', 'ठसे' मधील लेखांच्या गौरवाची अस्सल साक्ष पेरते. लेखक श्री. नाईक यांचे विनम्र 'मनोगत' त्यांच्या आयुष्याचा आणि भूमिकेचा सांस्कृतिक अनुबंध अधोरेखित करते.

दैनिकाची गरज आणि वाचकांची दैनंदिन सोय म्हणून स्तंभ-लेखनाची परंपरा सुरू असली, तरीही हे लेखन लेखकाच्या प्रतिभास्पर्शाने ललित निबंध, चिंतनिका या वाङ्‌मयीन गुणांच्या आकृतिबंधाशी संवादी ठरू लागते. याचेच प्रत्यंतर सुरेश नाईक यांच्या 'ठसे' वाचताना येते.

मातीत उमटलेले ठसे आणि मनाच्या तळात उमटलेले ठसे यांच्या अनुबंधाची पाऊलवाट, जीवन चिंतनाच्या मूल्यात्मक मांडणीत येथे अर्थपूर्ण झालीय. मानवी जीवन तृप्त आणि अतृप्त तसेच हवे असलेल्या आणि नको असलेल्या क्षणांच्या द्वंद्वांनी भरल्याची नोंद 'जगणे' या लेखात दिसते. समुद्रमंथनातून आलेले हलाहल, हे स्वर्गात व पाताळात न जाता, ते पृथ्वीवरच पसरले आणि त्यातच बुडून माणसांचे जीवन सक्तीचे ठरते. सांडलेल्या अमृतकणांची सोबत घेऊन माणूस जगतो. जगण्याची लांबी फापटपसाऱ्यात वर्ष-क्षणांच्या बेरजेवर न मोजता, केवळ निखळ-निरपेक्ष क्षणांच्या अनुभूतीचे जीवनच खऱ्या अर्थाने जगणे असल्याचे सखोल चिंतन श्री. नाईक अभिव्यक्त करतात. अनेक वर्षांच्या लांबीचे जीवन जगण्यापेक्षा अर्थपूर्ण मोजक्या क्षणांचे जीवन जगता आले असते तर? या प्रश्नावर ही चिंतनयात्रा संपते. आयुष्यातील कृत्रिमता, वरपांगीपणा, बनवेगिरी यासारख्या बाधांचे समर्थन कोणताही प्रज्ञावंत करू शकणार नाही. जीवनाची सफलता ही मूल्यात्मक जगण्यात आणि मानवतेच्या सिद्धीत शोधण्याची या लेखकाची प्रवृत्ती आहे.

तृप्त क्षणांच्या सिद्धीतच सुरेश नाईकांच्या लेखणीला समाधान वाटते. अर्थात हे तृप्त क्षण एकाच साच्याचे– एकाच वळणाचे नाहीत. स्त्रीच्या आयुष्यातील मातृत्व, प्रेयसीच्या मऊशार केसांना कुरवाळण्याचा क्षण, संशोधकाच्या तपश्चर्येतून शोध पूर्ण झाल्याचा क्षण, प्रतिभावंताचा यशस्वी भावाविष्कार, सहानुभूतीने स्नेह्याच्या डोळ्यांत तरळलेले पाणी, अशी तृप्तीने ओतप्रोत भरलेल्या क्षणांची श्रीमंती हाच खरा मानवी जीवनाचा अर्थ असल्याची धारणा, असल्याची धारणा, या लेखातून व्यक्त झालीय.

विकारावर मात करूनच संस्कृती उभी असते आणि सुसंस्कृतपणे जगण्याच्या प्रयत्नातच माणसाला विविध भूमिका बजावताना साफल्याचे क्षण अनुभवता येतात. हे क्षण मौल्यवान असतात. जगण्याची श्रीमंती सुरेश नाईक आपल्या शैलीदार भाषेतून इथे अभिव्यक्त करतात. मित्रांच्या अनुबंधाचे हेलकावे आणि जुन्या नव्या संबंधातील उत्कटतेचे चढ-उतार 'हरवलेले क्षण' या लेखातून प्रत्ययाला येतात. सुरेश नाईकांचे मानसशास्त्रीय आकलन कमालीचे सुंदर आहे. त्याची साक्ष या लेखातही सापडते.

मित्राच्या जुन्या भेटीतील मैत्र- जिव्हाळा काही काळानंतरच्या अनुबंधातून तितकासा स्वत:ला अनुभवता येत नसल्याचे सुरेश नाईकांचे आत्मनिवेदन, मानसप्रक्रियेतील सूक्ष्म वास्तव प्रगट करते आणि निसर्ग व नियतीचे गूढ अनाकलनीय ठरते. मित्राशी गप्पा चालू असताना, 'गप्पात मन रंगत होते, तर दुसऱ्या क्षणी

काहीसा अलिप्तपणाही मनाला भरकटवत होता,' ही नोंद लेखकाच्याच अंतर्मनाचे सूक्ष्म तरंग व द्वंद्वही अभिव्यक्त करते.

स्नेहसंबंधातील 'मैत्रीचे लुटलेले रंग' कोणतेही अघटित न घडता, पुन्हा पूर्वीसारखे खुलत नसल्याची लेखकाची अनुभूती, मानवी मनाच्या व अनुबंधाच्या अनाकलनीयतेवर प्रकाश टाकते. मोकळेपणे बागडू पाहणारे मन, आपल्यातच गच्च आवळून घेते. जुन्या गोष्टींची आनंदासाठी पुनरावृत्ती होताना, कृत्रिमता 'मनाला कुरतडत' असल्याचे नाईकांचे म्हणणे, वाचकांना अंतर्मुख करते, अनुभवता येते, पटते! जुन्या मजेचे-आनंदाचे क्षण ओंजळीतून निसटून जातात. 'निसर्गाचे ऋतू सृष्टिचक्रानुसार पुन: पुन्हा सजून-धजून येतात.' पण 'माणसाच्या आयुष्याचा प्रत्येक ऋतु संपूर्ण बदलून येतो', या सत्याची नाईकप्रणीत नोंद अर्थपूर्णतेमुळेच प्रचंड भावते. माणूस आणि निसर्ग यामधील आंतर्विरोध, स्वत:च्या अंतरंगाची मानसचित्रे रेखाटताना आणि सुरेश नाईकांच्या जीवन चिंतनाचे असंख्य संदर्भ, 'ठसे' पुस्तकातील लेखनात विखुरले आहेत.

अर्थातच हे आत्मचिंतन लेखकाचे असले, तरी ते संपूर्ण मानवाच्या मानसिक पातळीवर घडणाऱ्या सूक्ष्म नाट्याचे प्रातिनिधिक दर्शन घडवते. आरशात पाहून दाढी करताना अगदी सहज मनात आलेला 'आपण म्हातारपणी कसे दिसू' हा विचार आणि स्वत:च्याच वृद्धावस्थेतील हुबेहूब दर्शन स्वत:च घेताना रंगवलेले कल्पना-नाट्य, 'वाकुल्या' या लेखात अफलातून साकारले आहे. मानवी मनात कोणत्या क्षणी, कोणता विचार, कोणते तरंग घेऊन अवतरेल, याचा नेम नसतो.

लेखक श्री. नाईक स्वत:चे म्हातारपण स्वत:च्याच मानसपटलावर असण्याचे व दिसण्याचे चित्र रंगवतात. या चित्रणातील नाट्य तर सुंदर आहेच, पण कल्पना व सौंदर्यही तेवढेच प्रत्ययकारी आहे. स्वत:च्याच म्हाताऱ्या दर्शनाची उत्सुकता तत्काळ पूर्ण होऊन म्हातारपण आगाऊ जगता यावे. तारुण्यातील बेदरकार मस्तपणा नेमका कुठे निसटतो याचा वेध घ्यावा, अशी इच्छा लेखक अभिव्यक्त करतात.

या मांडणीत भाषेचा गोडवा आणि सूक्ष्म उत्कट अनुभूतीचा प्रत्यय एकरूप झालाय. शिशिराच्या पानगळीने थंडीत कुडकुडणाऱ्या खोडाचे एकाकीपण झेलण्याची इच्छा, हृदयात सल अनुभवण्याची अपेक्षा, हरवलेल्या सोबतीचे धागे चाचपडण्याची व थंडावलेल्या शत्रुत्वावर मंदपणे हसण्याची अभिलाषा म्हातारपणातील स्वाभाविक परिपक्वतेचे प्रगल्भ जाणीव विश्व रेखाटते.

'म्हातारपणा'त इतरांना खूश करण्यासाठी कसल्याही लपवाछपवीची गरज उरत नाही. स्वत:ला उदात्तीकरणाची हौस उरत नाही. वाढत्या वयातील या नैसर्गिक

अवस्थेचा सुरेश नाईक यांनी घेतलेला वेध, कमालीचा प्रत्ययकारी आहे. मुख्य म्हणजे तरुणवयात म्हातारपणाचे व त्या अवस्थेतील मानसिकतेचे सूक्ष्म व तरल दर्शन घडवणे सोपे नाहीच, पण 'वाकुल्या' लेखातील या काल्पनिक चित्रणात हा चमत्कार घडलेला आहे.

जीवनात घडलेल्या अनेक घटनांचा अन्वयार्थ आणि स्वत:च्याच विसंगतीपूर्ण वर्तणुकीने निर्माण झालेले गोंधळ, म्हातारपणाच्या परिपक्वतेत उलगडतील, असे लेखकास सच्चेपणाने वाटते. म्हणूनच त्यांना या वृद्धावस्थेतील परिपक्वतेचे आकर्षण आहे. तरीही ही संपूर्ण कल्पना चित्रांची मालिका, तारुण्यातील उतावीळपणाला साजेशी असली तरी मानवी जीवन म्हणजे 'ऑफिसचा जिना' नसल्याची सार्थ जाणीव सुरेश नाईक स्वत:च व्यक्त करतात.

'काळाच्या जिन्याची प्रत्येक पायरी एकेक करूनच चढणे भाग आहे', अशी सुंदर मांडणी करून लेखक मानवी जीवनातील अपरिहार्यतेचे स्वाभाविक सूत्र अभिव्यक्त करतात. याच नैसर्गिक जीवन प्रवासातील एखाद्या पायरीवर छळणाऱ्या प्रश्नांची उत्तरे मिळतील, असे नाईकांना वाटणे स्वाभाविक आहे.

मानवी जीवनाची नैसर्गिक व सांस्कृतिक चिंतनसूत्रे अभिव्यक्त करताना, सुरेश नाईक यांच्या प्रतिभेला उधाण आले आहे. शिवाय या मांडणीत कुठेही अहंकार, अस्मितेचा लवलेश नाही. पोज नाही. दोऱ्याचे रीळ उलगडावे तसे अगदी सहजपणे जीवन चिंतन शब्दांच्या महिरपीत शिंपडले जाते आणि साध्या विषयातून असामान्य अर्थ गवसत जातो. त्यामुळे मन सुखावते, समृद्ध होते.

सुरेश नाईक अगदी साध्या साध्या संकल्पना घेऊन त्यावर आपल्या मांडणीचा शब्दोत्सव सजवतात. लेखांची शीर्षक मालिकाच नजरेखालून घातली, तर त्यातील सरलता व सहजता लक्षात येते.

चेहरे, गैरसमज, पूल, आठवणी, आवड, शकुन, संभ्रम, मृत्यू, पहिलेपण, ओळख, अथांग, मागणे, मदिरा, अखेर, घर, सत्ता, अशी शीर्षके एका शब्दाने मंडित झाली आहेत, पण त्यावर आधारित लेखातील जीवनदर्शन व जीवनचिंतन वाचकांना अंतर्मुख करणारे आहे.

ताजमहालाचा हुंदका, असुंदरतेचे सत्य, कसोटीचा सिद्धांत, आत्मवंचनेत सुख, आत्मविस्मृती, आसुरी आनंद, वेदनेचे प्रेम, वाळूतील स्पंदने या शीर्षकांमधून प्रथमदर्शनीच त्या लेखाचे मर्म वाचक-मनात पेरले जाते. संपूर्ण अंतरंगाचे दर्शन सूत्ररूप सारांश म्हणून लेख वाचण्याच्या प्रारंभीच, या शीर्षकातून पाझरू लागतो. अर्थपूर्णतेचे कलात्मक नाट्य यातून समोर येते आणि वाङ्मयीन गुणवत्तेच्या आविष्करणाचा

प्रारंभच, प्रथमदर्शनी वाचकांना अनुभवता येतो.

अर्थपूर्ण आणि सौंदर्यपूर्ण भाषाशैलीची वाङ्‌मयीन उदाहरणे या पुस्तकात वारंवार भेटतात. त्यामुळे अभिजात व अस्सल वाङ्‌मयानुभूतीचा सोहळा कोणत्याही वाचकाच्या मनात सजवला जातो. या संदर्भात पुढील काही प्रातिनिधिक उदाहरणे महत्त्वाची ठरतात :

१) म्हणूनच कावळ्याचा काळा तकतकीत रंगही माझी नजर खेचून घेऊ शकतो... सळसळत जाणाऱ्या सापाचा रंगही तसाच सळसळत मनात ठाण मांडू शकतो.' (सौंदर्याचे रहस्य, पृ. ८२)

२) 'श्रद्धेतील निस्सीमता माणसाला एक कवच पुरवत असते आणि ही निस्सीमता उधार घेता येत नाही.' (श्रद्धेचे सामर्थ्य, पृ. ८०)

३) 'एक प्रकारे त्या काचेत दिसणाऱ्या विपर्यस्त प्रतिबिंबासारखे आपल्या स्वभावाचे काही लक्षणीय आभास इतरांच्या डोळ्यांत फेकत आपण वावरत असतो.'

(चेहरे, पृ. ५८)

४) 'माणसाला आपले असह्य दुःख व्यक्त करायला कुणी जवळचा माणूस भेटला नाही, की दुःख नीळकंठाच्या गळ्यातील हलाहलासारखे त्याच्या मनात ठसठसत राहाते.' (दुःखाचा उद्‌गार, पृ. २६)

ठसे हे पुस्तक मनोज्ञ जीवन दर्शन आणि संयमी प्रगल्भ जीवन चिंतनाने ओतप्रोत भरलेले आहे. या लेखात लेखकाचा अभिनिवेश कुठेही जाणवत नाही. उपदेशात्मक भूमिकाही समोर येत नाही. त्यामुळे कोणत्याही स्तरावरचा वाचक, या लेखनाचा सहज आस्वाद घेऊ शकतो.

साध्या साध्या संकल्पनेच्या अभिव्यक्तीत अनुभवताना वाचकाचे मन समृद्ध होते. समाधान पावते, कारण त्यांना कुठेही पांडित्य-प्रदर्शनाची झालर नाही, विद्वत्तेचा डौल नाही, व्यासंगाच्या लांबी, रुंदीची मिजास नाही. आहे तो फक्त प्रांजळ वाहता शब्दझरा! प्रत्येक लेखातून सर्वसामान्य माणसांच्या सुखदुःखाची यात्रा अनुभवताना वाचक सुखावतो. स्वतः सुरेश नाईकही असामान्यत्वाच्या न पेलणाऱ्या ध्यासात रमत नाही. त्यांच्यातला सामान्य चिंतनशील माणूस आणि प्रतिभावंत लेखक एकाच वेळी लेखनात प्रतिबिंबित झाला आहे.

या लेखनातील असंख्य व्यक्तिरेखा काळजात घर करून बसतात. या सर्वच व्यक्तिरेखांचा चेहरा 'सामान्य' स्तरावरचाच असल्याने, वाचक सहज संवाद साधतो. उदाहरणार्थ, 'माय ला असे लाठीने मारू नको.' म्हणणारी मासळी विक्रेती बाई, 'बायका मिळतात. माय मिळते रे?' असा प्रश्न विचारणारी सामान्य स्त्री, पुलाखालील

ढिगाऱ्यात सापडलेल्या भावाच्या प्रेमाने बेभान होऊन पंतप्रधानांपर्यंत साकडे घालणारी बँकेतील अधिकारी महिला, काळाच्या पडद्याआड गेलेल्या पत्नीला 'प्राणेश्वरी' संबोधून 'गोमंतक' मध्ये सलग जाहिरात देणारा दुर्दैवी विधुर, हनुमानभक्त पाटील गुरुजी, १४ वर्षांनी जत्रेत भेटलेली पण ओळख न देणारी सखी, 'आपल्या नवऱ्याचा स्पर्श परका वाटतो' असे सांगणारी मैत्रीण, अशा असंख्य स्त्री-पुरूष व्यक्तिरेखांचे जिवंत नमुने, त्यांच्या रंग रूप व गुण अवगुणांसह सहज ओघात इथे भेटतात. त्यांचे सामान्यपण ओळखीचे-सवयीचे वाटते. म्हणूनच त्यांचा 'ठसा' आपोआप उमटतो. या सामान्यांच्या व्यक्तिचित्रांमध्ये अमिताभ बच्चन, मिथुन, नर्गिस, शर्मिला टागोर, मौसमी चॅटर्जी, मीनाक्षी या अव्वल नट-नट्यांच्या चित्रणांचा अपवाद नक्कीच सुखावणारा आहे. अर्थातच सामान्य रसिकांची रसिकता सिद्ध होताना सुरेश नाईक यांच्या मनातील नट-नट्यांचे वेगवेगळ्या संदर्भातील आकर्षण येथे प्रकट झालेय. सामान्यत्वही अनुभवनीय आणि पूजनीय असते, याचे भान या लेखातून मिळते. अर्थात पारदर्शक जाणिवेची सहज, सरळ पेरणी आणि नैतिक मूल्यांची सुंदर जगण्याची आसक्ती हे या सामान्य जीवन चित्रणाचे विशेष आहेत.

मराठी भाषेत प्रकाशित होणारी अनेक वृत्तपत्रे त्यामधील स्तंभ लेखामुळे अधिक सन्मानित झाल्याचा इतिहास आहे. अनेक मान्यवर संपादक व पत्रकारांनी त्यांच्या स्तंभलेखांद्वारे मराठी वाङ्मयाची प्रतिष्ठा वाढवली आहे. ह. रा. महाजनी, कुमार केतकर, अरुण टिकेकर, अरुण साधू, विजय कुवळेकर, द्वा. भ. कर्णिक, अरुण खोरे, शंकर सारडा, पुष्पा भावे, सदा डुंबरे इत्यादी असंख्य स्तंभ लेखकांनी मराठी वाङ्मयाची गुणवत्ता वाढवली. आपापल्या वाङ्मयातील वैशिष्ट्यांनी नवे मूल्यमापन पेरले, ललित, वैचारिक स्पर्शाने स्तंभ लेखन लोकप्रिय केले.

या मालिकेत सुरेश नाईकांचे स्तंभ लेखन अपरिहार्यपणे सन्मानित करणे सांस्कृतिक कर्तव्य ठरावे; कारण स्तंभ लेखनातील साधेपणा, सच्चेपणा आणि पारदर्शिकता या गुणांच्या समुच्चयामुळे नाईकांचे लेखन, बुद्धी आणि काळीज यांना एकाच वेळी भिडते. जीवनचिंतन, प्रत्ययकारी मांडणी, निवेदनातील उत्स्फूर्तता, मनात ठसणारी असंख्य व्यक्तिचित्रे, जीवनाच्या अथांगतेचे आणि नियतीच्या व्यामिश्रतेचे मूल्यभान, सौंदर्यवेधी अर्थपूर्ण वाक्यरचना, अकृत्रिम आशयघन, भाषाशैली आणि प्रासंगिक लेखनातही प्रतिबिंबित झालेली अक्षर चिंतनसूत्रे या सर्वच गुणवैशिष्ट्यांमुळे सुरेश नाईकांचे स्तंभ लेखन प्रचंड भावते. या लेखनाचा आकृतिबंध आटोपशीर असल्याने ३-४ मिनिटांच्या वाचनातही ग्रंथ वाचण्याची तृप्ती येते. नाईक यांच्या 'ठसे' पुस्तकाची सूत्रे वाङ्मय तत्त्वज्ञान, मानसशास्त्र, नैतिक शास्त्रानांही सारांशरूपाने

कवेत घेतात. हेच या लेखकाचे सामर्थ्य आहे आणि यशही आहे. म्हणूनच बृहन्महाराष्ट्रातील सुरेश नाईक यांच्या अस्सल मराठी वाङ्मय सेवेचा गौरव करणे सांस्कृतिक कर्तव्य ठरते!

परिचय

सुरेश नाईक, राज्य-गोवा

ठसे' या पुस्तकाचे लेखक श्री. सुरेश सखाराम नाईक हे निसर्गरम्य गोव्याचे रहिवासी असून 'गोमंतक' या दैनिकाचे कार्यकारी संपादक आहेत. सुमारे २५ वर्षांची त्यांची 'पत्रकार' म्हणून रुजलेली सेवा मराठी भाषा व संस्कृती यांच्या दृष्टीने मोलाची आहे. गोमंतक साहित्य सेवक मंडळ या संस्थेचे अध्यक्षपद श्री. सुरेश नाईक भूषवत असून अखिल भारतीय मराठी साहित्य महामंडळाचे ते उपाध्यक्षही आहेत. गोव्याच्या कला अकादमीचे आणि मनेंजेस ब्रेगेन्झा संस्थेचे ते सन्माननीय सदस्य आहेत. साहित्य सेवकचे संपादक म्हणूनही सुरेश नाईकांची वाङ्मय सेवा सर्वदूर परिचित आहे. गोमंतक मराठी अकादमीच्या कार्यकारी मंडळाचे सदस्य म्हणूनही त्यांची कामगिरी लक्षणीय ठरली आहे. मराठी साहित्य विश्वात अनेक नवेनवे उपक्रम रुजवून गोव्याच्या नकाशात सुरेश नाईक यांनी मराठी भाषा व संस्कृतीचे मूल्य सातत्याने अधोरेखित केलेय. अ. भा. व गोमंतक मराठी साहित्य संमेलनाच्या आयोजनात त्यांचा अर्थपूर्ण सहभाग राहिला आहे.

◆◆◆

३. बालकवींच्या वारशातील 'मौनाच्या माती'ची कविता

गोव्याच्या सुंदर निसर्गाला 'मौन माती'चे हा कवितासंग्रह समर्पित केला आहे. यावरून कवीच्या निसर्गप्रेमाची आणि गोव्याच्या मातीच्या अनुबंधाची सहज कल्पना येऊ शकते. शुद्ध संवेदनांची निखळ कविता मराठीला दिल्याने महाराष्ट्रीय व गोवा संस्कृतीचा अनुबंध या निसर्ग कवितेने अधोरेखित केला आहे.

माणसाचे आणि मातीचे नाते जुने आहे. कवीने याच मातीचा कैवार घेऊन 'नाते माती'चे ही सुंदर कविता लिहिलीय. 'मातीची आसवे' या कवितेत तर कल्पनांना उधाण आलेय. नभीच्या तारकांचा, आपल्या अंगणात सडा पडावा आणि फुले वेचता वेचता गाण्यात दिस न्हावा अशी या कवीची इच्छा आहे. डोळ्यांत दाटलेली सांज, ठोसे सोसणारे स्तब्ध आभाळ, अशा निसर्गाच्या घटकांशी एकरूप होणारी कविप्रतिभा आपल्याच अंतरंगाच्या तारा छेडते. दाटलेल्या भयवेड्या काळोखात व 'मातीच्या आसवांत श्वासांना पूर यावा' अशी अपेक्षा ही कविता अभिव्यक्त करते.

मातीच्या आसवांत भिजलेली कविप्रतिभा गोव्याच्या निसर्गाशी संवाद साधते. निसर्गाच्या अणुरेणूंशी एकात्म होते. 'मौन माती'चे ही कविता निसर्ग आणि मानवी संवेदनांची वीण विणताना अभिजात कलात्मकतेचा प्रत्यय देते. गर्द श्रावणधारांनी चिंब भिजलेले अंगण, रोम रोम शहारले व तृणात न्हालेले पान या सौंदर्यवेधी निसर्गाशी कविमनातील हळुवार आठवण-वेलीचा अर्थपूर्ण अनुबंध जुळतो. 'चंद्रमौळी झोपडीतील तुझी चंदनी पाऊले' कवीच्या जीवनी हळवी जागा आहे. म्हणूनच दवात भिजलेल्या फुलांचा सडा वर्षत राहावा, ही इच्छा प्रगट होते. या कवितेचा शेवट जेवढा काव्यात्म तेवढाच अर्थपूर्ण झालाय.

गंध येईल मातीला
तुला आज आठवता

मन उदास उदास
मौन मातीचे पाळता'

मातीच्या कणाकणाशी एकरूप झालेला हा कवी मराठी सारस्वतातील बालकवी या श्रेष्ठ कवीचा आधुनिक वारस म्हणून समजून घ्यावा लागतो.

मानवी नात्याचा गोडवा आणि निसर्गप्रतिमांची महिरप बेमालूमपणे जुळवून कविता जन्माला आलीय. कवीला निसर्ग सृष्टीतील 'पाऊस' सर्वाधिक प्रिय आहे. पाऊसधारांत भिजलेल्या त्यांच्या अनेक कविता लक्षणीय उतरल्यात.

'पाऊस प्रतीक्षा' ही कविता अशीच मनोज्ञ व विलक्षण प्रत्यय देणारी सुंदर कलाकृती आहे. अनेक दिवसांच्या प्रतीक्षेने दाटून आलेले मळभ, अंधार उजेडाची सरमिसळ, झाडांच्या मोरपंखावरून गळणारा पाऊस, सरी सरींनी भिजलेली धरणी, या सर्व निसर्ग क्रियांमध्ये अगदी एक-दोनच मानवी संदर्भ मिसळून गेल्याचे दिसते. त्यामुळे कवितेची कलात्मक उंची वाढते.

तुझ्या मनातला सूर्य झाकून गेला असेल पूर्ण अंग आणि भिजलेल्या धरणीला तुझ्या ओल्या केसांचा वास यावा, हे कवी हृदयातील नाजूक भावबंध संपूर्ण निसर्ग घटकांच्या मांडणीत मिसळून जातात. त्यामुळे ही कविता शुद्ध निसर्गभाव कविता म्हणून उभी राहाते.

चातकाच्या चोचीत पहिल्या पावसाचा थेंब पडावा आणि मृगाचा पाऊस नसानसांत दाटून यावा, ही कवीइच्छा प्रेयसीच्या ओल्या केसांच्या गंधांशी जुळवून नेमक्या कोणत्या पावसाची प्रतीक्षा या कवीत अधोरेखित झालीय, याचा सहज अंदाज येतो.

प्रेयसीच्या प्रेमाचा पाऊस बेभान होऊन बरसावा ही कवी भावना स्वाभाविकच मानली पाहिजे. बिचारा वाचक मात्र वाच्यार्थाने पावसाला निसर्ग पाऊसच मानतो. पण हा पाऊस प्रियकर-प्रेयसी मीलनाची काव्यात्म सूचना देतो. म्हणून पाऊस प्रतिभा या कवितेत सौंदर्य घेऊन अवतरले. हळुवार प्रेमभावनेचे नैसर्गिक तपशिलासह आविष्करणही करते.

'पाऊस' नावाची निखळ निसर्ग कविता मात्र पूर्णत: अंतरंगाशी संवाद साधूनच अभिव्यक्त होताना दिसते. धरतीच्या भेटीला पाऊस येतो. पाण्यात भिजलेली झाडे, साद घालणारे पक्षी, घनदाट झालेली वने, कोंदटलेल्या दिशा, हिरवीगार धरित्री, हा संपूर्ण तपशील निसर्गाचे सुंदर चित्र उभे करतो. मुख्यत: कवीच्या प्रतिभेचे सौंदर्यवेधी सामर्थ्य अनुभवताना वाचक थक्क होऊन जातो. पाऊसधारांत न्हालेली काव्यप्रतिभा भूमिपुत्राची कैवारी आहे, म्हणूनच कवी म्हणतो-

धरणीच्या उबेला

कोंब फुटले नवे
भूमिपुत्राच्या आशेला
उगवेल तृण नवे

भूमिपुत्र श्रमिकाच्या आशेला पावसाने साद दिल्याने आनंदित झालेले कृषिविश्व कवीच्या सुखाचा अनुबंध स्पष्ट करते. अर्थातच कवीचे निसर्गप्रेम श्रमिकांच्या घामाचे मूल्य पचवणारे आहे. केवळ या एकाच भूमिपुत्राच्या संदर्भामुळे 'पाऊस' ही कविता अनेक परिमाणे घेऊन उभी असल्याचे चित्र दिसते. हा भूमिपुत्र या कवितेत गोव्याचा असला तरी तो मराठवाडा, विदर्भ, कोकण या सर्वांचाच प्रतिनिधी आहे. म्हणूनच या कवितेचे आवाहन निसर्गाचे वर्तुळ छेदून संपूर्ण कृषिसंस्कृतीच्या आशावादाला भिडते. कवितेचे हे कलात्मक यश त्यांच्या अव्वल प्रतिभेची साक्ष आहे.

स्त्री-पुरुष मीलनाच्या उत्कटतेचा अनुबंध अभिव्यक्त करण्यासाठी 'पाऊस' ही प्रतिभा कवीने अत्यंत बेमालूमपणे काव्यात्म केलीय. त्याची साक्ष म्हणजे 'पाऊस दाटून यावा' ही कविता. श्रावणधारा अवेळीच बरसाव्यात. पण त्या कुठे, तर मनाच्या मोरपंखावरून!

'रातराणीच्या गंधात काळ्या रात्री डुंबून जावे
अन् तहानलेल्या देहावर पडावेत
दोन तरल अश्रू'

त्यांनी काळ्या ढगांचा रंग तिच्या डोळ्यांतील काजळाला यावा अन् शेवटी पाऊस बरसत राहावा- श्रावणधारांनी तुझ्या व माझ्या मनात!

प्रियकर-प्रेयसीच्या मनात पाऊस बरसणे म्हणजेच त्यांच्या उत्कट मीलनाची सूचना नव्हे काय? कवी असेच चलाख कलावंत आहेत. कुठेही तोल न जाऊ देता, कुठेही शरीर पातळीवर कवितेला घसरू न देता ते प्रेमाच्या तृप्तीची उत्कट क्षणचित्रे रेखाटतात. स्त्री-पुरुष संबंधाचे आणि पावसाचे हे अतूट नाते कवितेत अर्थपूर्ण झालेय. अशा जागा एकूण मराठी कवितेत फार कमी ठिकाणी दिसतात.

प्रेयसीच्या वेणीतून रिमझिम पाऊस बरसतो, घडात वाकणारी केळ देठात पिकणारे फळ या प्रतिभा स्त्रीदेह व स्त्रीत्वाशी संवाद साधून अवतरतात. 'भाळी पहाट' कोरून दिशा लालीलाल झाल्याचा संदर्भ, सरळ सरळ स्त्री-पुरुषांच्या पहाट मीलनाचीच आठवण देतो. उदास गीत, मोहाच्या पायाचा शाप या प्रतिमा विरह भावनेच्या सूचनेसाठी असाव्यात, असे वाटते. 'माझे मला कळेना' सारखी कविता विरह भोगणाऱ्या प्रेमी जोडप्याचे स्मरण अभिव्यक्त करते.

प्रेमात दिलेल्या शब्दांचे गजरे विणण्याची कल्पना आणि चंद्रकोर बघताना

डोळा ढगांचे काजळ ही भावना सौंदर्याची प्रचिती देते. 'फुले गंधता गंधता ओठास जाग यावी' ही कविता चुंबनाची इच्छा उच्चार न करताही उजागर करते.

कवितेचा शेवट प्रेमी युगलांच्या अंतिम उत्कट आकांक्षेची साक्ष आहे. कवी म्हणतो,

'खुल्या तारकांच्या मळ्यात
मैफल आमची रंगावी
रचलो अशी फुलावी'

चांदण्या रात्री तारकांच्या मळ्यात रंगणारी मैफल स्त्री-पुरुष संबंधांत कोणती असावी, हे चलाख वाचकांना जरूर कळते. मानवी शरीर व मनाची स्वाभाविकता आणि निसर्गातील घटकांच्या क्रिया-प्रतिक्रिया यांचा काव्यात्म मिलाफ कवितेत सौंदर्याची उधळण करतो. त्यामुळेच कविता कलात्मक उंचीवर तळपताना दिसू लागते.

स्त्री-पुरुष प्रेमसंबंधाचे उत्कट चित्र 'हृदयाचे कोडे' या कवितेत पाहायला मिळते. या सर्वच प्रेमकविता निसर्ग प्रतिमांच्या आडून आपला भावबंध अभिव्यक्त करतात. त्यामुळे सौंदर्याची झळाळी प्राप्त होऊन काव्यात्मता अधिक भावते. उत्कट भावनाविलास आणि सौंदर्यवेधी कल्पनाविलास यांचा एकात्म काव्याविष्कार हे कवितेचे विलोभनीय वैशिष्ट्य आहे.

मानवी संस्कृती प्रवाहातील काही धार्मिक-सामाजिक विसंगतीवरही कवितेतून प्रकाश टाकलाय. 'राऊळात घुमे' सारखी कविता देव आणि भक्त यांच्या विसंवादावर उभी आहे. गरिबांनी कष्टाचे तेल गाळून पंचारती पेटवून युगानुयुगे उपासतापास केला; पण देवळात देव भेटला नाही. मात्र धनिकांनी चमच्याने देवमूर्तीला दूध पाजले आणि देवाने ते प्याले? युगायुगाचे तप करून कमरेवर ठेवलेले विठोबाचे हात दुखले. असे नाट्यात्म सूत्र काव्यात्म करून पुजाऱ्याला मिळणारा मलिदा हे आजचे वास्तव समोर येते. आता भजनातून अभंग गळाला आणि रेकॉर्डिंगचे गाणे पुढे आले. टाहो फोडून जप करणारा भक्त आणि पाषाणाचा देव या संबंधाने निर्माण झालेला विसंवाद आणि दांभिक व्यवहार कवीने उजागर केलाय. पण या कवितेतील काव्यात्मता मात्र उणावली आहे.

'सरण फक्त एकट्याचे' ही वेगळ्या विषयावरची कवितादेखील लक्षणीय आहे. आईच्या चितेची राख अश्रूंनी विझल्यावरदेखील निखारे वर्षानुवर्षे धुमसत राहिले. सुखमय वंगणावर कालचक्र फिरताना दुःख कुणाला नाही, हा कवीचा प्रश्न विश्वव्यापी अपरिहार्य वेदनेची अटळता मांडून पाखरांनासुद्धा पंखांची (आधाराची)

गरज असल्याचे प्रतिपादन करतो आणि सरणावर जळताना सरण फक्त त्या जळणाऱ्याचे म्हणजे एकट्याचे असते. तेथे दुसरा कुणीच नसतो. हे सनातन सत्य मांडणारी कविता फिनिक्स पक्ष्याच्या रडण्याची अनुभूती व्यक्त करते. 'विश्व जिंकले पाहिजे' या कवितेतील दुर्दम्य आशावाद भावतो, तर पिकासोच्या नजरेतील मानवी जीवनाची विविध चित्रे त्यातील अनुभूतींच्या विविधतेने कलात्मकतेचा प्रत्यय देतात.

सौंदर्याने बहरलेल्या अनेक ओळींतील काव्यात्मकता जवळजवळ प्रत्येक कवितेत भेटतेच. त्यातील काही उदाहरणे पुढीलप्रमाणे आहेत :

तिच्या काजळी डोळ्यांत
रात्र काळोख न्हाऊन
गीत अमृताचे डोह
ओठ दुथडी भरून (मन प्राक्तन)

घरटी पाखरे लपती
मनी टिटवी रडते
रित्या ओंजळीत माझ्या
इथे नक्षत्र फुलते' (अंकुर)

'मौनात गंधलेले
शब्दांचे उसासे
हृदयात स्पंदनाचे
तरंग हे उठावे
भाळीच कोरलेले
नजराणे भविष्याचे' (नवीन वाटा)

'डोंगराच्या आड
कोण अनवाणी दडले
कुणा अभाग्याच्या भाळी
'रातकिडे कोरले' (रातकिडे कोरले)

'घाम आटता आटता भूमी जड जड व्हावी
नभी दाटल्या मेघात

पापणी भरून यावी' (प्राणपालखीत खेड)

प्रतिभासृष्टी कवितेच्या अंगणात एका सहज लयीत फेर धरून नाचताना अर्थवलयांची व्याप्ती रसिक मनाला कवेत घेते.

मोरपंखी आठवण, गंधमाती, शब्दगंध, गंधलेली शब्दफुले, स्वफुलांचे मळे, पहाटस्वप्न, काळोख पक्षी, आयुष्याच्या कुंडल्या, चंद्रमौळी झोपडी, रातराणीचा गंध, मनातली टिटवी, पहाट पक्ष्याचे गाणे, उसवणारे चांदणे, काजळलेले नभ, पिकासोच्या डोळ्यांतील एका स्त्रीचा खून, मनातला सूर्य, दर्याचा गाजणारा टाळ-मृदंगाचा नाद, पाषाणाला फुटणारे नादब्रह्म झरे, अशा कितीतरी प्रतिमा प्रतीकांच्या, सौंदर्यपूर्ण खजिना कवी व संकराच्या कवितेने रसिकासमोर उघडा केलाय.

शेती, नांगर, देव, देऊळ, भक्त, पंचारती, पाऊस, झाडे, वेली, फुले, रात्र, झोपडी, श्रमिक-शेतकरी, सरण, मरण, काळोख, उदासीनता अशा जीवनव्यापी, व्यामिश्र संदर्भांनी ही कविता भारलेली आहे. या कवितेतून मानवी जीवनाची प्रगल्भ जाणीव अभिव्यक्त होताना दिसते. फार मोठी बंडखोरी, तत्त्वज्ञानात्मक विद्रोह, आक्रमक नकार, समाजक्रांती, अशा भडक वाटणाऱ्या जीवन जाणिवांच्या आविष्करणात या कवितेला रस नाही. जीवनाच्या अपरिहार्य प्रश्नांत मात्र ही कविता सहज रमते. तिला निसर्गातला आणि मानवी जीवनातला काळोख जाणवतो. म्हणूनच काळ्याकुट्ट अंधारांचे अनेक संदर्भ काळ्या ढगांच्या माध्यमातून या कवितेत अवतरतात. अत्यंत उत्कट स्थितीतही उदासीनतेचा एखादा पदर मध्येच अवतरतो आणि ही कविता बालकवींच्या कवितेशी गोव्याचे नाते सांगू लागते. 'मासोळी' सारखी कविता लयबद्ध शब्दांची पखरण अभिव्यक्त करून नादमधुर काव्याचा उत्सव मांडते.

'तळ्याच्या पाण्यात
कागदाच्या नावेत वादळ तुफान झाले गं !
मनाला हुरहुर पायाला चाहूल अंतरी काहूर माजलं गं !'

या कवितेतील चमक-अनुप्रासांची लयलूट रसिक मनाला रुंजी घालणारी आहे. कविश्रेष्ठ बा. भ. बोरकरांच्या कुळाची आठवण करून देणारी, ही कविता आशय व अभिव्यक्तीच्या एकरूपतेने प्रचंड भावते.

'नरकासूर', 'हंबरड्याची रात्र', 'उद्ध्वस्त पुण्यभूमी', 'बंदिस्त राजा', 'उदास साक्षीदार' यासारख्या सामाजिक जाणिवांना अभिव्यक्त करणाऱ्या कविता कवितेची वेगळी वाट सांगतात. त्यांच्या तुलनेत निसर्ग कवितांची कलात्मकता श्रेष्ठ असल्याची साक्ष मिळते.

निसर्ग आणि मानवी जीवनाचा तळ शब्दांच्या चिमटीत पकडताना कवीचे

एकूण आकलन व निरीक्षणशक्ती पणाला लागल्याच्या अनेक साक्षी या कवितेत विखुरलेल्या आहेत. सूक्ष्म तरल भावविलास, मानवी जीवनाचे सखोल आकलन, निसर्गाच्या अणुरेणूंशी एकरूप झालेली प्रतिभा, तीव्र स्वरूपाची संवेदनशीलता, वेचक-निवडक शब्दांची लयबद्ध मांडणी, अस्सल काव्याचा सौंदर्यवती आकृतिबंध या गुण वैशिष्ट्यांमुळे ही कविता गोव्याच्या साहित्य विश्वात, एकूणच मराठी वाङ्मय प्रवाहात लक्षणीय ठरल्याने सन्मान नोंदवावा लागतो. बृहन्महाराष्ट्रातील या प्रतिभासंपन्न कवितेच्या अव्वल काव्यसेवेचे स्वागत व गौरव करणे माझ्यासारख्या अभ्यासकाचे सांस्कृतिक कर्तव्य आहे.

परिचय

रमेश वंसकर (गोवा)

यांच्या व्यक्तिमत्त्वाला अनेक पैलू आहेत. मूलत: ते सृजनशील कवी आहेत. साहित्य-संस्कृतीविषयी आस्था बाळगणारे आणि ती या भूमीत रुजावी म्हणून तन्मयतेने कार्य करणारे साहित्याचे उपासक आहेत. ते मूळचे धारगळचे. अध्यापनाकरता बोरी गावात येऊन राहिले. सृजनशील मनपिंड असलेल्या वंसकरांना परिसरातील उमलत्या प्रतिभेला फुलविण्याची अंत:प्रेरणा झाली. आपल्या कर्मभूमीत 'प्रागतिक विचारमंच' हे नवे व्यासपीठ त्यांनी निर्माण केले. आपल्या सहकाऱ्यांच्या मदतीने त्याचा विस्तार केला. सुरुवातीला 'पहाट' नावाचे अनियतकालिक चालविले. नव्या सृजनात्मक ऊर्मींचे स्वागत आणि संवर्धन करण्याच्या दृष्टीने हे प्रयत्न फलदायी ठरले. एरवी अशा उपक्रमांसाठी पुरेसे आर्थिक बळ न लाभल्यामुळे सातत्य राहत नाही. मात्र 'प्रागतिक विचारमंच' च्या रूपाने त्यांनी छोटेसे रोपटे शारदेच्या अंगणात लावले. ते दिवसेंदिवस बहरत आहे. या व्यासपीठाद्वारे गोमंतकाच्या ग्रामीण परिसरात आणि नागर परिसरात बारा साहित्य संमलने भरविली गेली. अध्यापनाचे कार्य करीत असताना, पत्रकारितेत सहभागी होताना आणि साहित्याच्या चळवळीत झोकून देताना त्यांनी आपले कविमन कायम ठेवले. ('मौनमाती'चे'या काव्यसंग्रहासाठी डॉ. सोमनाथ कोमरपंत यांनी लिहिलेल्या प्रस्तावनेतून.)

◆◆◆

४. द्वंद्वात्मक चिंतनाची सौंदर्यवेधी कविता

गोव्यातील चित्रसेन शबाब या नावाने कवी य. बा. सुतार यांनी 'ते नभही बोलत नाही' हा कवितासंग्रह प्रसिद्ध केलाय. शीर्षकातील काव्यात्मता आणि नभाच्या 'न बोलण्या'तील नाट्य प्रभावी आहे. चित्रकार आणि कवी अशा दोन भूमिका चित्रसेन शबाब यांच्या व्यक्तिमत्त्वाचा नि कर्तृत्वाचा अविभाज्य भाग असल्याने कवितांच्या अंतरंगातील चित्रकाव्याचा संवाद आणि एकरूपता प्रत्ययकारी ठरते.

'त्या पाण्यावर खेळतात
लपाछपी
रंगरेषा हसतात
खिदळतात
समोही सूर्यव्यापी
मुग्ध हिरवळीची गाणी'

अशी सुंदर चित्रमयी काव्यरचना प्रारंभाची भेटते आणि रसिक मनाला आल्हाद देते. नूपुर नाचरे बिंब, फक्त नागड्या पोरी, प्रतिबिंब दिसताच चित्र आकारणारे हात, माथ्यावरचे सूर्यकिरण, उन्मादाचे अंतरंग, मनाचा कॅनव्हास, लयसंगत सृजनवास, मौनाची मैफल, समेवर येणारे गाणे, अशा संगीत चित्र काव्याची एकात्म अनुभूती 'त्या पाण्यावर खेळतात' ही कविता सहज देऊन जाते.

आदिम स्त्रीत्वाच्या स्पंदनांचा काव्यात्म आलेख अभिव्यक्त करणारी 'अशी रातकुळी बाई' ही कविता स्त्रीमनाची आंदोलने शब्दांच्या रांगोळीत मांडताना स्त्रीसुलभ प्रश्न उभे करते.

गाणी चरतं चांदणं स्तने नव्हाळी आंदणं
सृजनाचं लेणं कुणी लेवावं की नाही?

नव-सर्जनाच्या ऊर्मी आणि शरीराचे प्राकृतिक वास्तव सांस्कृतिक विकासाचे

अधिष्ठान असल्याचे चिंतनसूत्र ही कविता स्वाभाविकपणे पेरून जाते. असाच एक वेगळ्या आशयाचा पुढील प्रश्न पाहा - 'रात अंगण झाडते, जड जांभई काढते जून आठवाचे ओठी गीत ओवावं की नाही?'

सडा पारिजातकाचा पडो की पूर्वसंचिताचा, जुळ्या कळसाची पूजा करावी की नाही?' असे सांस्कृतिक अनुबंधाचे प्रश्न विचारणारी कविता मराठी कवितेच्या प्रवाहात नावीन्याचे लेणे लेवून आल्याचे चित्र आहे. या कवितासंग्रहाची प्रस्तावना प्रसिद्ध समीक्षक डॉ. सोमनाथ कोमरपंत यांनी लिहिली असून प्रस्तावनेच्या इतिहासात तिचे मूल्य संस्मरणीयच राहील.

चित्रसेन शबाब यांची प्रतिभा अव्वल आहेच म्हणून, तर मानवी जीवनाच्या अनेक अंगांना स्पर्श करणारे वास्तव त्यांनी कवितेच्या शब्दांत गोंदवून ठेवलेय. 'विटाळून धर्म' सारखी सामाजिक जाणिवेची कविता धार्मिक कुरूपतेचा पर्दापाश करते. 'आम्हीच जातीचे पुजारी' होऊन मातीचे व माणसांचे आम्हीच वैरी होतो. धर्म विटाळून आम्हीच पापाची पुण्याई चरत राहातो. अशा भयाण समाज वास्तवात 'मायेची मावशी' जागवून मेली आणि आता 'खरी काशी' धंदा करी. या कवितेची मूल्यात्मकता आंबेडकरी विचारांची पुण्याई पचवते, बुद्ध-फुले-गांधींच्या महात्मेपणाचा सारांश सिद्ध करते. मराठीतील मार्क्सवादी, आंबेडकरवादी कवितेच्या प्रवाहाच्या केंद्रस्थानी उभे राहून समतेचे निर्णायक मूल्य रुजवते.

या कवितेच्या आशयसूत्राचे दुसरे टोक 'हे' या कवितेच्या गाभ्याशी संवादी ठरते. शेवटी महापुरुष, तत्त्वज्ञान, साहित्य, चित्रकला, कविता या सर्वांचे प्रयोजन कोणते?

सर्वांचा सांस्कृतिक ध्येयवाद हा सर्वांचे सार्वत्रिक कल्याण म्हणूनच कवी चित्रसेन शबाब म्हणतात,

'काळिम्याला शिक्षा दे,
अधोगताला भिक्षा दे,
दिव्यत्वाला दीक्षा दे,
समधिस्ताला मोक्ष.'

'जो जे वांछील' त्यास ते मिळावे या ज्ञानेश्वरांच्या पसायदानाची मूल्यात्मकता कवी चित्रसेन शबाब यांची कविता पचवून अभिव्यक्त होते. क्रूरकर्माला शिक्षा आणि समाधिस्ताला मोक्ष अशा दोन टोकांतील द्वंद्व ही कविता पचवून अवतरते. ही कविता भौतिक कल्याणाचा ध्यास पेरते आणि आध्यात्मिक मोक्षाची आसही बाळगते. म्हणूनच या कलासंचिताचा अनुबंध इहवाद आणि अध्यात्माशी जुळून आहे. देव

आणि दैव यांना प्रज्ञेवर तोलून ही कविता मानवाच्या सर्व स्तरीय कल्याणाचा विचार प्राणपणाने अधोरेखित करते. माझ्या दृष्टीने ही कविता चित्रसेन शबाब यांच्या कलाविश्वाचा काव्यात्म जाहीरनामा आहे.

सौंदर्यवेधी कल्पनाविलास आणि प्रति-प्रतिमांचे सामर्थ्य चित्रसेन शबाब यांच्या कवितेचे वैभव आहे. त्याच्या साक्षी पाहा :

१) 'पंख छाटले उडता गगनी
फरफट करतो रावण कोणी
गरुड दिसेना आता कोठे
रामायण संपले' (अंधाराचे विराट घरटे)

२) 'गावी आलो नि:शब्दाच्या मुक्त मोकळ्या
टींग त्यातील मिटून गाथा खुली कवाडे' (आठवणी त्या)

चित्रसेन शबाब यांची कविता अध्यात्म भावाने अधिक प्रभावित असली, तरी तिने मानवी सांस्कृतिकेची व्यापकता व भव्यदिव्यताही समतोलपणे कवितेत पेलली आहे. ईश्वर, भक्ती, पुनर्जन्म, जन्म-मृत्यूचा फेरा अशा पंरपरावादी पर्यावरणात, संस्कारित झालेली ही कविता अस्सल, तरल नि व्यामिश्र जीवनानुभूतीचे काव्यात्म दर्शन घडवते. मानवी नातेसंबंधातील वागण्याचाही या कवितेला विसर पडत नाही आणि या जागेपासून निसर्गाचे वैभव आणि प्राण्याची नवलाई दूर राहत नाही.

'रुजू द्यावा पार छायेत हिरवा
माणूस गारवा माणसात'

माणूसपणाच्या 'गारव्या'त रमणारी ही कविता विश्वाच्या निर्मिती प्रक्रियेचे गहन प्रश्न अधोरेखित करते. दार्शनिक मूल्येही शिंपडत जाते.

'छळणे नाही दळणे नाही विश्व पोकळ शंका
काट्याच्याही टोकावरूनी कोण मारते हाका?

गूढ, गहन आशयाच्या गुंतागुंतीची व्यामिश्र अनुभूती शब्दांच्या चिमटीत सहज पकडण्याची शैली या कवीला अवगत आहे.

'स्मशानात' या कवितेतील कवी चित्रसेन शबाब यांचा हा प्रश्न पाहा :

ती आपल्या प्रारब्धातील भुतं असतात की
भुतांना ठेवलेली संचितं असतात?

'देव म्हणजे काय?' या कवितेमधील हा पुढील प्रश्न पहा–

'देव म्हणजे दुरितांची दशा

आदिवासी नशा-देहाची भाषा
की दावणी माय?'
देव म्हणजे काय?

मानवाच्या प्रत्यक्षातील स्वरूपापासून देवाच्या संकल्पनेपर्यंतचा व्यापक सांस्कृतिक पट या कवितेच्या चिंतनाने व्यापलाय. त्यामुळे अनुभूतींच्या असंख्य अर्थछटा प्राकृतिक-सांस्कृतिक संवाद-संघर्षाची रणधुमाळी पांघरूण काव्यात्म होतात. गोव्याच्या कवितेचे भूषण म्हणून बा. भ. बोरकर तर आहेतच, पण आता कलात्मक कवितेचे अनेक संदर्भीय मूल्यात्मक सामर्थ्य सर्वश्रेष्ठ उंचीवर प्रकाशमान करणारे कवी म्हणून चित्रसेन यांचे नाव नोंदवावे लागेल.

दुहेरी कलांचे काव्य संचित सृजनाच्या प्रक्रियेत पेरणारे अव्वल कवी म्हणून चित्रसेन शबाब यांचा गौरव सांस्कृतिक कर्तव्याचा अपरिहार्य भाग ठरतो.

परिचय

य. बा. सुतार ऊर्फ चित्रसेन शबाब (गोवा)

- चित्रसेन शबाब यांनी गोवा राज्य अभ्यासक्रम निर्मिती मंडळासाठी युनिक पुस्तकांचे लेखन केले आहे.

- गणित, पर्यावरण अभ्यास, निरोगी जीवन, कलानंद हे क्रमिक पुस्तके लिहिण्याचे विषय

- त्यांना भारताचे माजी राष्ट्रपती के. आर. नारायणन् यांच्या हस्ते दि. ५ सप्टेंबर १९९७ रोजी नवी दिल्ली येथे 'राष्ट्रीय आदर्श शिक्षक पुरस्कार' प्राप्त झाला.

- २००६ मध्ये 'भारत समाज विकास अकादमी' हैदराबादकडून 'पवित्रा सन्मान' पुरस्कार मिळाला.

- 'ते नभही बोलत नाही', हा त्यांचा प्रसिद्ध काव्यसंग्रह आहे.

◆◆◆

५. वाङ्‌मयीन संचिताला भिडणारी समीक्षा

गोचकांना पुस्तक अर्पण करण्याची सांस्कृतिक घटना मराठी वाङ्‌मय प्रवाहात तशी अपवादानेच घडते. पण गोव्याचे सुप्रसिद्ध कवी-कथाकार डॉ. विठ्ठल ठाकूर यांनी 'आस्वादकें' या पुस्तकाची अर्पणपत्रिका चक्क वाचकांच्या नावे नोंदली आहे. सृजन सोहळ्यातील रसिकांच्या अर्थपूर्ण अस्तित्वाचा जणू सन्मान केला आहे.

पुलं, विद्याधर पुंडलिक, बाबुराव अर्नाळकर, विंदा, श्रीद, विजय कापडी, गुरूनाथ नाईक, द. पां. सांबेटे, गजानन क्षीरसागर, बहिणाबाई अशा अनेक साहित्यिकांच्या कलाकृतींचा आस्वादक वेध लेखकाने समर्थपणे घेतला आहे. या अर्थाने आस्वादक समीक्षा लेखनाचा हा वैशिष्ट्यपूर्ण नमुना ठरतो; कारण हे लेखन समीक्षा आणि ललित लेख या दोन वाङ्‌मय प्रकारांच्या सीमेवर रमणारे नावीन्यपूर्ण लेखन आहे. विशेष म्हणजे त्यातच आत्मानुभूतीचे काही संदर्भ अभिव्यक्त झाले आहेत. या लेखनात आत्मचरित्राचे काही रंगही मिसळून गेलेत. परिणामत: या लेखनाचा गोडवा अधिक प्रत्ययकारी झालाय.

मराठी साहित्यातील विनोद हरवण्याची खंत व्यक्त करीत करीतच पुलं, गाडगीळ, दळवी, मिरासदार, भेंडे, कापडी यांच्या विनोदाच्या मोहिनीचे केलेले वर्णन सुंदर आहे. त्याचप्रमाणे मोहिनी, आवाज, बुवा यासारख्या विनोदाला वाहिलेल्या विशेष अंकांची नोंदही अर्थपूर्ण आहे.

विनोद माहात्म्याच्या विवेचनातील डॉ. ठाकूरप्रणित पुढील चिंतनसूत्रे महत्त्वाची आहेत :

(१) पूर्ण समाधानी असल्याशिवाय माणूस 'हास्या'च्या वाट्याला जाऊ शकत नाही. (पृ.३१). (२) पण विनोदाचा इतिहास पाहिला, तर विनोदाने कुठे फार मोठी झेप घेतली आहे, असं मात्र वाटत नाही. (२६). (३) एवढी प्रचंड संख्या असूनही विनोदी विश्वात नाव घेण्याजागे नावीन्य अजून तरी आढळून आलेले नाही. (पृ. २८)

विनोद आणि मराठी वाङ्‌मय प्रकारांचा अनुबंध डॉ. ठाकूरानी सप्रमाण आणि

त्यातील बारकाव्यांसह अभिव्यक्त केलाय. पं. महादेवशास्त्री जोशींच्या कथा वाङ्मय प्रवाहातील स्थानाबद्दल स्वत:चे मत नोंदविलेले नाही. वाचकांना अप्रूप असणाऱ्या भावदर्शनाची दालने शास्त्रीजींनी त्यांच्या कथेद्वारे उघडून आल्हाददायक प्रत्ययाची संधी दिल्याचा गौरव केलाय. शास्त्रीजींच्या कथा वाङ्मयाची व्यक्तिरेखा, भाषाशैली, प्रसंग वर्णन या सर्वांचीच यथार्थ समीक्षा लेखक समर्थपणे करतात.

विद्याधर पुंडलिकांच्या कथेचाही समीक्षात्मक वेध घेताना अत्यंत सूक्ष्म निरीक्षण ते नोंदताना दिसतात. गूढतेचे आकर्षण पुंडलिकाच्या कथेत असले, तरी जी. ए. सारखी भयानक कर्कश प्रतिमानी ते रंगवत नसण्याचा निर्वाळा महत्त्वाचा आहे. पुंडलिकांचे मिथच आकर्षणही या समीक्षेत नोंदले गेलेय. कथाकार विद्याधर पुंडलिकांच्या आवडत्या विषय व सिद्धांताचीही चर्चा या लेखनात आलीय.

लेखक म्हणतात, 'नवकथेच्या चार खांबांपेक्षा त्याच दरम्यान व त्याच वातावरणात कथालेखन करणारे विद्याधर पुंडलिक वेगळे आहेत.' पुंडलिकांच्या कथेची वेगळी स्वतंत्र वाट त्यांनी अधोरेखित केलीय.

बाबुराव अर्नाळकरांच्या लेखनाचा डॉ. ठाकूरप्रणीत गौरवसुद्धा यथार्थच म्हणावा लागेल. सबंध कादंबरीभर तोच मूड कायम ठेवून तसेच वातावरण निर्माण करणे सोपे नसताना अर्नाळकरांनी हा वाङ्मयीन पराक्रम केला. अर्नाळकरांच्या लेखनाचा गुरुनाथ नाईकांसह कुणीही वारस नसल्याचे सत्य ते सांगू पाहातात. पण अर्नाळकरांची रहस्यकथा गुरुनाथ नाईकांनी पुढे नेल्याचे मात्र सत्य नोंदवतात. विंदांची कविता आणि ते स्वत: वेगळे नसल्याचे मांडून ही कविता कळते व कळतही नसल्याचे सच्चेपणाने नोंदवतात.

विंदा, बापट पाडगावकरांच्या काव्यवाचनाचे व्यक्तिविशिष्ठ विशेष डॉ. ठाकुर यांनी सूक्ष्म निरीक्षणातून मांडले, विंदांचे काव्यवाचन विशेषत: 'धोंड्या न्हावी' ही कविता त्यांच्या अनुबंधात्मक प्रतिक्रिया, समीक्षा व ललित लेखनाची एकात्म अनुभूती व्यक्त करतात.

'माझी आई बहिणाई' हा लेख सर्वांगसुंदर असून त्यातील बहिणाबाईंच्या कवित्वाचा रसाळ आस्वाद मार्मिक आहे. बोरकरांनंतर बहिणाबाईंचा योगी भुरळ घालतो या एकाच वाक्यात बोरकरांचे व बहिणाबाईचे काव्यात्म कर्तृत्व एका सूत्रात अधोरेखित करण्याचे कसब लेखक सिद्ध करताना दिसतात.

क्षितिजापलीकडे या लेखात एक सुंदर समीक्षात्मक चिंतन सूत्र आहे ते म्हणतात, 'बहुतेक कवींच्या, बहुतेक कविता या एकमेकांविरुद्ध असलेल्या दोन टोकांमध्ये कुठेतरी असतात.'

मराठी साहित्यातील बहुसंख्य दिग्गजांच्या साहित्याचा पचवलेला अभ्यास डॉ. ठाकूर यांनी या पुस्तकात नमूद केलाय. त्यात त्यांचा व्यासंग, तर दिसतोच पण स्वतंत्र प्रज्ञेवर वस्तुनिष्ठ चिंतन पेलण्याची क्षमताही सिद्ध झालीय. गोव्याला प्रा. नाडकर्णी, प्रा. डॉ. प्रल्हाद वडेर, प्रा. डॉ. कोमरपंत, अशा अनेक व्यासंगी समीक्षकांची समृद्ध परंपरा लाभलीय. त्याच परंपरेचा वर्तमानकालीन वारसा डॉ. विठ्ठल ठाकूर यांच्या समीक्षा लेखनातून प्रत्ययाला येतो.

'चैती भूप'सारखा डॉ. ठाकूर यांचा ललित लेखनाचा संग्रह अनेक वाङ्मयीन गुणांनी संपन्न असल्याचे सत्य मराठी रसिकांनी अनुभवले आहे. 'आस्वादकें'मधील लेखन समीक्षेच्या प्रांतात वेगळा ठसा उमटवणारे आहे.

बालकवी, गडकरी युगातील अनेक मराठी मानदंडाच्या लेखनाचा तुलनात्मक अभ्यास नोंदवून संपूर्ण महाराष्ट्राला प्रभावित करणाऱ्या प्रा. नाडकर्णी या अस्सल अभ्यासकाच्या वारशात डॉ. विठ्ठल ठाकूरांच्या एकूण वाङ्मय सेवेचा गौरव स्वाभाविक आणि अपरिहार्यच ठरावा.

परिचय

डॉ. विठ्ठल ठाकूर (गोवा)

सिंजेंटा इंडिया कंपनीत प्रमुख वैद्यकीय अधिकारी म्हणून गेली १२ हून अधिक वर्षे कार्यरत. व्यावसायिक आरोग्यात विशेष प्राविण्य.

- 'गोमंतक मराठी अकादमी', गोमंतक विद्या निकेतन, बाबुराव ठाकूर व गोवा राज्य पुरस्कार इत्यादी पुरस्कार मिळवणारे डॉ. विठ्ठल ठाकूर यांची एकूण सहा पुस्तके प्रकाशित असून त्यामध्ये 'भार' आणि 'आवर्त' हे दोन कथासंग्रह, 'आस्वादके' हा समीक्षासंग्रह, 'चाकोरी आणि इतर एकांकिका' हा एकांकिका संग्रह, 'चैती भूप' हा ललित लेखसंग्रह आणि दहाव्या आवृत्तीकडे वाटचाल करणारे 'संगीत सरिता' हे शास्त्रीय संगीतावरचे 'राग कसे ओळखावेत' या विषयाचे पुस्तक यांचा समावेश आहे.

- विविध व्याख्याने, चर्चा सत्रे, वगैरेत सातत्याने सहभाग, एकांकिका क्षेत्रात अभिनयासह लेखन, दिग्दर्शन, ध्वनी व प्रकाशयोजना वगैरेत सर्वंकष कामगिरी आणि असंख्य पुरस्कार. व्यावसायिक आरोग्य या विषयासंदर्भात विविध वृत्तपत्रांमधून जनजागृतीसाठी वेळोवेळी सदर लेखन.

मागील अखिल गोमंतकीय मराठी साहित्य संमेलनात स्वागताध्यक्ष म्हणून निवड.

◆◆◆

६. वेदनामुक्त मानवतेची 'सूर्यसन्मुख' कविता

एखाद्या प्रतिभासंपन्न कवीला गोव्यासारखा प्रदेश जन्मापासून मिळावा, हे आनंदाच्या खजिन्याप्रमाणेच आहे. शंभूभाऊ बांदेकरांनाही तो मिळाला. परंतु बांदेकरांच्या कवितेत गोव्याच्या सौंदर्याऐवजी वेदनेच्या जखमाच अधिक प्रत्ययाला येतात.

'उन्नयन' आणि 'आत्मशोध' नंतरचा बांदेकरांचा हा तिसरा काव्यसंग्रह. वेदनेची कहाणी ही न संपणारीच असते! याच न संपणाऱ्या वेदनेच्या कहाणीपासून कवीच्या या संग्रहाचा प्रारंभ होतो.

जखम, वेदना, घाव या साऱ्यांची मिळून निर्माण झालेली 'दीर्घ कहाणी' सांगूनही संपत नसल्याची अनुभूती कवी अभिव्यक्त करतात. कवीने वेदनेचे स्वरूप स्पष्ट केले नसले, तरी कवितेतील दुःख हे मानवनिर्मित विषम समाज व्यवस्थेने लादल्याचे दिसते. अर्थात न संपणाऱ्या वेदनेची कहाणी निसर्ग आणि नियती प्रधानतेच्या दिशेनेही आकलन करता येते.

या संग्रहातील शेवटची कविता बाबासाहेब आंबेडकरांच्या 'संदेशा'वर अभिव्यक्त झाली आहे. त्यांच्यावर आंबेडकरवादी दार्शनिकतेचे संस्कार आहेत. कवीची प्रतिभा दुःखाचे चिंतन करताना सर्वसाधारणपणे सामाजिक विषमतेच्या जात-व्यवस्थांतर्गत वेदनेबद्दलचे गाऱ्हाणे मांडत असावी, असे वाटणे स्वाभाविक आहे. गोव्याच्या समाज जीवनात जातिव्यवस्थेचे चटके इतर प्रदेशांच्या तुलनेत कमी तीव्रतेचे असावेत. कवी बांदेकरांची वृत्ती संयमी व अधिक विवेकी असल्याने त्यांच्या कवितेतील दाहकतेचा प्रत्यय येत असला, तरी त्या पाठीमागची भावना कडवट सुडाची नाही!

या पार्श्वभूमीवर 'निश्चय' कवितेतील व्यथेचा चेहरा आकळताना वेदनेचे नेमकेपण स्पष्ट होत नसले, तरी दुःखात बुडालेल्या जिवाची कासावीस मात्र काळजाला चटका लावते आणि हे दुःख कोणते आहे? या प्रश्नाचे भानच गळून पडते. दिवस-रात्र वेटाळणारे दुःख आणि काळ्याकुट्ट अंधाराने व्यापलेल्या दशदिशा

रसिक मनात संक्रमित होतात. कुठल्याना कुठल्या दु:खाचा भोग रसिक मनही भोगत असतेच! त्यामुळे कोणताही सहृदय वाचक या काव्यानुभूतीच्या आस्वादात बुडून जातो. स्वत:लाच समजावत, अंधारी माणसाच्या आधीन राहून, देवाला बोल न लावता कवी बांदेकर 'जसा होईल तसा शेवट' स्वीकारण्याचा निश्चय करतात. या दु:खाची कळ बुद्धदर्शनाच्या तात्त्विक मीमांसेपर्यंत भिडल्याचे जाणवते.

मानवी जीवन दु:खमय असल्याचे सत्य भारतीय दार्शनिक सांगतात. या सत्याचे कैवारी आस्तिक व नास्तिक दोन्ही आहेत. अनाकलनीय वेदनेचा शोध घेताना अनेक मराठी कवींच्या प्रतिभा अपरिहार्य प्रश्नांच्या मुळाशी पोचल्या. बालकवींची उदासीनता नेमकी कुठून येते, मर्ढेकरांना भिंववणारी 'दगडी भिवई' कोणती? या प्रश्नांची उत्तरे संबंधित कवीसह कोणत्याही विद्वांनाना गवसली नाहीत. त्याच वेदनेच्या मुळाशी जाताना अंधारी मरण भोगून, असेल तसा शेवट स्वीकारण्याचा कवी बांदेकरांचा काव्यात्म निश्चय आहे.

कवी बांदेकरांच्या कविता 'दलित' कवितेचे मर्यादित वर्तुळ छेदून मुक्तपणे आपली काव्यात्म अनुभूती प्रगट करताना दिसतात. 'प्रश्न' ही कविता या सत्याची सुंदर साक्ष आहे. 'सात जन्मांचे शाप घेऊन आलो आयुष्य ढकलत राहाते एकसारखं!' जगावेसे वाटलं, तरी त्याचा उपयोग काय? कवीचा हा प्रश्न जीवघेणा आहे, कारण सात जन्मांचे भोग एकाच जन्मात भोगायचे म्हणजे मरणापूर्वीचं मरण तर नव्हे?

वैदिक व बौद्ध दर्शनात पुनर्जन्माची संकल्पना भिन्न संदर्भ व तपशीलाने रुजली आहे. संकल्पनांच्या तांत्रिक जंजाळात न अडकता, कवी बांदेकर 'साताजन्मां'च्या भोगाची दाहक अनुभूतीच महत्त्वाची मानून तिला अभिव्यक्त करतात. अर्थातच या अनुभूतीचा एक पदर वैदिक कर्मविपाक आणि वर्णव्यवस्थेच्या कुरूप सिद्धांताशी जोडला जातोच. उच्च वर्णीय व उच्च वर्गीय व्यक्तींना 'साता जन्मांचे भोग' भोगण्यातून मुक्तता मिळाल्याची वास्तवता समाजात प्रत्यक्ष स्पष्ट व सिद्ध आहे. सात जन्मांच्या भोगाची सक्ती भारतीय परिप्रेक्ष्यात दलित, आदिवासी, श्रमिक-मजूर-कामगार आणि दरिद्री लोकांनाच आहे. वेदनाविषयक कवितेची आशयसूत्रे दार्शनिक व तत्त्वज्ञानात्मक भ्रष्टतेच्या सांस्कृतिक कुरूपतेलाही भिडतात. त्याचवेळी अनाकलनीय प्रश्नांच्या अपरिहार्य सक्तीच्या गाभ्यालाही स्पर्श करतात.

कवीच्या काव्यानुभूतीचे मूल्य एकूण मराठी कवितेतील वेदनाविषयक प्रवाहात महत्त्वाचे ठरते. त्यांची चिंतनशील कविता ते मराठी सारस्वताला बहाल करतात. हे काव्यात्म चमत्कारच म्हणायला पाहिजे.

कवी बांदेकरांचे समाज जीवनाचे निरीक्षण व आकलन सूक्ष्म आहे. 'उत्तर'

ही कविता या संदर्भात महत्त्वाची ठरते.

'ज्यांच्या स्मरणानं नतमस्तक व्हावं
ज्यांचा आदर्श घेऊन पुढं जावं
अशी व्यक्तिमत्त्वं दुर्मीळ होत आहेत.'

समाज वास्तवाचे सम्यक दर्शन घडवताना अत्यंत सूचक व कमीत कमी शब्दांत कविने आपली निरीक्षणे नोंदवली आहेत. पूर्वीच्या संस्कृती प्रवाहात मानवी आदर्शांचे अनेक पुरावे साक्षात होते. ते आज नसल्याची खंत कवीच्या शब्दांतून व्यक्त झाली आहे. या कवितेचे खास वैशिष्ट म्हणजे, आजच्या काळात दुर्मीळ झालेल्या आदर्श व्यक्तित्वांच्या श्वासात या कवीचे शब्द रमतात. अर्थात या कविची प्रतिभा केवळ एकच एक महापुरुषाच्या आदर्शात बंदिस्त राहू इच्छित नाही. या प्रतिभेला विविध प्रवाहांत सिद्ध झालेल्या वेगवेगळ्या आदर्श कर्तृत्वाचे आकर्षण आहे. कोणताही एकच आदर्श संपूर्ण समाजाच्या उत्थानासाठी पुरेसा नसतो, या सत्याचे भान कवी बांदेकरांना आहे. शिवाय भारतीय संस्कृती व समाजाच्या इतिहासात वास्तवाचा त्यांचा सम्यक अभ्यास आहे. महापुरुषांच्या आदर्शाची डोळस भक्ती कवीच्या चिंतनात सिद्ध आहे. त्यामुळेच 'आदर्श व्यक्तित्वांच्या' या अनेकवचनी शब्दांची योजना या कवितेत झाली आहे.

महापुरुषांची 'दुर्मीळ' अवस्था योगायोग आहे की 'कर्मभोग'? असा काव्यात्म प्रश्न कवीने उभा केलाय. वर्तमान समाज वास्तव सर्वच आदर्श ठरलेल्या महापुरुषांच्या कर्तृत्वाला न्याय देणारे नाही. अर्थातच सर्व प्रवाहातील अनुयायी त्यांचा महापुरुष समजून घेण्यास कमी पडलेत. हा 'कर्मभोग' अनुयायांच्या करंटेपणातून जन्माला आलाय.

याच अनुयायांनी व त्या त्या प्रवाहातील नेत्यांनी स्थार्थासाठी महापुरुषांचा पराभव केला. स्वतः आदर्श न बनता महापुरुषांच्या आदर्श परंपरेला सुरुंग लावला. त्यामुळे समाजाचे भवितव्य अनुत्तरित राहिल्याची खंत या कवीला सतावते आहे.

'सूर्यसन्मुख'च्या प्रस्तावनेत प्रसिद्ध समीक्षक प्रा. सोमनाथ कोमरपंत यांनी बांदेकरांच्या व्यक्तित्वाचा आणि कवित्वाचा यथार्थ गौरव केला आहे. बांदेकरांच्या कवितेत समाजचिंतन आहे, सामान्यांच्या उत्थानाचा कैवार आहे, संस्कृतीच्या अजेंड्यावरील कुरूपतेचा संयत धिक्कार आहे, अन्याय, अत्याचाराबद्दल संताप आहे. हे सर्व काही अत्यंत प्रगल्भ जाणिवांच्या संत आविष्कारातून कवितेत अवतरते. म्हणूनच आंबेडकरवादी विचारांचा प्रभाव पचवलेली ही कविता, रूढ असलेल्या दोन-तीन पिढ्यांच्या दलित कवितेपेक्षा पूर्णतः वेगळी दिसते.

या संदर्भातील काही उदाहरणे :

'घण मारणारे आपण
घण खाणारे आपण
आणि घणामधून उडणाऱ्या ठिकऱ्याकडे
अगतिकपणे बघणारे आपणच' (वास्तव)
'मतदार राजा मात्र
दशा गमावून दिशाहीन होऊन
केविलवाण्या नजरेनं उदासपणे बघत आहे
राजकारणांचे राज-रंग' (दिशाहीन)
'राखरांगोळी झालेल्या संसारांना
फिनिक्स पक्ष्याप्रमाणे झेपावून
मी प्रेरणा देईन का?' (निरीक्षण)
'तळ्यातले तळ्यात
तळातले तळात
गाळातले गाळात' (जय-पराजय)

'पाऊस', 'पावसाळी दिवस', 'प्रलय', 'उद्या सकाळी' यांसारख्या कवितांमधून मानवी संदर्भासह गोव्याचा निसर्ग डोकावतो. सांस्कृतिक, आर्थिक वेदनेची स्पंदने काव्यात मुखरीत करणाऱ्या मोजक्या आदिवासीतर कवींच्या यादीत शंभू भाऊ बांदेकरांचे नाव सन्मानित करावे लागेल. 'आदिवासी' ही कविता लिहिताना कवी बांदेकर स्वत: आदिवासी होऊनच आपला आवाज बुलंद करतात. 'आदिवासी म्हणून आम्हाला हिणवलं गेलं', 'शिव्या-शाप' स्वीकारावे लागले. आता मात्र 'भडका' उडण्यापूर्वी प्रस्थापितांनी विचार करावा आणि स्वत:चे व आदिवासींचे भले करावे, अशी सार्थ अपेक्षा कवी बांदेकर व्यक्त करतात. दुर्जनांना आणि चोरांना त्यांच्या करणीची शिक्षा झालीच पाहिजे, ही कवीची अपेक्षा आहे. सज्जन दुर्जनांना एकच असणारे मापदंड या कवीला अमान्य आहेत. संस्कृती व समाजाच्या मूल्यमापनाचे शुद्ध निकष कवीला हवेत.

कवी दलितांच्या उद्धारकर्त्या डॉ. आंबेडकरांच्या कर्तृत्वाप्रती कृतज्ञ आहे. पण आंबेडकरी अनुयायांनी महामानवाच्या तत्त्वांचा व मूल्यांचा अस्त केल्याबद्दल त्यांना सात्त्विक संताप आहे.

कवी बांदेकर म्हणतात,

'बाबासाहेब आंबेडकर नावाच्या महामानवाची
चालवली आहे हत्या, त्यांच्या अनुयायांनी'

कवी बांदेकरांचीही काव्यात्म खंत, आत्मपरीक्षणाच्या भूमिकेतून धाडसाने कटू सत्य सांगू पाहाते. निग्रोंच्या गुलामीविरुद्ध लढणाऱ्या व जागतिक शांततेचा उदघोष करणाऱ्या अमेरिकन अध्यक्षांच्या कैवारात, लिंकन ते आंबेडकर ही कविता उदयाला येते. आंतरराष्ट्रीय पातळीवरचे मूल्यभान आणि समतेच्या संघर्ष पर्वाचे विश्वज्ञान या कवितेतून सहज पाझरले आहे. 'लिंकन ते आंबेडकर' हा समतानिष्ठ मानवतावादी दार्शनिक प्रवास, भूगोलाचे जागतिक नकाशे बाद करून विश्वशांतीचा आणि मानवी विकासाचा मंत्र सिद्ध करतो. विश्वात्मक जाणिवांना शांती आणि मानवतेच्या पवित्र तत्त्वचिंतनात अभिव्यक्त करणारी कविता गोव्याच्या काव्य विश्वाचे भूषण आहे. या कवीला हिंदमातेच्या मातीचे व स्वातंत्र्याचे निस्सीम प्रेम आहे. असंख्य हुतात्म्यांची आणि गांधींच्या अहिंसेसह, शहिदांची राष्ट्रभक्ती कवीच्या श्रद्धेच्या व गौरवाचा विषय आहे. आंबेडकरवादी असणाऱ्या कवी बांदेकरांच्या कवितेला गांधींच्या नावाचा विटाळ लागत नाही; कारण गांधींच्या अहिंसात्मक स्वातंत्र्य आंदोलनाचे मूल्य त्यांना पटलेले आहे. शिवाय गांधींच्या अहिंसा तत्त्वाचा बुद्धप्रणीत अहिंसावादाशी जुळलेला अनुबंध आकळण्याचे इमान या कवीच्या चिंतनात जरूर आहे.

'नरेंद्र बोडके' या प्रतिभासंपन्न कवींच्या मृत्यूचे दुःख काही कवितांमधून अभिव्यक्त झाले आहे. त्यात गोव्याची वेदनाही प्रगट होते. बांदेकरांच्या कवितेत प्रतिमा, प्रतीके, अलंकार यांची उधळण नसल्याने गद्याकडे झुकलेले काव्य म्हणून या कवितेची ओळख होते. पण अनुभूतीचा अस्सलपणा, मानवी जीवन व समाज वास्तवाचे मूल्यभान, आदर्शमूल्यांचा ध्यास, निर्दोष वैचारिकता, संयत व प्रगल्भ भाषाशैली या गुणांच्या एकात्मतेमुळे ही कविता बुद्धिवादी रसिकांचे सहज समाधान करते.

'सूर्यसन्मुख' असणारी काव्य प्रतिभा असंख्य वेदनेचे पहाड पेलूनही अंधार संपण्याच्या विश्वासाने आशावादी भूमिका मांडते. कवीचे कूळच 'सूर्या'च्या प्रकाशाचे आहे. सर्व काळातील सर्व प्रकारचा अंधार नष्ट करून मानवता प्रकाशमान करण्याचा सांस्कृतिक ध्येयवाद, सर्वच अस्सल कवी कलावंतांचा ध्यास असतो. असा ध्यास बाळगणाऱ्या या कवीच्या कार्यकर्तृत्वाचा गौरव करायला हवा.

परिचय

शंभू बांदेकर (गोवा)

कवी शंभू भाऊ बांदेकर हे १९८७ ते ८९ या काळात गोवा राज्याचे उपसभापती होते. १९८९ मध्ये त्यांची कार्यकारी सभापती म्हणून निवड झाली. ते

काँग्रेस पक्षाच्या कार्यकारिणीचे उपाध्यक्ष होते. त्यांनी आमदार, गोवा लेजिस्लेटिव्ह फोरमचे खजिनदार, काँग्रेसच्या अनुसूचित जाती विभागाचे अध्यक्ष, अशी अनेक पदे भूषविली. गेली ३५ ते ४० वर्षे ते मराठी व कोकणी दैनिकांतून कथा, कविता, लेख अशा प्रकारचे लिखाण करीत आहेत. 'पेडणे-कलाकारांचे माहेरघर' 'चौफेर,' 'उन्नयन', 'आत्मशोध', 'सूर्यसन्मुख' ही त्यांची काही प्रकाशित पुस्तके. त्यांच्या साहित्य सांस्कृतिक कार्याबद्दल त्यांना दिल्लीच्या 'भारतीय दलित साहित्य अकादमींकडून बाबू जगजीवनदास पुरस्काराने सन्मानित करण्यात आलं. राजकारणाबरोबर सामाजिक, साहित्यिक, सांस्कृतिक, शिक्षण अशा अनेकविध क्षेत्रांत त्यांनी उल्लेखनीय कार्य केले आहे.

◆◆◆

७. प्रेम आणि प्रणयाची 'काव्यानुभूती'

गोव्याच्या मातीचा गंध पेरणारा अशोक बोरकर यांचा 'काव्यानुभूती' हा कविता संग्रहमानवी संवेदनांचे प्राकृतिक व सांस्कृतिक मूल्य अधोरेखित करतो. अशी बोरकरांची कविता जीवनाच्या विविध अंगा-प्रत्यांगांना कवेत घेत असली, तरी तिची मूळ प्रवृत्ती ही स्त्री-पुरुष प्रेमात रमणारी आहे. तिची अव्वल साक्ष म्हणजे 'प्रेमभेट' ही कविता...

'धवल त्या धुक्याचा
शेतभुईसंगे संग
बेभान ती चाललेली
प्रणयक्रीडा पाहिलेली'

निसर्ग आणि स्त्री-पुरुषांच्या उन्मादक प्रणयाचा धुंद खेळ अनुभवताना पुन:प्रत्ययाचा आनंद अपरिहार्यच म्हणावा लागेल.

धुंद प्रणय आणि वियोग या जीवन द्वंदाची अटळता कवी बोरकरांनी समर्थपणे पेलली आहे. कारण सखीचे अश्रू आणि प्रेमबिंदूंचे सांडलेपण कवीला शब्दांत साकारणे अपरिहार्य झालेय. निसर्ग आणि मानवी जीवनातील टोकांच्या संवेदनांचे डायलेसिस आकलन करणारी कवी अशोक बोरकरांची कविता सुंदर आहे.

'तू जशी आहेस तशीस भावतेस मला' ही काव्यात्म प्रतिक्रिया सखी, प्रेयसीपेक्षा पत्नीला अधिक संवादी ठरावी! नजरेच्या शिडीद्वारे थेट हृदयात उतरणारी कवीची सखी कवीच्या नजरेत सुंदर असणारच! पण अशोक बोरकरांचे समर्पण त्यांच्या काव्यात्म सखीला असल्याने त्यातील गोडवा अधिक आहे. हे समर्पण भावनात्मक पातळीवरचे आहे. अर्थात प्रेममूल्याची या कवितेची बांधीलकी निष्ठावंत आहे.

'पन्नाशी'ची गंमत जीवनानुभवाच्या प्रकाशात न्याहळताना कवी प्रतिभा रंगून जाते. 'माणसाचं' दुहेरी टोकाचे विरोधी लयीतील माणूसपण अंतर्मुख करणारे आहे. 'ईद' या अपारंपरिक अनुभूतीतील गरिबीचे ताणतणाव आणि कवीचे अंतस्थ कारुण्य एकत्रितरित्या काव्यात्म झालेय.

मनस्वी जगणे, काट्याकुट्यांतून वाट काढणे, निधड्या छातीने हौतात्म्य पत्करणे कवी अशोक बोरकरांच्या आस्थेचे खास विषय आहेत.

शब्दांच्या विशिष्ट अशा चावटपणाकडे झुकलेल्या अर्थछटा 'शब्द' कवितेत गंम्मत निर्माण करतात. शेजारीण, मेव्हणी, सेक्रेटरी या शब्दांना असणारा सुवास कवी बोरकर कवितेत पेरून जातात. पण 'पहिली रात्र'सुद्धा याच संदर्भात सुगंधी होऊन जाते. कवी अशोक बोरकरांचे जीवन आकलन व निरीक्षण कमालीचे सूक्ष्म असून त्यातील मार्मिक पदर भावणारे आहेत.

'धरा अन् जलधर' यांचा मीलन सोहळा सौंदर्याचे चांदणे शिंपडून जातो, तर डोंबारिणीची तारेवरची कसरत जीवनभर चालत आल्याचे पाहून संवेदना सुन्न होते. काव्यातील अशा जागा रसिक मनात रेंगाळत राहातात.

'तृषार्त', 'भरतं' अशा अनेक कविता प्रेम, शृंगार, मीलन या स्वाभाविकी अनुबंधाचे अपरिहार्यता सिद्ध करतात.

गोव्याच्या सुंदर निसर्गाचे पडसाड आपल्या शब्दांच्या अंगाखांद्यावर खेळवणारी कविता कवी अशोक बोरकरांनी मराठीला दिलीय.

बा. भ. बोरकरांच्या अव्वल कवितेच्या वारशात अशोक बोरकर यांची कविता स्वत:चे देखणे सौंदर्य शिंपडून उभी आहे. या कवितेचे स्वागत करणे महाराष्ट्राचा अभ्यासक प्रतिनिधी म्हणून माझे स्वाभाविक कर्तव्य आहे.

परिचय

अशोक बोरकर (गोवा)

गोव्यातील प्रथितयश कवी आणि सामाजिक कार्यकर्ते

◆◆◆

८. स्त्रियांच्या कादंबरी वाङ्मयाची समग्रलक्षी समीक्षा

डॉ. विद्या देवधरांचा हा समीक्षाग्रंथ मुख्यत: १८७३ ते १९५० या कालखंडातील स्त्रियांच्या कादंबरी लेखनाचा सर्वांगीण वेध घेताना दिसतो. विशेषत: सामाजिक जाणिवांचा बदलता विस्तारित पट पेलताना त्यांनी कलात्मक निकषावरही स्त्रियांच्या कादंबरी वाङ्मयाचे मूल्यमापन केल्याचे दिसते.

हैदराबादस्थित डॉ. विद्या देवधर यांचा 'स्त्री लिखित कादंबऱ्या प्रेरणा आणि प्रवृत्ती' हा समीक्षाग्रंथ. याशिवाय 'स्त्री साहित्याचा मागोवा' या एक व दोन या खंडांतही त्यांनी १८५० ते २००० या कालखंडातील स्त्रियांच्या कादंबरी लेखनाचे संशोधन व मूल्यमापन विस्ताराने मांडले आहे. पुरुषप्रधान समाजातील मुळातच उपेक्षित असणाऱ्या स्त्रियांनी लिहिलेल्या कादंबरी लेखनाची समीक्षकाकडून कळत-नकळत उपेक्षाच झाली होती. ती उणीव भरून काढून डॉ. विद्या देवधर यांनी स्त्री कादंबरीकारांना यथोचित न्याय दिलाय. यामुळे त्यांचे योगदान मराठी समीक्षा विश्वात अधोरेखित झाले आहे. खरे तर हा ग्रंथ त्यांच्या पीएच.डी. च्या संशोधनावर आधारित असल्याने त्यात संशोधनाची शिस्त आहेच. पण 'तांत्रिक'ता वगळून निखळ संशोधनात्मक मांडणी इथे करण्यात आलीय.

ग्रंथाच्या प्रस्तावनेत तत्कालीन कुलगुरू डॉ. सुमा चिटणीस यांनी ग्रंथातील प्रबोधनपर्व, विचारपर्व आणि विकासपर्व या विभागणीविषयी मतभेदाची शक्यता वर्तवली आहे; तसेच निष्कर्षाबाबतही समीक्षकांची असहमतीची संभवनीयताही व्यक्त केलीय, पण या प्रयत्नाचे मूल्य महत्त्वाचे मानलेय.

डॉ. देवधर यांनी १८७३ ते १९५० या कालखंडातील स्त्रियांच्या कादंबरी वाङ्मयाचा अभ्यास नोंदताना केवळ कलाकृतीवर 'फोकस' न ठेवता, संपूर्ण सामाजिक-राजकीय परिस्थितीचे आकलन करून त्यांचा कादंबरीशी असणारा अनुबंध

स्पष्ट केलाय. अर्थातच डॉ. विद्याताईंचा समाजशास्त्रीय अभ्यास आणि त्यांच्या बालपणापासूनचे वडिलांनी केलेले सामाजिक जाणिवेचे संस्कार या कामी त्यांना उपयुक्त ठरल्याचे दिसते.

१८७३ ते १९५० या काळातील ललित लेखन हे प्रामुख्याने समाज प्रबोधनासाठीच लिहिले गेल्याची सार्थ नोंद विद्याताई करतात आणि विशेष म्हणजे सर्व लेखिकांचे लक्ष स्त्रीजीवन सुधारणांवर केंद्रित झाल्याचेही त्यांचे निरीक्षण आहे त्यानंतर समाज सुधारणांचे वर्तुळ विकसित होऊन दलितांच्या उद्धारापर्यंत ते भिडल्याचा निष्कर्ष आहे.

साळूबाई तांबवेकरांच्या १८७३ मध्ये प्रसिद्ध झालेल्या 'चंद्रप्रभा विरहवर्णन' या पहिल्या ललित लेखनाची नोंद या ग्रंथात गौरवान्वित करताना १८३५ ते १८३८ मधील मिसेस फेरारबाईंच्या नावावरील सात ग्रंथांची वास्तविकता त्या टाळत नाहीत. अर्थातच मराठी वाङ्मयाच्या इतिहासात स्त्रियांनी लिहिलेल्या ललित वाङ्मयाचा शोध घेताना मिसेस फेरार या परभाषी स्त्रीचे योगदान अग्रक्रमाने नोंदण्याचा वस्तुनिष्ठ सच्चेपणा या संशोधनात्मक लेखनात स्पष्ट झालाय. त्याचबरोबर १८४२ च्या सावित्रीबाई फुले यांनी सुरू केलेल्या मुलींच्या शाळेला आणि ३० वर्षांनंतर प्रकाशात आलेल्या 'चंद्रप्रभाविरहवर्णन' या पहिल्याकादंबरीचा शैक्षणिक-सामाजिक-सांस्कृतिक अनुबंधही या संशोधनात अधोरेखित झालाय.

लेखिकेच्या 'मनोगता'मधील विविध ताण-तणावांचे व प्रश्नांचे सूक्ष्म आकलनही डॉ. विद्याताई देवधरांनी केल्याची साक्ष मिळते. काशीबाई कानिटकर, इंदिराबाई हरिपूरकर, साळूबाई तांबवेकर यांच्या कादंबऱ्यांची मनोगते या लेखनात चिकित्साविषय झालीत.

मराठीतील पहिली स्त्री कादंबरी लेखिका म्हणून साळूबाई तांबवेकरांच्या कलाकृतीचे वेगळेपण सांगताना डॉ. देवधर यांनी 'शिक्षणावरच्या अदम्य विश्वासाचे' सूत्र अधोरेखित केलेय अणि शिक्षणविषयक विचार व कार्याचा प्रबोधनात्मक अनुबंध स्पष्ट केला आहे. म. फुले, सावित्रीबाई फुले, आगरकर इत्यादी सुधारकांच्या कर्तृत्वाचा सूत्रबद्ध तपशील 'प्रबोधनपर्वा'च्या अंतरंगात नोंदला आहे. विशेष म्हणजे प्रबोधनाची परंपरा सांगताना त्यांनी फक्त म. फुल्यांचा 'ब्राह्मणेतर' प्रवाहच अधोरेखित करण्याचा पक्षपात न रुजवता आगरकर, रानडे, फुले, असे एकात्म सुधारणावादी संचित आपल्या मांडणीत कोरून ठेवले. त्यामुळे त्यांचे संशोधन समग्र समाज वास्तवाच्या वस्तुनिष्ठ आकलनावर उभे असल्याचे लक्षात येते. अलीकडे फुले आणि आगरकरांच्या सुधारणावादी कर्तृत्वात 'ब्राम्हणी व अब्राह्मणी' अशी जातीय

ठिणगी पेटवून एकात्म प्रबोधनाला आग लावण्याचे उद्योग विद्वानांच्या वादातून होताना दिसतात. डॉ. विद्याताईंचे संशोधन त्याला अपवाद असण्याबद्दल त्यांचे मराठी सारस्वताने ऋणच व्यक्त करायला हवे!

एकोणिसाव्या शतकाचा उत्तरार्ध आणि विसाव्या शतकाचा पूर्वार्ध डोळ्यासमोर ठेवून डॉ. देवधर यांनी बालविवाह, स्त्री शिक्षण, सोवळेओवळे, अंधश्रद्धा, रूढी-परंपरा, हुंडा प्रथा अशा ज्वलंत प्रश्नांवर आधारित स्त्रियांनी लिहिलेल्या कादंबरी वाङ्‌मयाचा समीक्षात्मक धांडोळा घेतल्याचे दिसते. या संदर्भात काशीबाई कानिटकरांची 'रंगराव', इंदिराबाई हरिपूरकरांची 'दैवलीला', जानकीबाई देसाईंची 'गृहलक्ष्मी' इत्यादी कादंबऱ्या लक्षणीय ठरतात. तत्कालीन समाजातील स्त्रीविषयक दृष्टिकोनांचे कादंबरी वाङ्‌मयात पडलेले प्रतिबिंब म्हणजेच विशिष्ट सामाजिक प्रवृत्तीचे दर्शन असून, त्याचा शोध डॉ. विद्या देवधर समप्रमाण नोंदवतात. त्यांचे संशोधन अभिनिवेशाने डागाळत नाही. स्वाभाविक स्त्रीसुलभ कैवाराने असंतुलितही होत नाही. आवश्यक असलेले तटस्थ्य आणि तर्कशुद्ध मांडणी या समीक्षा लेखनात उतरली आहे.

'धार्मिक पुनर्विचार, राजकीय स्वातंत्र्य आणि आर्थिक स्वावलंबन या महत्त्वाच्या प्रश्नांकडे लक्ष वेधण्याचा प्रयत्न या कालखंडात झाल्याचे सूत्र हे संशोधन अभिव्यक्त करते. त्याचप्रमाणे जीवनाच्या सर्वच क्षेत्रांत प्रचलित समाजप्रवृत्ती व नवविचार यामध्ये संघर्ष होऊन काही नवीन समाजप्रवृत्तीही उदयास आल्याचा निष्कर्ष, या समीक्षा लेखनात मांडला गेलाय. जुन्या-नव्या प्रथा-प्रवृत्तींच्या संघर्षाचे स्वरूप कादंबऱ्यांच्या कथावस्तूतून आकलन करता येते. पण या संघर्षातून नेमक्या कोणत्या 'नवीन समाजप्रवृत्ती' उदयास आल्या, याचा बोध मात्र होत नाही.

या कादंबरी वाङ्‌मयाचे मूल्यमापन करतान 'तंत्राच्या उणिवा' स्पष्ट झाल्याचे सत्य डॉ. विद्या देवधर वस्तुनिष्ठपणे नोंदवतात. 'उच्च शिक्षणाचा अभाव आणि पहिल्याच पिढीचे लेखन असल्याने या लेखिका कमी पडल्या. पण तंत्राच्या चौकटीत कथानक बसविण्याचे दडपण नसल्याने, ऐसपैस कथानकातील मुक्त विचार अधिक नैसर्गिक वाटतात.' अशी भलावणही त्या करतात. अर्थात सामर्थ्य व मर्यादा यांच्या दुहेरी नोंदी संशोधनात आहेत.

'विचारपर्वा'च्या दुसऱ्या टप्प्यात स्त्रीचा दृष्टिकोन बदलून तिला संसारापलीकडील जगाचे भान आल्याची नोंद महत्त्वपूर्ण ठरते. गृहिणीची पारंपरिक आदर्श संकल्पना मोडीत काढणाऱ्या नायिका मात्र समाजाकडून स्वीकारणे अवघड असल्याचे मत डॉ. विद्याताईंनी मांडले आहे. 'मातृत्वापेक्षा समाजकार्य श्रेष्ठ मानणाऱ्या सेवाव्रती नायिकेवर आधारित 'माझं बाळ ते' या कादंबरीने माजवलेली खळबळ, डॉ. विद्याताई या

संदर्भात नोंदवतात.

काशीबाई कानिटकरांच्या 'रंगराज' कादंबरीने लेखिकेच्या प्रगल्भतेचा प्रत्यय दिलाय. पण त्यांच्या 'पालखीचा गोंडा' या दुसऱ्या कादंबरीत 'आदर्श स्त्रीराज्याची अभिनव कल्पना' आणि 'स्त्री-पुरुष समतेचे स्वप्न' मांडले गेले. तोच ध्येयवाद आज एकविसाव्या शतकात आपण जोपासतो आहोत.

शांताबाई नाशिककरांच्या 'हाच का धर्म?' मधील डोळस धर्मचिंतन, श्रद्धेमागची कारणमीमांसा, शुद्धीसंस्कार, अनाथाश्रमाचे ध्येय इत्यादी तपशील सुधारणावादाच्या अंगाने आलाय. जुन्या-नव्याचा समन्वय साध्य करताना जातीयतेकडेही ही लेखिका डोळसपणे पाहत असल्याचे निरीक्षण डॉ. विद्या देवधर नोंदवतात. 'जातीयता नष्ट व्हावी असे वाटत असले, तरी तिची पाळेमुळे उखडणे अवघड असल्याचे शांताबाईंनी ओळखले होते' ही विद्याताई देवधरांची नोंद अर्थपूर्ण आहे. आजच्या अत्याधुनिक काळातही फुले-आंबेडकरी पर्वाच्या समाप्तीनंतरही हीच वास्तवता सर्वच बुद्धवादी व बुद्धिवाद्यांच्या अनुभूतीचा ज्वलंत विषय आहे, तेव्हा डॉ. विद्या देवधरांच्या १९९२ च्या भाष्याचे निर्दोष मूल्य पटू लागते.

या कालखंडात विषमविवाह, प्रीतिविवाह, शिकलेल्या मुलींच्या लग्नाला झालेला उशीर व तिची व्यथा, हुंडा-समस्या, विधवा विवाहाचा प्रश्न, निरपराध स्त्रीला टाकून दुसरे लग्न करणाऱ्या नरपशूचा अन्याय, पुनर्विवाहाचा प्रश्न, अशा स्त्रीविषयक जिव्हाळ्याच्या प्रश्नांना अनेक लेखिकांनी त्यांच्या कादंबरीविश्वात केंद्रस्थानी आणले.

असमाधानी विवाहित स्त्रीच्या घटस्फोटाची मागणी करणारी कमलाबाई बंबवाले यांची 'बंधमुक्त', मनाविरुद्ध लग्न झाल्याने सुखाला गमावलेल्या सोनूची, इंदिराबाई सहस्त्रबुद्धेप्रणीत 'बाळूताई धडा घे', कुमुदिनी रांगणेकरांची 'कर्तव्याची जाणीव', आनंदीबाई जयवंत यांची 'कुलकथा', विभावरी शिरूरकरांची 'विरलेले स्वप्न, मालतीबाई दांडेकरांची 'काटेरी मार्ग' अशा अनेक कादंबऱ्यांचे यथार्थ मूल्यमापन डॉ. विद्या देवधरांनी समर्थपणे केलेय.

'विधवेने कुंकू लावून, फुले माळावीत व हळदी-कुंकवाला जावे' अशा विचारांचा प्रचार व्हावा म्हणून कृष्णाबाई मोटे यांनी 'माझी कोरीव लेणी' कादंबरी लिहिली. महिन्याचे तीस दिवस सोवळेओवळे न पाळता विश्रांती घ्यावी, असा संदेश मालतीबाई दांडेकरांनी 'वज्रलेखी'मध्ये मांडला. त्यांनीच लिहिलेल्या 'काटेरी मार्ग' कादंबरीत घटस्फोटित स्त्रीला पहिले मंगळसूत्र तोडताना झालेला त्रासही मांडला. डॉ. विद्या देवधरांनी केलेल्या या सर्व समीक्षात्मक नोंदी त्यांच्या कलात्मक आकलनाचे

व समाज वास्तवाच्या मूल्यमापनाचे सामर्थ्य स्पष्ट करतात.

याच विवेचनाच्या संदर्भात एक जागा मतभेदाची आहे ती म्हणजे हे विधान. विवेचनातील 'कर्मावरून आपल्याकडे वर्णव्यवस्था आली आहे.' (पा. ६७) वर्णव्यवस्था ही जन्माधिष्ठित असण्यानेच जातिव्यवस्था बंदिस्त झाली व त्याच विषम सामाजिक संरचनेच्या विरोधात स्त्रियांनीसुद्धा कादंबरी लेखन केल्याचे सत्य खुद्द डॉ. विद्याताई देवधर मांडतात, तेव्हा वर्णव्यवस्था वेद-वाङ्मयात 'कर्मशः' पण प्रत्यक्षात 'जन्मतः'च आहे.

शांताबाई नाशिककरांच्या 'कीर्ती' कादंबरीत नायिका चांभार असून ती ब्राह्मणाशी लग्न करते. मालतीबाई बेडेकरांच्या 'बळी' कादंबरीचा समर्थ वेध डॉ. देवधर यांनी घेतला आहे. या संदर्भातील प्रतिपादनामध्ये त्यांनी अस्पृश्यता निवारणाचे कार्य करणाऱ्या म. गांधी, डॉ. आंबेडकर व स्वा. सावरकरांच्या कर्तृत्वाचा आदर्श या स्त्री कादंबरीकारांसमोर असल्याचे म्हटले आहे. अस्पृश्यता निवारण आणि जातिअंताच्या प्रवाहात फक्त फुले, आंबेडकर, शाहूंचेच नाव आणि कर्तृत्व गौरवास्पद मानून, गांधी-सावरकरांना मोडीत काढणाऱ्या आजच्या विद्वानांच्या पक्षपाती मोजपट्ट्यांना छेद देणाऱ्या डॉ. विद्याताई देवधरांचे सूचक, समग्र प्रबोधनवादी चिंतनसूत्र मला महत्त्वाचे वाटते. त्यांनी महापुरुषांची वाटणी जाती-पातीत न करता, डोळसपणे व प्रामाणिकपणे डॉ. आंबेकडकरांच्या बरोबरच म. गांधी व स्वा. सावरकरांच्या अस्पृश्यता निवारणाची व जातीयता विरोधी भूमिकांनी यथार्थ साक्ष नोंदली आहे. असा समग्र आदर्शच स्त्री कादंबरीकारांच्या डोळ्यांपुढे असल्याचे ऐतिहासिक सत्य त्यांनी मांडले आहे.

१९४२ च्या स्वातंत्र्य चळवळीतील राजकारणाचा वेध घेताना डॉ. विद्या देवधर यांनी सूक्ष्मपणे आपले आकलन मांडले आहे. काँग्रेस अंतर्गत समाजवाद्यांनी स्वतंत्र गट स्थापन करून त्यांनी १९४२ च्या चळवळीत सहभाग नोंदला. पण जागतिक महायुद्धाविषयीचे काँग्रेसचे धोरण मान्य न झाल्याने कम्युनिस्ट, रॉयवादी, आंबेडकरवादी या चळवळीपासून अलिप्त राहिले. अशी अत्यंत अर्थपूर्ण नोंद विवेचनात आली आहे. राजकीय-सामाजिक इतिहासाच्या अंतप्रवाहांचे इतके सखोल ज्ञान, मराठी समीक्षा प्रवाहात फारच कमी स्त्री समीक्षकांकडून अभिव्यक्त होते. या पार्श्वभूमीवर डॉ. विद्याताईंचे विश्लेषण आणि त्यांची निष्कर्षात्मक सूत्रांची मांडणी गौरवाचा विषय ठरते.

'रॉयवादी, कम्युनिस्ट आणि आंबेडकरवाद्यांनी इंग्रजांच्या जुलमी सत्तेचा बीमोड करण्यासाठी राजकारण चालवले नाही, तर सामाजिक समतेसाठी गरीब,

मजूर व दलितांच्या संघटना उभ्या केल्या, (पा. ७०) या विश्लेषणात वाक्याचा उत्तरार्ध शंभर टक्के बरोबरच आहे. पण पूर्वार्धाच्या अर्थाबाबत काही विद्वानांचे मतभेद होऊ शकतात; कारण भारताच्या स्वातंत्र्याला रॉयीस्ट किंवा कम्युनिस्ट किंवा आंबेडकरवाद्यांचा निर्णायक विरोध होता का, या प्रश्नाचे उत्तर नाही असेच आहे. पण या सर्वच डाव्या गटांचा काँग्रेसप्रणीत स्वातंत्र्य चळवळीला काही विशिष्ट अशा अटींमध्ये विरोध होता. ब्रिटिश सत्ता जाऊन पुन्हा उच्च वर्णीय, उच्च वर्गीयांच्या हाती सत्ता देणे, या गटांना मंजूर नव्हते. म्हणून त्यांनी मजूर-कामगार व दलितांच्या संघटना स्थापून त्यांच्या मुक्तीच्या शर्थीवर स्वातंत्र्याचे समर्थन केल्याचा इतिहास आहे. कम्युनिस्ट आणि आंबेडकरवाद्यांवर झालेले देशद्रोहाचे आरोप नंतरच्या काळात कसे चुकीचे होते, या सूत्रावर आधारित अनेक भूमिका प्रबोधनाच्या प्रवाहात आल्या आहेत. डॉ. विद्याताईंचे मोठेपण त्यांच्या सम्यक भूमिकेत सापडते. लेखिकांच्या कादंबऱ्यांतून साम्यवादी विचाराला स्वतंत्र महत्त्व मिळाल्याचे त्यांचे निरीक्षण या पार्श्वभूमीवर महत्त्वाचे ठरते.

त्याबरोबरच सामान्य मध्यमवर्गीय समाज मात्र कम्युनिस्ट चळवळीपासून दूर राहिला, हे निष्कर्षात्मक सूत्रही तत्कालीन समाज वास्तवाचे नेमकेपणाने चित्र स्पष्ट करते. साहित्य व समाज वास्तवाचे हे सूक्ष्म आकलन या संशोधनाचे बळ आहे.

सरोजिनी बाबर, गीता साने, लीला देशमुख, कृष्णाबाई मोटे, अशा लेखिकांच्या कादंबरी वाङ्मयातील राजकारणाचे रंग तपासताना तत्कालीन राजकीय प्रश्नांची केलेली चर्चाही अर्थपूर्ण आहे. गांधीवादी चळवळ, कम्युनिस्ट चळवळ, समाजवादी चळवळ अशा राजकीय, सामाजिक वास्तवांचे दार्शनिक स्वरूप आणि व्यावहारिक वास्तव, वस्तुनिष्ठ विश्लेषणाच्या तर्कशुद्ध मांडणीतून डॉ. विद्याताई जरूर पेलून नेतात.

स्वातंत्र्यासाठी सर्वस्वाचा होम करणाऱ्या देशभक्ताबद्दल लेखिकांना सहानुभूती असल्याचे निष्कर्षात्मक सूत्र, या संशोधनात लक्ष वेधून घेते. परंतु वर्गभेद या शीर्षकांतर्गत केलेले विश्लेषण (पा. ७२) मार्क्सवाद्यांचे शास्त्रीय व काटेकोर आकलन मांडण्यात कमी पडल्याचे जाणवते.

मार्क्सवादी दार्शनिकतेची मूल्ये मात्र डॉ. विद्याताईंनी पचविल्याचे दिसते; कारण गीता साने लिखित 'आविष्कार' कादंबरीतील 'शेतकऱ्यांच्या संघटनेचा मंत्र' आणि 'शेतात राबणाऱ्या मजुरांचाही मिळकतीतील हिस्सा' या मार्क्सवादी चिंतनाला या संशोधनात्मक समीक्षेत मध्यवर्ती स्थान मिळाले आहे.

स्त्रियांच्या प्रश्नासंबंधी विश्लेषण करताना, 'शील म्हणजे सर्वस्व नव्हे, 'परस्पर विश्वास महत्त्वाचा मानून बलात्कार हा अपघात मानण्याकडे विचारांची

वाटचाल सुरू झाल्याचे सत्य, 'मधुबोल' च्या साक्षीसह डॉ. विद्या देवधर मांडतात. पति-पत्नीच्या वयातील जास्तीच्या अंतरामुळे म्हणवले जाणारे 'विषम विवाह' हे दोघांच्या स्वभावातील विषमतेमुळे ही 'चिंतनीय' बाब असण्याचे मत, समीक्षक विद्या देवधर नोंदतात. सहशिक्षणातून मित्र-मैत्रिणी, दादा-ताई, भाऊ-दीदी अशा संबोधनाने प्रारंभ करून नंतर मात्र पत्रातील 'मायने' बदलत जाऊन, पति-पत्नी बनतात. अशी अनेक निरीक्षणे कादंबरीकारांच्या लेखनातून या समीक्षाग्रंथात नोंदली गेलीत. बहुसंख्य कादंबऱ्यांची पार्श्वभूमी राजकीय किंवा सामाजिक असली, तरी त्यात मुख्यत: प्रेमकथाच रंगवल्याचा निष्कर्षही मनाला पटण्यासारखा आहे. शिवाय 'मैत्री आहे म्हणजे प्रेम आहे असे समजण्याची तत्कालीन समाजाची प्रवृत्ती होती आणि प्रेमिकांनाही तसेच वाटत असे.' अशी डॉ. विद्याताईंनी केलेली सुंदर भाष्ये, या समीक्षाग्रंथांच्या वैचारिक वैभवात भर घालतात.

स्त्रियांच्या प्रश्नांची समाजशास्त्रीय जाण, स्त्री कादंबरीकारांच्या कलाकृतींचा सम्यक वेध घेण्याची क्षमता, संशोधनात्मक मांडणीतील वस्तुनिष्ठ विश्लेषण, तर्कशुद्ध निष्कर्ष आणि कलात्मकतेच्या संदर्भातील बहुआयामी आकलन या अनेक गुणवैशिष्ट्यामुळे डॉ. विद्याताई देवधर यांचा हा समीक्षाग्रंथ, मराठी समीक्षा प्रवाहात निर्णायक महत्त्वाचा ठरलाय. १८५० ते २००० पर्यंतच्या सर्वत्र स्त्री लेखिकांच्या कादंबरी वाङ्मयाचा सम्यक अभ्यास या ग्रंथासह इतर संपादित ग्रंथात नोंदवून, डॉ. विद्याताईंनी सर्वच समीक्षकांच्या व अभ्यासकांच्या नव्या पिढीची सोय केली. या ग्रंथातील प्रबोधनपर्व, विचारपर्व आणि विकासपर्व या संकल्पना मात्र पूर्णत: परस्परापासून भिन्न करता येणाऱ्या नाहीत, कारण प्रबोधन व विकास या दोन्हीमध्ये विचार हाच निर्णायक असेल, तर संकल्पित विभागणी मतभेदाच्या भोवऱ्यात अडकते. त्याची सूचक जाणीव प्रस्तावनेत डॉ. सुमा चिटणीसही देतात.

त्याचप्रमाणे 'समाजप्रवृत्ती' हा शब्द व संकल्पना नेमकेपणाने अर्थबोध रुजवण्यात अडचणी येतात. उदाहरणार्थ समाजप्रवृत्तीमधील सुधारणा फार मंद गतीने होतात व कोणत्या प्रवृत्तीत त्या होत नाहीत, याचा अर्थ स्पष्ट होत नाही. अशा जागा या ग्रंथात असल्या, तरी डॉ. विद्याताई देवधरांचा एकूण अभ्यास व त्याचे अधिष्ठान भक्कम पायांवर उभे आहे. सर्वाधिक महत्त्वाची बाब म्हणजे, त्यांना कोणत्याही डाव्या-उजव्या दार्शनिक प्रवाहांचे वावडे नाही. म्हणूनच त्यांची तर्कशुद्ध मांडणी, व्यामिश्र समाज वास्तवाला व मानवी जीवनाच्या चित्रणात रमलेल्या कादंबरी लेखनाला स्वत:च्या बुद्धिप्रामाण्यवादी विश्लेषणावर पेलून नेते.

म्हणूनच हा समीक्षाग्रंथ केवळ स्त्रियांच्याच नव्हे, तर पुरुषांच्या लेखन

कर्तृत्वाच्याही एकूण प्रवाहात शिखरावरचे कर्तृत्व सिद्ध करतो. या समीक्षाग्रंथात विविध सामाजिक आंदोलनांची प्रेरणा स्वीकारून प्रकाशित झालेल्या कादंबरी लेखनाचे यथार्थ मूल्यमापनही अधोरेखित झालेय. कादंबरी लेखन करणाऱ्या लेखिका या मध्यमवर्गातून उदयास आल्यामुळे त्यांच्या कलानिर्मितीमध्ये मध्यमवर्गीय प्रवृत्तीचा आढळ झाल्याचे डॉ. विद्या देवधर मांडतात. त्याचप्रमाणे बहुजनांच्या, दलितांच्या दु:खाचीही त्यांना जाणीव झाल्याचे कलात्मक सत्य अभिव्यक्त झालेय.

कादंबरीच्या लेखन कौशल्याच्या संदर्भात 'आनंदीबाई जयवंत' या कलाकृतीचा डॉ. विद्या देवधर यांनी गौरव केलाय. अनुभवाच्या 'अस्सलपणा'च्या संदर्भात 'हृदयाचे कढ' या कादंबरीची अर्थपूर्ण नोंद आढळते. गांधीवादी लेखिका प्रेमा केटक यांच्या कादंबऱ्यांची समीक्षा करताना ब्रह्मचर्य, प्रणय, वास्तववाद अशा विविध विषयांसंबंधी साधकबाधक चर्चा करून समतोल मूल्यमापन केले आहे.

स्त्री-पुरुषांचे अनुबंध हा आव्हानात्मक विषय समजून घेताना सुमारे १०० वर्षांत निर्माण झालेल्या अनेक कादंबऱ्यांची कलात्मक वास्तवता आकलन्याचा समर्थ प्रयत्न या समीक्षा ग्रंथात रुजला आहे. सामाजिक-राजकीय चळवळी आणि परंपरावाद व आधुनिकता यामधील द्वंद्व यांचा स्त्रियांच्या प्रश्नांशी असणारा व्यामिश्र अनुबंध, स्त्रियांच्या कादंबरी वाङ्मयाच्या माध्यमातून डॉ. विद्याताई देवधर यांनी ताकदीने अभिव्यक्त केलाय.

डॉ. सुमा चिटणीस यांनी प्रस्तावनेत म्हटल्याप्रमाणे हा समीक्षाग्रंथ स्त्रीवादी भूमिकेतून लिहिल्याचे मानता येत नाही; कारण स्त्रीवादी समीक्षेची तांत्रिक कट्टरता या लेखनात प्रतिबिंबित झालेली नाही. त्यामुळे या समीक्षाग्रंथाचे स्वरूप एकांगी व स्त्रीवादाचा कैवार घेणारे असे न उतरता, स्त्री व पुरुषांवर एकूण मानवी जीवनाचे सांस्कृतिक अंतरंग त्यातील सौंदर्य व कुरूपतेसह बुद्धिप्रामाण्यांच्या तर्कशुद्ध अधिष्ठानावर साकारल्याचे सिद्ध झालेय. म्हणूनच या ग्रंथाला कोणतेही संकुचित लेबल लावता येत नाही. स्त्रीवादासह एकूणच मानवी संस्कृतीच्या संचिताची स्वाभाविक बांधीलकी या समीक्षाग्रंथाचे मूल्यात्मक वैभव आहे.

परिचय

डॉ. विद्या देवधर (हैद्राबाद)

बृहन्महाराष्ट्रात (हैदराबाद) राहून मराठीची सेवा करणाऱ्यांपैकी डॉ. विद्या देवधर या एक ! मुंबई विद्यापीठ, उस्मानिया विद्यापीठ येथून त्यांनी पदवी, पदव्युत्तर शिक्षण आणि संशोधन कार्य केले. त्या उस्मानिया विद्यापीठाच्या रा. ब. माढेकर

सुवर्णपदकाच्या मानकरी आहेत. लेखिकांच्या कादंबऱ्यांतील समाजप्रवृत्तींचे दर्शन (१८७३ ते १९५०) हा त्यांचा पीएच.डी. साठी संशोधनाचा विषय. हैदराबाद येथील मराठी साहित्यविषयक उपक्रमात त्यांचा सहभाग असतो. 'राज्य मराठी विकास संस्था' तसेच मराठी साहित्य परिषदेसाठी त्यांनी कार्य केले आहे. 'पंचधारा' त्रैमासिकाचे संपादन, स्त्री-सखी मंडळाच्या हैदराबाद शाखेच्या कार्यकारिणी सभासद, हैदराबाद आकाशवाणीवर निवेदिका, विविध वृत्तपत्रे तसेच नियतकालिकांमधून त्यांनी मराठी वाङ्मयविषयक लेखन केले आहे. स्त्री लिखित कादंबऱ्या प्रेरणा आणि प्रवृत्ती, विश्वव्यापी (अनुवाद), तेजतपस्विनी चित्रपट निर्मिती कथा, आनंदाचे आवारू श्रीमद्‌भगवत कथा ही त्यांची पुस्तके प्रकाशित आहेत. मराठीसह उर्दू, तेलगू, हिंदी, इंग्रजी या भाषांतूनही त्यांनी अनेक महाविद्यालयांतून आणि विद्यापीठांतून सेमिनार तसेच शोधनिबंध सादर केले आहेत. मुंबई, सातारा येथील अखिल भारतीय मराठी साहित्य संमेलन; तसेच सॅनहोजे, दुबई येथील विश्व मराठी साहित्य संमेलनात त्या निमंत्रित होत्या.

पुस्तके -

१) 'स्त्रीलिखित कादंबरी - प्रेरणा व प्रवृत्ती'

२) 'विश्वव्यापी' (अनुवादित) ख्रिस्तपूर्व कालातील भारतीयांची विदेशयात्रा.

३) 'तेजतपस्विनी' चित्रपटनिर्मिती कथा

४) 'आनंदाचे आवारू - श्रीमद्‌भागवत-कथा, काव्य, तत्त्वज्ञान,'

५) 'आनंदाचे आवारू - श्रीमद्‌भागवतकथा'

कार्याधीन प्रकल्प -

१) प्रकल्प प्रमुख-अखिल भारतीय महिला चरित्रकोश (संघमित्रा सेवा प्रतिष्ठान, नागपूर)

२) संपादक - संपूर्ण भारतातील विचारवंच व समाजसुधारक यांचे स्त्रीजीवन विकाससंबंधित विचार व कार्य (साहित्यप्रेमी भगिनी मंडळ, पुणे)

संस्थाकार्य - अखिल भारतीय मराठी साहित्य महामंडळ-उपाध्यक्ष (माजी), सदस्य.

मराठी साहित्य परिषद, तेलंगण - कार्यवाह.

मराठी महाविद्यालय व पंचधारा प्रकाशन - कार्यवाह.

महाराष्ट्र मंडळ, हैदराबाद - माजी कार्यवाह, उपाध्यक्ष.

सखी मंडळ, हैदराबाद - कार्यवाह.

राष्ट्र सेविका समिती - कार्यकर्ता.

रोटरी क्लब, राज्य मराठी विकास संस्था - माजी सदस्य.

◆◆◆

९. बहुसांस्कृतिक परिप्रेक्ष्यातील मराठी नाटकांचे स्त्रीवादी संचित

नाटकाच्या कलात्मकतेचा अभ्यास केवळ कलेच्या वर्तुळातून पूर्णत्वास जाणार नसून त्याचे सामाजिक-सांस्कृतिक संदर्भही संशोधनासाठी महत्त्वाचे असल्याचे *संचित या ग्रंथातून पेरले गेलेय. डॉ. शोभा देशमुखांचा हा नाट्य समीक्षात्मक ग्रंथ, मराठी संस्कृतीसह एकूण राष्ट्रीय संस्कृतीला आकार देणाऱ्या स्त्रीसुधारणेच्या संदर्भात बहुभाषिक व बहुसांस्कृतिक मूल्यात्मकता रुजवणारा ऐतिहासिक ग्रंथ ठरतो.*

हैदराबादच्या उस्मानिया विद्यापीठात मराठी विषयाचे अध्यापन करणाऱ्या प्रा. डॉ. शोभा देशमुख यांनी मराठी नाट्यसृष्टीचे अवलोकन करून 'मराठी नाटकातील स्त्रीरूपे' हा ग्रंथ लिहिला आहे. प्रतिमा प्रकाशनच्या अरुण पारगावकरांनी हा ग्रंथ २००७ मध्ये प्रकाशित केलाय. हैदराबादचे निजाम स्टेट आणि महाराष्ट्र यांचे सांस्कृतिक-साहित्यिक अनुबंध लक्षात घेताना डॉ. श्री. दं. कुलकर्णीसारख्या पूर्वसुरींच्या कर्तृत्वाची आठवण सहज व्हावी. पंचधारा आणि मराठी वाङ्मयविश्व यांचे नातेही जुनेच ! याच वाङ्मयीन अनुबंधांच्या वारशात डॉ. शोभा देशमुख यांचे संशोधन आणि समीक्षा एकूण मराठी नाट्य समीक्षेच्या प्रवाहात अत्यंत मोलाची भर घालताना दिसते.

मराठी सारस्वतांमध्ये महिला समीक्षकांची वानवा सततच राहिली आहे. शिवाय नाट्यपदे लोकप्रिय असली, तरी नाटकातील स्त्रियांची विविध रूपे मात्र समीक्षेपासून काही प्रमाणात उपेक्षितच होती. या पार्श्वभूमीवर डॉ. शोभा देशमुख यांनी घेतलेल्या मराठी नाटकातील स्त्रीरूपांचा शोध, स्त्रीमुक्ती चळवळ आणि मराठी नाट्य समीक्षा या प्रवाहात नुसती भरच नसून मूल्यात्मक मांडणीचे नवे योगदान ठरते.

या ग्रंथात डॉ. शोभाताईंनी 'शारदा' नाटकापासून 'चारचौघी' नाटकापर्यंतच्या

नाटकांतील स्त्रीरूपांचा शोध घेतलाय. त्यानुषंगाने सुखरूप कथानक सांगणे, हे अपरिहार्यच ठरलेय. देवल, गडकरी, अत्रे, तेंडुलकर, जयवंत दळवी ते प्रशांत दळवींपर्यंतच्या बहुसंख्य नाटककारांच्या नाट्यकृतींची समीक्षा, स्त्रीत्वाचा शोध, या ग्रंथात समाविष्ट आहे.

अर्थात मराठी नाटकातील स्त्रीरूपांचाच केवळ अभ्यास करणे डॉ. शोभा देशमुखांना पुरेसे वाटत नाही; कारण आधुनिक मराठी स्त्रीजीवनाच्या गाभ्यातील प्रश्न त्यांना आव्हान देत असल्याने त्या प्रश्नमालिकेच्या संदर्भात शोभाताईंना मराठी नाटकातील स्त्री समजून घ्यायची आहे.

या पार्श्वभूमीवर १८८२ च्या ताराबाई शिंदे यांच्या लेखनातील साक्ष नोंदवून बालविवाह आणि विधवांच्या वेदनांचे दु:ख शोभा देशमुख पंडिता रमाबाई आगरकर, म. गांधी, ॲनी बेझंट अशा मान्यवर नेत्यांच्या स्त्रीसुधारणाविषयक विचारांची नोंद घेऊन, स्त्रियांच्या व्यथांची व्याप्ती आणि गुंतागुंतही या लेखनात अधोरेखित करण्यात आलीय. स्वा. सावरकरांच्या समाजोपयोगी स्त्री बुद्धिमत्तेच्या विचारांचे वेगळेपण शोभा देशमुख सहज पेलतात. पण व्यक्तिस्वातंत्र्यावर आधारलेल्या स्त्रीस्वातंत्र्याच्या न. चिं. केळकरप्रणीत विरोधाबद्दल तक्रार करीत नाहीत. मा. मांधींच्या स्त्रीच्या स्वातंत्र्यविषयक समतोल भूमिकेचा गौरव मात्र या विवेचनात जरूर दिसतो. याच गांधीवादी प्रवाहातील विनोबांनी मातृशक्तीचा केलेला गौरवही सन्मानित झालाय.

या परंपरेतील दादा धर्माधिकारी यांच्या स्त्रीच्या स्वायत्त जीवन संकल्पनेच्या विवेचनातील मर्म त्यांनी पुरेशा गांभीर्याने व सामर्थ्याने उलगडला आहे. 'स्त्री-पुरुष मुक्त संबंधाने स्त्रीवर येणारे अवांछित मातृत्व ते तिलाच शाप व शिक्षा वाटू लागेल.' हे या संदर्भातील भाष्य महत्त्वाचे आहे. दादा धर्माधिकारीप्रणीत 'वात्सल्य हे सांस्कृतिक मूल्य' अबाधित ठेवून स्त्रीचा मर्यादाभंग होता कामा नये, ही भूमिका डॉ. शोभाताईंनी समर्थनीय मानण्याचे दिसते.

विवाह संस्थेत नवऱ्याची सत्ता प्रस्थापित होऊन स्त्री परावलंबी झाल्यामुळे तिचे अस्तित्व केवळ लैंगिकतेशी बांधून ठेवले गेले. कुटुंब संस्थेने स्त्रीला सुरक्षितता दिली हे अर्धसत्य असल्याचे डॉ. शोभा देशमुखांचे मत विचार करायला लावणारे आहे. म्हणूनच पुरुषप्रधान संस्कृतीतील मूल्यात्मकता बदलण्यासाठी समाजाची मानसिकता बदलणे आवश्यक असल्याचे त्या सांगतात. गुलामगिरीकडून स्वातंत्र्याकडे आणि अगतिकतेकडून अस्मितेकडे स्त्रीने नव्या संस्कृतीच्या प्रकाशात झेप घेण्याची आवश्यकता स्त्रीवादी विचारांच्या साक्षीने डॉ. शोभा देशमुख नोंदवतात.

स्त्री-पुरुष समागमाच्या संदर्भातील सीमॉन दबॉव्ह आणि कमला भसीन

यांच्या बोल्ड अभिप्रायांच्या नोंदीसह लीला पाटील, अमृता प्रीतम, विद्युत भागवत, भालचंद्र नेमाडे, रा. ग. जाधव, नागनाथ कोत्तापल्ले, वि. रा. देव अशा अनेक लेखक-समीक्षकांच्या स्त्रीविषयक चिंतनाचा सुंदर व समर्पक आढावा डॉ. शोभा देखमुख यांनी घेतला आहे. या विवेचनाचे वर्तुळ स्त्रीवेदनेला कवेत घेते, स्त्रीच्या अंतरंगाचे दर्शन घडवते. सामाजिक-सांस्कृतिक पर्यावरणात जगणाऱ्या-मरणाऱ्या स्त्री प्रश्नावर व्यापक प्रकाश टाकते. डॉ. शोभा देशमुख यांचे स्वत:चे स्त्रीपण प्रगल्भ आणि संवेदनशील असल्याने या ग्रंथातील विवेचन अधिक मूल्यात्मक व परिणामकारक झाले आहे. समाज परिवर्तनाच्या व्यापक प्रवाहाचे धनुष्य पेलताना स्त्रीमुक्तीच्या जिव्हाळ्याचा विषय विवेकाने हाताळणे आणि त्याच प्रश्नावर आधारित मराठी नाट्य सृष्टीतील स्त्रीरूपांचा अनुबंध स्पष्ट करणे, ही साधी, सोपी बाब उरतच नसते. म्हणूनच डॉ. शोभा देशमुखांची या पुस्तकातील विषयाने सांस्कृतिक परीक्षाच घेतल्याचे जाणवते.

नाटकासारखे बहुआयामी माध्यम आणि स्त्रीप्रश्नांचा सनातन इतिहास यांचा समीक्षात्मक गोफ गुंफताना, डॉ. शोभा देशमुख यांचे चिंतन आणि अभ्यास पणाला लागल्याच्या साक्षी या ग्रंथात विखुरल्यात. पुस्तकातील पहिल्या प्रकरणात घटस्फोटाच्या प्रश्नापासून अनिच्छेने केलेला समागम म्हणजे नवऱ्याचा बलात्कार या वास्तवापर्यंतचे सर्व प्रश्न समतोल विवेचनातून मांडले गेलेत. हा सर्वच तपशील स्त्रीमुक्ती चळवळीच्या व एकूण समाज परिवर्तनाच्या व्यापक परिप्रेक्ष्यात निर्णायक महत्त्वाचा ठरतो.

याच प्रकरणातील स्त्रीप्रश्नांचा अनुबंध जोडून 'शारदा', 'एकच प्याला' ते 'वाडा चिरेबंदी', 'चारचौघी' असा लेखन प्रवास डॉ. शोभा देशमुख यांनी या ग्रंथात अधोरेखित केलाय. मराठी नाट्यसृष्टीचे अंतरंग स्त्रीमुक्तीच्या अंगाने पेलण्याचा प्रयत्न मराठी समीक्षा विश्वात दुर्मीळ असल्याने या ग्रंथाचे दुहेरी मूल्य व महत्त्व समजून घेणे आवश्यक वाटते. समाजप्रबोधनाचा कलाविश्वातील प्रभावही यानिमित्ताने आकलन करण्याची सोय झालीय. समाजातील सुमारे अर्ध्या लोकसंख्येच्या वेदनेचा सांस्कृतिक कैवार घेऊनच डॉ. शोभा देशमुख यांनी या पुस्तकाच्या सिद्धीचा संकल्प पूर्ण केल्याचे जाणवते. मराठी नाटकांचे मूल्यमापन करणाऱ्या मार्क्सवादी, दलित, गांधीवादी समीक्षाप्रमाणेच स्त्रीवादी समीक्षेची भूमिका इथे प्रमाण मानली गेलीय. अर्थातच ही समीक्षा केवळ नाटकातील स्त्रीरूपांची नसून तिची व्याप्ती, संस्कृती समाज व साहित्यविश्वाला भिडणारी आहे. या मांडणीतील चिंतन सूत्रांचा थेट संबंध, स्त्री-पुरुष विषमतेची आणि सामाजिक संरचनेतील पक्षपाती पुरुषी सत्तेच्या कुरूपतेशी जुळलेला आहे. त्यासाठी डॉ. शोभा देशमुख यांचा समाजशास्त्र, मानसशास्त्र आणि

न्यायशास्त्राचा अभ्यास उपयुक्त ठरलाय. या तर्कशुद्ध अभ्यासाच्या पार्श्वभूमीवरच या ग्रंथाची मांडणी सिद्ध झाल्याचे सत्य समजून घ्यावे लागते.

डॉ. शोभा देशमुखांच्या भूमिकेचे खरेखुरे मूल्य 'आधुनिक मराठी स्त्रीजीवन' या पहिल्या आणि 'मराठी नाटकातील स्त्रीरूपे : अवलोकन व आकलन' या शेवटच्या प्रकरणातच प्रत्ययाला येते. मधली सर्व प्रकरणे मराठी नाटकांच्या कथानकाला अधोरेखित करताना सर्वच व्यक्तिरेखांसह स्त्रीरूपाच्या शोधाचा तपशील देतात. डॉ. शोभा देशमुखांचे खरे चिंतन, सामर्थ्य आधुनिक स्त्री जीवनाच्या अंतरंगाच्या असंख्य प्रश्नांना भिडण्यात आणि मराठी नाटकातील स्त्रीरूपांचा सम्यक वेध घेण्यातच सिद्ध झालेय.

म. फुले. आगरकर यांच्या स्त्रीसुधारणा पर्वाचा प्रवाह या लेखनात महत्त्वाचा ठरला आहे. त्याचप्रमाणे सावित्रीबाई फुले, रमाबाई रानडे, यशोदाबाई आगरकर, आनंदीबाई जोशी, काशीबाई कानिटकर या प्रातिनिधिक स्त्रियांच्या शिक्षणासाठी झालेल्या हालअपेष्टांचा इतिहासही अस्वस्थ करणारा आहे. या पार्श्वभूमीवर सध्याचा बालविवाह प्रतिबंधक कायदा आणि शारदा या नाटकाचे डॉ. शोभा देशमुखांनी सिद्ध केलेले सांस्कृतिक नाते लक्षात घेणे गरजेचे आहे. बलात्कारित स्त्रीला न्याय मागताना कायद्याच्या अपूर्णतेने कोर्टात पुन्हा एकदा तिला बलात्काराला सामोरे जावे लागते; कारण बलात्कार झाल्याचे तिलाच सिद्ध करावे लागते. या पार्श्वभूमीवर पुरुष नाटकाने दाखवलेले धाडस सत्कारणी लागल्याचा डॉ. शोभा देशमुखांचा अभिप्राय अत्यंत बोलका आहे, कारण १९८२ मध्ये पुरुष नाटकातील अंबिकेने आक्रोश केला आणि अस्तित्वात असलेल्या कायद्याने बलात्कारित स्त्रीला न्याय मिळणार नसण्याने १९८३ मध्ये कायद्यात सुधारणा झाल्याचे डॉ. शोभाताई सांगतात. स्त्री-पुरुष विषमता, लैंगिक अत्याचार, कायद्याची अपूर्णता आणि नाटकातील कलात्मक वास्तव या सर्वांच्या समर्थ आकलनाची, प्रातिनिधिक साक्ष या एकाच उदाहरणावरून प्रत्ययाला यायला हरकत नसावी.

डॉ. शोभा देशमुखांनी या बहुप्रवाही सांस्कृतिक वास्तवाचे केलेले मुळातील विश्लेषण अत्यंत वस्तुनिष्ठ व तर्कशुद्ध आहे. त्या म्हणतात, 'वास्तवाचा छेद आणि भविष्याचा वेध घेण्याच्या नाटककारांच्या सामर्थ्यांवरून त्या नाटकाचा व त्या भाषेतील रंगभूमीचा बाज ठरत असतो.' (पृ. २१३)

मराठी नाटककारांच्या न सुटलेल्या वास्तवतेच्या भानाबद्दल आणि त्यांनी घेतलेल्या भविष्याच्या वेधाबद्दल डॉ. शोभा देशमुखांनी गौरवाची नोंद केलीय. मराठी नाट्यविश्वाचे हे कलात्मक श्रेष्ठत्व वादातीत ठरावे.

संस्कृतीच्या व्यापक परिप्रेक्ष्यातील समाजसुधारणाविषयक वैचारिकता आणि नाट्य कलाकृतीमधील जाणिवांचा संवादी समतोल डॉ. शोभा देशमुखांच्या मांडणीत प्रत्ययाला येतो.

नाटकाच्या माध्यमातून विचारांच्या संक्रमणाचे आकर्षण वाटल्यानेच अनेक यशस्वी साहित्यिकांनी नाटकाचा फॉर्म हाताळला. त्याची साक्ष देताना लेखिकेने प्र. के. अत्रे, गडकरी, शिरवाडकर, खानोलकर या कवींसह भावे, दळवी, कानेटकर, मतकरी, तेंडुलकर, अनिल बर्वे, विश्राम बेडेकर या कथा-कादंबरीकारांचीही नोंद केलीय.

'शारदा' ते 'एकच प्याला', 'शांतता कोर्ट चालू आहे' ते 'बॅरिस्टर', 'पुत्रकामेष्टी' ते 'वाडाचिरेबंदी' असे कालखंड कापून त्या नाटकांतील स्त्रीरूपांच्या शोधप्रक्रियेत डॉ. शोभा देशमुख यांनी सामाजिक वास्तवाचे अनुबंध अधोरेखित केले. त्यामुळे शारदा नाटकाच्या कालखंडापासून चारचौघी नाटकाच्या अत्याधुनिक काळापर्यंतचे स्त्रीविषयक प्रश्न आणि त्यांचा गुंता, नाट्य पातळीसह वास्तवाच्या निकषावरही उलगडण्याचे कठीण आव्हान डॉ. शोभा देशमुख सहज पेलून नेतात.

त्यांच्या अभ्यासातून तेलगू नाट्यसृष्टीचे अंतरंगही मार्क्सवादी प्रभावाच्या संदर्भात डोकावून जाते. बंगाली आणि कानडी नाट्यविश्वाचा स्त्रीमुक्ती संदर्भातील डॉ. शोभाताईंनी घेतलेला धांडोळा या ग्रंथाचे वाङ्मयीन व सांस्कृतिक माहात्म्य सांगते. विशेषत: गिरीष कर्नाड यांच्या 'ययाती', 'तुघलक' इत्यादी कन्नड नाटकांचा आणि मराठी रंगभूमीचा अनुबंध स्पष्ट करताना स्त्रियांच्या प्रश्नांचे मूलभूत मूल्यमापन डॉ. शोभा देशमुख विसरत नाहीत. बसवेश्वरांच्या तत्त्वज्ञानाचा उपयोग करून आंतरजातीय विवाहाचे कथानक स्वीकारलेल्या 'तलेदंडा' नाटकासह एकूणच कन्नड रंगभूमीचे केलेले डॉ. शोभा देशमुखकृत विश्लेषण या ग्रंथात महत्त्वाचे ठरलेय.

हिंदी भाषेतील उपेंद्रनाथ अश्क, सेठ गोविंददास, लक्ष्मीनारायण मिश्र, मोहन राकेश यांच्या नाट्य कलाकृतींचा धावता आढावा घेताना त्यामधील स्त्रीरूपांचा वेध लक्षणीय ठरला आहे.

हिंदी भाषेत सामाजिक नाटकांचा प्रवाह विलंबाने सुरू झाल्याचे त्यांचे निरीक्षण त्यांच्या तौलनिक अभ्यासाचे महत्त्वाचे फलित आहे; तसेच मराठी नाटकातील स्त्रीजीवन चित्रण इतर भाषेतील नाटकांपेक्षा अधिक पुरोगामी असल्याचे चिंतनसूत्र, मराठी नाट्यासह मराठी समाज जीवनाचा गौरव सन्मानित करणारे आहे. मराठी नाटकातील स्त्रीसमस्या या काल्पनिक व स्वप्नरंजनात्मक नसून त्या समाजव्यवस्थेने नाटककारासमोर उभी केलेली आव्हानेच असल्याचे लेखिकेचे मत लक्षणीय आहे.

मराठी नाटक समाज जीवनाच्या अंतरंगाशी भिडत गेल्यानेच इतरांपेक्षा अधिक सकस व समर्थ उतरण्याचा डॉ. शोभा देशमुखांचा अभिप्राय आहे.

समाजसुधारकांच्या सर्व प्रवाहातील मान्यवरांची नोंद घेतली आहे. त्यांच्या कर्तृत्वाचे केलेले आकलन गांधीवाद, मार्क्सवादापासून स्त्रीवादी परिवर्तन प्रवाहांचा सम्यक शोध घेतलेला आहे. हिंदी, कन्नड, बंगाली, बंगाली, तेलगू नाट्यविश्वातील स्त्रीविषयक जाणिवा आणि मराठी नाट्य परंपरेतील स्त्रियांचा नोंदवलेला तुलनात्मक अभ्यास स्वाभाविक व प्रयत्नपूर्वक झालेल्या व केलेल्या सामाजिक वास्तवातील स्थित्यंतरे अशा सर्वच सांस्कृतिक संदर्भांना स्वत:च्या स्वतंत्र प्रज्ञेच्या बळावर समर्थपणे पेलण्याची किमया डॉ. शोभा देशमुख यांनी सिद्ध केलीय. संशोधनाच्या क्षेत्रात नव्याने प्रवेश करणाऱ्या नव्या पिढ्यांना सुधारणावाद आणि नाटक या दोन्ही प्रवाहांत प्रेरणा व मार्गदर्शन करण्याची क्षमता या ग्रंथाने अधोरेखित केलीय. शिवाय नाटकाच्या कलात्मकतेचा अभ्यास केवळ कलेच्या वर्तुळातून पूर्णत्वास जाणार नसून त्याचे सामाजिक-सांस्कृतिक संदर्भही संशोधनासाठी महत्त्वाचे असल्याचे संचित या ग्रंथातून पेरले गेलेय. डॉ. शोभा देशमुखांचा हा नाट्य समीक्षात्मक ग्रंथ, मराठी संस्कृतीसह एकूण राष्ट्रीय संस्कृतीला आकार देणाऱ्या स्त्रीसुधारणेच्या संदर्भात बहुभाषिक व बहुसांस्कृतिक मूल्यात्मकता रुजवणारा ऐतिहासिक ग्रंथ ठरतो. म्हणूनच त्याचे स्वागत व गौरव अपरिहार्य आहे.

परिचय

डॉ. सौ. शोभा देशमुख

प्रोफेसर व विभागप्रमुख (निवृत्त)

उस्मानिया विद्यापीठ, हैदराबाद

- प्रकाशित पुस्तके १) शिरवाडकरांची नाटके २) रंगभूमी मराठीतील अनुवादित नाटकांची ३) स्वातंत्र्यपूर्व काळातील तेलगू व मराठी नाटक ४) मराठी नाटकातील स्त्रीरूपे ५) नाट्यलेखन आणि नाट्याविष्कार

- अनुवाद - 'अंत्यनिवेदन' या तेलगू कादंबरीचा मराठीत अनुवाद. 'पारध' या मालतीबाई बेडेकर यांच्या नाटकाचा इंग्लिशमध्ये अनुवाद. 'श्रीपाद श्रीवल्लभ चरित्रामृत' या ग्रंथात अनुवाद साहाय्य.

Earth Earthquake Essentials of Safety या पुस्तिकेचा मराठी अनुवाद.

- युनिव्हर्सिटी ग्रँट्स कमिशनतर्फे पुढील तीन प्रकल्प पूर्ण १) स्वातंत्र्यपूर्व

काळातील तेलगू व मराठी नाटक २) मराठी नाटकातील स्त्रीरूपे 'शारदा' ते 'चारचौघी' ३) समकालीन भारतीय नाटकातील स्त्रीरूपे (मराठी, तेलगू, कन्नड, हिंदी, बंगाली)

- २००७ चा म.सा.प, पुणे यांचा उत्कृष्ट नाट्यसमीक्षा म.वि. गोखले पुरस्कार.

नाटकातील स्त्रीरूपे ग्रंथास प्रदान.

- राष्ट्रीय व आंतरराष्ट्रीय चर्चा सत्रातून सक्रिय सहभाग.

- पंचधारा या म.सा.प., आंध्र प्रदेश या संस्थेच्या त्रैमासिकाचे संपादन.

◆◆◆

१०. आध्यात्मिक - भौतिक संशोधन

'श्री ज्ञानेश्वरांचा सिद्धयोग आणि आधुनिक जीवन' हा डॉ. सौ. उर्मिला पंत हैदराबादकर यांनी लिहिलेला ग्रंथ त्यांच्या पीएच.डी.च्या संशोधनावर आधारित आहे. डॉ. शोभाताई देशमुख या प्रसिद्ध संशोधक-अभ्यासक यांच्या मार्गदर्शनाखाली लिहिलेला हा ग्रंथ ज्ञानेश्वरांच्या संतत्वाची वेगळी बाजू प्रकाशमान करणारा आहे. ज्ञानेश्वरांचे तत्त्वज्ञान, त्यांची भक्ती, त्यांचे कवित्व आजवरच्या अभ्यासकांनी आपलेसे करून हजारो ग्रंथांची निर्मिती केली. पण ज्ञानेश्वरांच्या सिद्धयोगावर मात्र अत्यंत कमी प्रमाणात संशोधन व लेखन आढळते. या पार्श्वभूमीवर डॉ. उर्मिला पंत हैदराबादकर यांनी या मूलभूत विषयावर संशोधन केले. ही बाब संत साहित्यासह एकूणच सांस्कृतिक परिप्रेक्ष्यात महत्त्वाची मानायला हवी. मुख्य म्हणजे ज्ञानेश्वरांच्या सिद्धयोगाचा आधुनिक जीवनाशी असलेला वैयक्तिक सामाजिक अनुबंधही या पुस्तकात अधोरेखित केला आहे.

संत ज्ञानेश्वरांचे चरित्र आणि त्यांचे वाङ्मयीन कर्तृत्व नोंदल्यावर त्यांच्या दार्शनिक भूमिकेचा घेतलेला परामर्श हा निवडलेल्या विषयाची पार्श्वभूमी म्हणून आवश्यक मानला, तरी त्यात संशोधनाला फारसा वाव मिळालेला दिसत नाही; कारण पूर्वसुरींनी त्या संदर्भात विपुल लेखन केलेय. परंतु ज्ञानेश्वरांनी सांगितलेला पंथराजू म्हणजेच सिद्धयोगाचा विषय मात्र लेखिकेला आव्हानच ठरेल. पण श्रद्धा आणि संशोधन यांच्या एकात्म बळावर हे संशोधन उत्तररित्या पेलल्याचे दिसते. सिद्धयोग प्रक्रिया समजून घेणे व सांगणे प्रात्यक्षिकाशिवाय कठीण असतानाही त्याची सैद्धांतिक बाजू लेखिकेने अभ्यासपूर्वक नोंदवलीय. सिद्धयोगाचे साधन सद्गुरुकृपाच असून, शिष्यांमध्ये भक्तिसंक्रमण करून ही प्रक्रिया पूर्ण होत असल्याचे सत्य त्या व्यक्त करतात. स्पर्शदीक्षा, दृग्‌दीक्षा, शब्ददीक्षा, वेददीक्षा, असे प्रकार सिद्धयोगाच्या प्रकियेचे अंतरंग स्पष्ट करतात.

सिद्धयोगामध्ये कर्म आणि योग या सर्वांचा समावेश असल्याने त्याला महायोग म्हटले जाते. या योगात आपोआप होणारे कर्म, ज्ञानाची साधना, प्राणायाम यांचे महत्त्व असून त्यामुळेच साधकाच्या मनात भक्तिभावही निर्माण होतो.

ज्ञानेश्वरांच्या सर्वच वाङ्मयीन कलाकृतींचे तात्त्विक अधिष्ठान अद्वैती तत्त्वज्ञान असून त्यात भक्ती, कर्म आणि योगाचा समन्वय दिसतो. या सर्वांच्या एकात्म स्वरूपालाच डॉ. पंत सिद्धयोग म्हणतात. अद्वैत आणि सिद्धयोग यांचे समीकरण त्या मांडू पाहतात. परंतु भक्ती, कर्म व ज्ञान या सर्वांचे अस्तित्व योगासह अद्वैतामध्ये असले, तरी योगाचे वेगळेपण व स्वतंत्र अस्तित्व लक्षात घेणे गरजेचे आहे. योगसाधना सर्वसामान्य भक्ताला कठीण असल्यानेच अद्वैतातील भक्तिमहिमा अधोरेखित करण्यात आला. ज्ञानालाही स्वतंत्र मूल्य व महत्त्व आहे. सिद्धयोगात ज्ञान, कर्म, भक्तीला महत्त्व असले, तरी ते योगसाधनेच्या तुलनेत दुय्यम आहे. सिद्धयोगात सद्‌गुरू कृपेने जागृत शक्तीच्या माध्यमातून जिवाचा प्रवास शिवापर्यंत होण्यास अधिक महत्त्व आहे. प्राणायाम, आसने यांना निर्णायक महत्त्व आहे. तेव्हा अद्वैत=सिद्धयोग असे समीकरण न मानता अद्वैताचा भाग एक संदर्भ म्हणजे सिद्धयोग मानणे उचित होईल.

सिद्धयोगाची साधना प्रक्रिया ग्रंथात गांभीर्याने व समर्थपणे मांडली आहे. 'सगुण भजनाच्या मुळाशी असलेले निर्गुण तत्त्व म्हणजेच सद्‌गुरू होत', अशी अनेक चिंतनसूत्रे या लेखनाचा संशोधनात्मक दर्जा वाढवताना दिसतात. 'शिष्याची शरणागती' म्हणजेच त्याच्या चित्ताची शरणगती आणि सद्‌गुरुची कृपा यांचा सिद्धयोगातील संयोग महत्त्वाचा असतो. या मांडणीतील 'समर्पण' म्हणजे दास्यभक्ती हे सूत्रही अस्सल अभ्यासाची साक्ष देते.

डॉ. उर्मिला पंतांनी त्यांचे संशोधन सप्रमाण मांडले आहे. या क्षेत्रातील अनेक मान्यवर विद्वानांच्या मतांचा आधारही स्वीकारला आहे. डॉ. द. बा. पंडितराव मांगलेकर, योगतपस्वी ढेकणे महाराज, डॉ. के. रा. जोशी, श्री. गोपीनाथ कविराज अशा अनेक विद्वानांच्या अभ्यासाची सूत्रे या लेखनाला बळ देऊन जातात.

शक्तिपात, कुंडलिनी जागृती अशा सिद्धयोगातील संकल्पनांचा अर्थ या लेखनात सोप्या भाषेत विशद केल्याने स्पष्टता व सरलता आली आहे. आत्मज्ञानासाठीच कर्म-भक्ती-जप-तप-मंत्र-तंत्र या साधनांचा पुरस्कार करून अंतिमत: कुंडलिनी जागृतीचा प्रयोग यशस्वी केला जातो. कुंडलिनी जागृतीत सर्व तत्त्वांचा लय होऊन ब्रह्मस्वरूप होण्याचा ध्येयवाद साध्य केला जातो. अज्ञानात अडकलेला जीव ज्ञानप्राप्तीने मुक्त होतो. त्याशिवाय परमशांती अशक्य असल्याची लेखिकेची मांडणी या क्षेत्रातील

संकल्पना अधिक स्पष्ट करणारी आहे. अध्यात्म आणि लौकिक जीवनाला कवेत घेणारे असंख्य संदर्भ व संकल्पना एकाच मांडणीत व्यक्त झाल्याने या लेखनाला केवळ गूढ परमार्थवादी संशोधनाचा शिक्का मारता येणार नाही.

सिद्धयोगाच्या परंपरेतील श्रीस्वामी गंगाधर तीर्थ, श्री. नारायण तीर्थदेव स्वामी महाराज, श्री. शंकर पुरुषोत्तम तीर्थ स्वामी महाराज, श्री लोकनाथ तीर्थ, स्वामी महाराज अशा योगी महापुरुषांचे सूत्रात्म चरित्र आणि त्यांचे योगक्षेत्रातील कर्तृत्व या लेखनात श्रद्धेने न्हाऊन निघाले आहे. संशोधन आणि श्रद्धा यांचा प्रत्येक वेळी विरोधी किंवा संघर्ष असतोच असे मानण्याचे कारण नाही. मार्क्स-आंबेडकरांवरील असंख्य संशोधनात्मक लेखनात श्रद्धेचा पाझर दिसतोच. पण वस्तुनिष्ठ लेखनाला आवश्यक ठरणारी तर्कशुद्ध मांडणी श्रद्धेच्या पुरात वाहून जाऊ नये, ही अपेक्षा संशोधनाच्या संदर्भात निर्णायक महत्त्वाची ठरते. 'दक्षिण चलो' या प्रकरणातील योगी तपस्वी स्वामी महाराजांच्या कार्याचे वर्णन करताना अनेक वेळा श्रद्धेत बुडालेली मांडणी समोर येते. विज्ञाननिष्ठ आणि इहवादनिष्ठ मार्क्स-आंबेडकरवादी वाचकांना अशी श्रद्धाशील मांडणी मुळीच पचू शकणार नाही. त्यामुळे डॉ. उर्मिला पंतांच्या या लेखनाचे मूल्य केवळ आध्यात्मिक परिघातील वाचकांनाच प्रभावी ठरू शकते. अर्थात इतरांची पर्वा करण्याचे कारण असण्याची गरज नाही. पण या संशोधनाच्या मांडणीचे आवाहन कोणत्या परिप्रेक्ष्यात रुजू शकते व कोणत्या नाही, याचे भान असणे एकूण सांस्कृतिक संचितांच्या संदर्भात महत्त्वाचे वाटते.

सिद्धयोगाची महाराष्ट्रीय परंपरा श्री. गुळवणी महाराजांपासून सुरू होऊन, श्री. दत्त महाराज कविश्वर, श्री. ढेकणे महाराज, श्री. हरिभाऊ जोशी महाराज, अशा कर्तृत्वाने संपन्न होत जाते. या संदर्भातील महाराज पीठ परंपरेचा तक्ता अत्यंत अर्थपूर्ण असून त्यामुळे सिद्धयोग्यांच्या इतिहासाचे दर्शन घडते.

आधुनिक जीवनाशी सिद्धयोगाची नाळ जुळवून केलेली या लेखनातील मांडणी लौकिक जीवनाच्या साफल्याच्या संदर्भात महत्त्वाची वाटते. कुंडलिनी जागृतीची साधक परंपरा प्रत्येक कालखंडात मध्यवर्ती प्रवाह बनू शकली नाही, हे ऐतिहासिक सत्य आहे. त्या तुलनेत भक्तीचा मळा अधिक बहरला. भक्तीचा प्रवाह प्रत्येक काळात दुथडी भरून वाहत राहिला, कारण नामस्मरण, भजन, कीर्तन योगमार्गाच्या व ज्ञानमार्गाच्या तुलनेने सामान्य भक्तासाठी सोपे व सुलभ ठरले.

या पार्श्वभूमीवर आधुनिक जीवनात सिद्धयोगाचे महत्त्व पेरताना, मनाला संतुलित ठेवण्यासाठी उपयोगी पडणाऱ्या योगाचे महत्त्व डॉ. पंत सांगू पाहातात. गतिमान यंत्रयुगातील मानसिक ताणतणावातून मुक्ती मिळवण्यासाठी सिद्धयोग

उपयुक्त असल्याचे मत त्या मांडतात. शारीरिक व मानसिक तणावामध्ये समबुद्धी-समत्व आणि संतुलन साध्य करण्यासाठी सिद्धयोगाची असणारी उपयुक्तता डॉ. उर्मिला पंत यांनी श्री. ढेकणे महाराजांच्या सिद्धयोग पुस्तिकेची साक्ष नोंदवून सांगितली आहे. सिद्धयोग प्रक्रियेतील स्व-शरणागती ही एक प्रकारे स्वत:चीच पूजा असल्याचे श्री. काका महाराजांचे चिंतनसूत्र नावीन्यपूर्ण आहे. परापूजेचा पूजाविधी म्हणजेच सिद्धयोग अशी मांडणी या संशोधनातून अभिव्यक्त झालीय.

अंत:शुद्धी ही राष्ट्रसंवर्धक व संरक्षक शक्ती असून तिचा थेट अनुबंध सिद्धयोगाशी असल्याची श्री. गुळवणी महाराजप्रणीत साक्ष डॉ. उर्मिला पंतांनी नोंदवली आहे. त्यामुळे आधुनिक जगाशी असणारे नाते अधिक अर्थपूर्ण होते.

आध्यात्मिक विश्वातील रहस्यमयता बुद्धीच्या पलीकडील असल्याचे सत्य सांगताना महाशक्तीची कृपा मात्र या सत्याला आकळू शकते, असा आशावाद या लेखनात पेरला गेलाय. परंतु भाकरीच्या शोधात भटकणारी कोटी कोटी जनता या आध्यात्मिक रहस्याच्या भानगडीत पडू इच्छित नाही आणि सृष्टीच्या शोधात रमलेले विज्ञान आध्यात्मिकतेला प्रमाण मानत नाही, अशा प्रतिकूल पर्यावरणात सिद्धयोगाची लौकिक उपयुक्तता मांडल्याचे महत्त्वाचे काम केले आहे. त्यांचा हेतू आधुनिक मानवाच्या भौतिक-आध्यात्मिक कल्याणाचा आहे. तो आस्तिकवाद्यांसह नास्तिकांनाही मान्य व्हायला हरकत नाही. ज्या ज्या दिशांनी मानवजातींच्या कल्याणाचे सामर्थ्य प्राप्त होईल ते ते सर्व स्वीकारून जीवन समृद्ध करण्याचा आपला सांस्कृतिक ध्येयवाद आहे. त्यात अध्यात्मवादाचे किंवा जडवादी-भौतिकवादाचे वावडे असण्याचे कारण नाही.

तेव्हा मानवकल्याणकारी चिंतन सूत्रावर आधारलेले डॉ. उर्मिला पंतांचे हे संशोधन महत्त्वाचे आहे. त्यांच्या या संशोधनाबद्दल समीक्षक म्हणून त्यांचे अभिनंदन करणे, हे सांस्कृतिक कर्तव्य समजतो.

परिचय

डॉ. उर्मिला पंत (हैद्राबाद)

'ज्ञानेश्वरीतील सिद्धयोग' विषयावर पीएच.डी. पुस्तक प्रकाशन. अनेक पुस्तकांची परिक्षणे प्रसिद्ध.

◆◆◆

११. विशुद्ध राष्ट्रवादाची 'डायरी'

हैदराबाद येथील श्री. विवेक देशपांडे या माजी वरिष्ठ पोलीस अधिकाऱ्याने आपल्या गोड चिमुकल्या नातीस, देशासाठी प्राण अर्पण करणाऱ्या वीरांना व आपल्या आई-वडिलांच्या स्मृतीस 'मागे वळून पाहताना' हे पुस्तक अर्पण केलेय. तीन पिढ्यांचा भावनिक अनुबंध आणि देशाला सुरक्षित ठेवणाऱ्या पोलिसांचे समर्पण या पुस्तकाच्या अर्पणपत्रिकेत अधोरेखित झालेय.

खरे तर लेखक देशपांडे यांच्या म्हणण्यानुसार एका गुप्तचर अधिकाऱ्याची डायरी म्हणजे हे पुस्तक असेलही! पण डायरीचा रुक्षपणा इथे किंचितही दिसत नाही. त्यामुळे विवेक देशपांडे यांच्या आत्मरंगात भिजलेल्या क्षणांची व घटनांची ही सुंदर कलाकृती आहे. या कलात्मक लेखनाला निदान मी तरी 'डायरी' अशा रुक्ष संबोधनाने संबोधणार नाही. प्रसिद्ध समाजसेविका विद्या बाळ यांची अत्यंत समर्पक प्रस्तावना पुस्तकाला लाभलीय. त्यामुळे या लेखनाचे वैभव अधिकच वाढलेय.

पोलीस खात्यात भरती झाल्यानंतर प्रशिक्षणापासून पुढील सर्व प्रवास या पुस्तकात केंद्रस्थानी आलाय. विशेषत: गुप्तचर विभागात सेवा बजावताना श्री. देशपांडे यांचे अनुभवविश्व कमालीचे वैविध्यपूर्ण आहे. पाकिस्तानचा हेर जुनेदसह वली मोहम्मद जाहीद, अहेसान हबीब या सारख्या देशद्रोही अतिरेकी कारवायात सामील असणाऱ्या शत्रूंना पकडण्याच्या प्रयत्नातील नाट्य या लेखनाचे वेगळे परिणाम सिद्ध करते. आय.एस.आय. आणि पाकिस्तानचा उद्देश, त्यांची धोरणे व त्यांच्या कारस्थानांचा लेखक देशपांडे यांनी घेतलेला वेध सर्वार्थाने महत्त्वाचा आहे. अशा आंतरराष्ट्रीय गुंतागुंतीच्या वास्तवाचे विश्लेषण करताना विवेक देशपांडे यांनी स्टॅनली वोलपर्टचा दिलेला उतारा अत्यंत बोलका आहे.

गुप्तचर विभागाची जबाबदारी पार पाडताना अत्यंत दुर्गम भागात देशपांडे यांच्या आयुष्याची अनेक वर्षे खर्ची पडली. हालअपेष्टा झाल्या पण निष्ठा पातळ

झाल्या नाहीत. लेह-लडाखमधील लेखकाचे जीवनानुभव अत्यंत रोमहर्षक आहेत. पोलिसांना किती खडतर जीवन जगावे लागते, याची साक्ष म्हणजे विवेक देशपांडे यांचा जीवनप्रवास होय.

अर्थात या प्रवासात देशपांडे यांना अनेक सुखद क्षणांचा लाभ झालाय. इंदिरा गांधींच्या दौऱ्यातील राजकीय धुमाळी शब्दांत टिपत असताना राष्ट्रीय नेत्याची ख्वाशियतही या पुस्तकात आत्मीयतेने नोंदलीय. नांदेड परिसरातील दौऱ्याच्या वेळी चुकून मध्येच उतरलेले हेलिकॉप्टर आणि त्यात राहून गेलेले इंदिरा गांधींचे सर्व सामान या घटनेतील नाट्य श्री. विवेक समर्थपणे वर्णितात. विशेषत: नांदेडला आल्यावर इंदिरा गांधींनी अनेक भारी किमतीच्या साड्या बाज़ूला सारून फक्त हॅण्डलूमच्या साडीचा केलेला स्वीकार अत्यंत बोलका आहे. म. गांधीजींच्या विचारांची नाळ इंदिरा गांधींच्या या साध्या; पण महत्त्वाच्या कृतीशी सहजपणे जुळली जाते. सामान्य ऑफिसरचे आभार मानणाऱ्या इंदिरा गांधी, आणीबाणी, चौफेर आक्रमकता पेरणाऱ्या इंदिरा गांधी, निवडणुकांच्या दौऱ्यात गरजणाऱ्या इंदिरा गांधी अशी कितीतरी इंदिरा रूपे विवेक यांनी या लेखनात साकार केलीत. विनोबा, इंदिरा, लेबनॉननचे अध्यक्ष अशा राष्ट्रीय-आंतरराष्ट्रीय ख्यातीच्या नेत्यांच्या सेवेतील व सहवासातील सुगंध इथे दरवळत राहातो.

कळंब, यवतमाळ, नागपूर, तुमसर, हैदराबादपासून थेट लेह-लडाखपर्यंतचा विवेक देशपांडे यांचा पोलिसी सेवेचा लेखा-जोखा, कर्तव्यनिष्ठेने ओतप्रोत आहे. उपाशीतापाशी राहण्यापासून ४५ कप चहा नि १०-१२ प्लेट भजी खाऊन ॲसिडिटी भोगण्याचाही इथे अनुभव आहे. देशद्रोही कारवाया करणाऱ्यांविरुद्ध धाडी घालणे, मोर्च्याचे वेळी बंदोबस्त ठेवणे, राष्ट्रीय नेत्यांच्या सुरक्षा व्यवस्थेत काळजी घेणे, अशी अनेक कामे विवेक यांनी इमानदारीने केली. अतिरेक्यांच्या गुंडांच्या क्रौर्याचा सामना करताना जीव धोक्यात घालावा लागला. नोकरीवर काही वेळा गंडांतर आले. जांबुवंतराव धोटेंसारख्या विदर्भ वीराची दाढी पकडून ठेवण्याचा प्रसंगही श्री. देशपांडे यांच्यावर आला, कारण त्यांनी देशपांडे यांची कॉलर धरली होती. पोलीस अधिकाऱ्याच्या सरकारी ड्रेसची अप्रतिष्ठा विवेक देशपांडे यांसारखा कर्तव्यदक्ष अधिकारी सहन करणे कसे शक्य आहे.

स्वत:च्याच घरी पाहुणा म्हणून आलेल्या कल्याणीबुवा रामदासी यांनी यवतमाळच्या दत्त चौकातील त्यांच्या प्रवचनात 'मुसलमानांना तरी पाठवा' अशी चिथावणीखोर भाषा वापरल्यामुळे विवेक यांनी त्यांना अटक केली. अशा असंख्य प्रसंगांतील नाट्य या डायरीचे वाङ्मयीन मूल्य वाढवते. नाटक वेडाचे सांस्कृतिक

संदर्भ 'अपराध मीच केला' या नाट्यप्रयोगाच्या कथनातून पुढे येतात कलावंत अधिकाऱ्याच्या व्यक्तिमत्त्वाची सुंदर साक्ष प्रत्ययाला येते. पण इंदिरा गांधींचे भाषण व 'अपराध मीच केला' नाटकाच्या प्रयोगाचा नीट अनुबंध जुळत नाही.

हैदराबादच्या दंगलीतील क्रौर्य लेखक देशपांडे, त्यांच्या सिद्धहस्त लेखणीतून कसलेल्या अव्वल लेखकाप्रमाणे वर्णितात. तत्कालीन राजकीय-धार्मिक संदर्भाचा गुंता उकलतात. मानवी मूल्यांच्या कैवारातून लिहितात. विवेक देशपांडे यांचे हे लेखन ललित वाङ्मयाच्या कसोटीवर तर सहज उतरतेच; त्यामधील वैचारिकतेची चिंतनसूत्रे अत्यंत महत्त्वाची आहेत. राष्ट्राच्या एकात्मतेला जपणारे व पूजणारे राष्ट्रीय वृत्तीचे लेखन म्हणून विवेक देशपांडे यांच्या या पुस्तकाचा गौरव अटळ आहे.

१९४८ ते १९७८ या काळात हैदराबादला झालेल्या हिंदू-मुस्लीम दंगलीत, हिंदू-मुस्लिमांची किती माणसे मेली व कुणाचे किती नुकसान झाले, यासंबंधीची आकडेवारी या पुस्तकातील तक्त्यामध्ये देण्यात आलीय. सल्लाउद्दीन औवेसीच्या जातधर्मीय राजकीय नेतृत्वाचे पहिले यश आणि एमआयएमचा लोकसभेतला पहिला प्रवेश विवेक देशपांडे यांनी हैदराबाद दंगलीच्या पार्श्वभूमीवर अधोरेखित केलाय. या लेखनातील श्री. देशपांडे यांचे भाष्य आणि विवेचन धार्मिक श्रद्धांनी बाधीत होत नाही, कारण त्यांच्या मनातील राष्ट्रीय भावना प्रांजळ आहे. धर्माच्या संबंधी त्यांची भूमिका डोळस व पुरेशी तटस्थ आहे. स्वत:च्या हिंदू धर्माच्या निष्ठा या लेखनात प्रबळ झाल्याचे दिसत नाही. अन्यथा कल्याणीबुवा रामदासींना त्यांनी अटकच केली नसती.

समाजाच्या सुरक्षिततेचे आणि राष्ट्राच्या एकात्म रूपाचे मूल्यमापन सतत जागृत ठेवूनच या पुस्तकाचे लेखन श्री. देशपांडे यांनी केले आहे. 'मागे वळून पाहताना' - विवेक देशपांडे आपल्याच जीवनकथेकडे पुरेशा तटस्थतेने पाहातात. या लेखनात गुप्तचर विभागातील कारकिर्दीचेच नाट्यपूर्ण प्रसंग नोंदले गेलेत. अर्थात पोलिसांचे अनुबंध धार्मिक-सामाजिक-राजकीय वर्तुळाशी स्वाभाविकपणेच जुळतात. त्यामुळे त्यांच्या चिंतनाचा पसारा त्यांच्या विवेचनात सहजपणे अवतरला आहे. त्यांचा समाज व संस्कृतीचा अभ्यास आणि राजकीय पर्यावरणाचे आकलन सुंदर शैलीत अर्थपूर्ण झालेय. महाराष्ट्र, आंध्र ते लडाख असे प्रांतीय व राष्ट्रीय अनुबंध सूक्ष्म तपशिलासह इथे अधोरेखित झालेत. म्हणून ही कथा केवळ लेखकाची नसून भारताच्या राजकीय-धार्मिक ताणतणावाची प्रातिनिधिक राष्ट्रीय सत्यकथाच आहे.

या पुस्तकातील राजकीय नेत्यांचे फोटो, कौटुंबिक क्षणांचे फोटो, मोर्चे-धाडी प्रसंगांचे फोटो डायरीतील वास्तव नोंदीचा जिवंतपणा सिद्ध करतात. विवेक देशपांडे

यांचे बहुआयामी व्यक्तित्व तर त्यातून आकारास येतेच; पण त्यांच्या कर्तृत्वाची साक्षही त्या फोटोंच्या मालिकेतून पुढे येते.

-राष्ट्रीय नेतृत्व आणि सामान्य व असामान्य व्यक्तित्वाप्रती लेखक विवेक देशपांडे यांची संवेदनशीलता जागृत आहे. म्हणून तर इंदिरा गांधींच्या पावलांचा ठसा या पुस्तकात छापला गेलाय. माणसांची व राष्ट्राची स्पंदने जाणून त्यांचा सांस्कृतिक-सामाजिक अनुबंध अर्थपूर्ण करण्याच्या प्रयत्नात विवेक देशपांडे यशस्वी झालेत. एक राष्ट्रवादी माणूस, अधिकारी आणि लेखक म्हणून त्यांचे कर्तृत्व गौरवास्पद आहे. मराठी वाङ्मयाच्या इतिहासात असे लेखन दुर्मीळ असल्याने विवेक देशपांडे यांचे अभिनंदन करणे सांस्कृतिक कर्तव्य ठरते.

परिचय

विवेक देशपांडे (हैदराबाद)

** पोलीस उपनिरीक्षक म्हणून १९६६ साली महाराष्ट्र पोलीस दलात दाखल.*

** १९७६ साली गुप्तवार्ता विभागात प्रतिनियुक्ती.*

** २००१ रोजी मुंबई येथून अतिरिक्त पोलीस उपायुक्त म्हणून सेवानिवृत्त.*

** दहशतवाद, राष्ट्रीय सुरक्षा या विषयांवर अभ्यासपूर्ण लेखन आणि भाष्य.*

** पोलीस दलातील सेवेत आलेले अनुभव 'मागे वळून पाहताना' या पुस्तकातून शब्दबद्ध केले आहेत.*

** मराठी भाषा, साहित्य यांवरील प्रेमापोटी विविध नियतकालिकांतून ते लेखन करीत असतात.*

** हैदराबाद येथे राहून मराठी साहित्यात ते भर घालत आहेत. भाषिक प्रांताच्या परिघाबाहेरील त्यांचे कार्य उल्लेखनीय आहे.*

◆◆◆

१२. मराठी कवितेचे 'मध्य प्रदेशीय' वैभव

अनुराधाताई जामदार यांनी संपादन केलेला 'मध्य प्रदेशातील मराठी कविता' हा १०० कवींच्या १०० कवितांचा प्रातिनिधिक संग्रह. महाराष्ट्राच्या परिघाबाहेरील वाङ्‌मयीन सेवेचा आणि मराठीच्या सांस्कृतिक अनुबंधाचा उत्तम ठेवा आहे. 'मध्य प्रदेश मराठी साहित्य संघ भोपाळ' या संस्थेचे सचिव श्री. सुधाकर भाले यांनी हा कवितासंग्रह २०१२ मध्ये प्रकाशित केला. त्यामुळे हिंदी भाषिक मध्य प्रदेशामधील मराठी कवितांचा नजराणा मराठी सारस्वतात रुजू केला आहे.

भारताच्या इतिहासात ऐतिहासिक पराक्रम कोरून ठेवलेल्या महादजी शिंदे यांच्या कवितेपासून या संग्रहाचा प्रारंभ झाला आहे. छत्तीसगड-मध्य प्रदेश-महाराष्ट्र असा सांस्कृतिक संबंध स्वतःच्या वाङ्‌मय सेवेतून व प्रत्यक्ष कार्यातून सिद्ध करणाऱ्या वासनिक कपूर यांच्या कवितेने शेवट करण्यात आलाय. श्री. उत्तम कांबळे आणि श्री. वसंत आबाजी डहाके यांच्या अर्थपूर्ण शुभेच्छा काव्यसंग्रहास लाभल्या आहेत. संग्रहात मध्य प्रदेशच्या प्रमुख शहरांबरोबरच वेगवेगळ्या भागांतील जुन्या-नव्या पिढीतील कवींच्या कवितांना स्थान दिले गेलेय. अर्थात निवडलेल्या १०० कवींच्या असंख्य कविता, तर या संग्रहाबाहेर आहेतच, पण उर्वरित अनेक कवींच्या कविताही हिंदी भाषिक प्रदेशातील मराठी वाङ्‌मयीन प्रवाहांच्या कैवारी आणि मानकरी आहेत. त्यांचे सांस्कृतिक योगदान अधोरेखित करणे आवश्यकच आहे. तलवारीच्या पराक्रमाने दिल्लीची पातशाही हदरवणारे महादजी शिंदे मराठी कवितेच्या इतिहासातही योगदान देतात. ही बाब आश्चर्याची व माझ्यासह महाराष्ट्रीयांच्या ज्ञानात भर घालणारी भरजरी नोंद आहे.

महादजी शिंदे यांची 'होळी' ही कविता, श्रीगुरूंच्या पायी ब्रह्मविद्येचे कीर्तन-गायनाचे समर्पण करून, आनंदाने होळी खेळण्याची अनुभूती व्यक्त करते. ज्ञानाच्या अग्नीने काम-क्रोध जाळून परमार्थाच्या रंगात रंगू पाहणारी ही कविता पारलौकिक

युगधर्माच्या चिंतनसूत्रांना अभिव्यक्त करते.

ग्वाल्हेर संस्थानचे राजकवी असलेले आणि 'प्रेमाचे शाहीर' म्हणून संपूर्ण मराठी सारस्वताने गौरवलेले भा. रा. तांबे यांची 'महाप्रस्तान' ही कविता या संग्रहात आहे. मानवी जीवनातील अपरिहार्य प्रतिकूलतेतही धैर्याने चालण्याचा व जगण्यातील अर्थ शोधण्याचा आशावादी विचार ही कविता मांडते. इंदौरचे राजकवी रा. अ. काळेले यांच्या 'आपुली प्रीती पलीकडली' या कवितेत स्त्री-पुरुषांच्या मधुर प्रीतीचे सौंदर्यवेधी दर्शन घडते. पुनवेची रजनी, नदीचा किनारा, गुलाब, कमळे, कवी-वर्णित प्रेमाचे खेळ या सर्वांपलीकडे आपली प्रीतिभावना असल्याची अभिव्यक्ती, या कवितेतील प्रेमनिष्ठेचे मूल्य अधोरेखित करते.

देवासचे राजकवी गोविंद झोकरकर यांची 'श्रांत पथिक' ही कविता, समाज जीवनातील कुरूप वास्तवाचे दर्शन घडवतानाच मनातील उदासीनता अभिव्यक्त करते.

'कुणास वाहू ही फुले, धरू कुणाची पाऊले
दिसे न देव देवळीजळी स्थळी न कातळी'

अशा उदासीन अवस्थेतील उत्कट भावनाविलास काळजाला सहज भिडतो.

ग्वाल्हेर, इंदौर, देवास या संस्थांनच्या राजकवींच्या प्रातिनिधिक कविता, मराठी संस्कृतीच्या राजकीय-सांस्कृतिक संवादाच्या कलात्मक साक्षी आहेत.

मध्य प्रदेश प्रांतातील मागच्या पिढीतील प्रसिद्ध कवी माधव जामदार यांची 'सरस्वतीच्या रम्य तटावर' ही कविता, कवी आणि रसिक यांच्या सनातन संबंधाचे व सांस्कृतिक संवादात्मक अनुबंधाचे अक्षरमूल्य सिद्ध करते.

सरस्वतीच्या रमणीय किनाऱ्यावर भेटलेल्या रसिकाला कवी जामदार त्यांच्या कवितेला फुलांची ओंजळ अर्पण करतात. 'रसिक' हा युगायुगाचा स्नेही असून नाव-गाव काहीही माहीत नसतानाही तो केवळ समानधर्मी असल्याने कवीचे हृदयस्थ स्वर रसिक मनात संक्रांत होतात. कवी-रसिकांचा हा हृदय-संवाद आयुष्यातील आनंदाची पर्वणी असल्याची अनुभूती कवी माधव जामदार व्यक्त करतात. वाङ्मयीन परिप्रेक्ष्यातील रसिकतेचे श्रेष्ठ मूल्य सन्मानित करताना कवी जामदार म्हणतात,

'सरस्वतीच्या चरणापाशी । कवी-रसिकाची जोडी जमता
काळवेळही भान विसरतो । कवितेमधुनी रस पाझरता'

संत ज्ञानेश्वरांनी श्रोत्यांची थोरवी वंदनीय मानली आहे. या परंपरेत कवी माधव जामदारांची ही रसिक भक्ती कोणत्याही सुबुद्ध व सहृदय डोळस समीक्षकाला भावल्याशिवाय राहत नाही. अर्थपूर्ण निवडक शब्दांची लयबद्ध मांडणी, सौंदर्यवेधी

कल्पना, समृद्ध जाणिवांची कलात्मक श्रीमंती, वाङ्मयीन वर्तुळातील निस्सीम रसिकनिष्ठा आणि सर्वांगसुंदर अनुभूतीला अभिव्यक्त करणारी आकृतिबंधात्मक वीण या गुणांच्यामुळे कवी माधव जामदारांची ही कविता, मध्य प्रदेशाच्या मराठी कवितेचे भूषण ठरते.

समीक्षक व कवी असलेले चंद्रकांत पांढरीपांडे यांची 'खूणगाठ' ही कविता मानवी जीवनाच्या गाभ्याचे चिंतन प्रकट करते. रस्त्यात भेटणारी माणसे नजरा अनोळखी ठेवतात आणि ओळखीच्या खुणा पुसल्या तरी पुसलेल्या खुणा ओळखीच्या होतात, अशी द्वंद्वात्मक अनुभूती, जगण्याची खूणगाठ फक्त श्वासांशी बांधूनच अभिव्यक्त होते. या जीवनाभूतीचे वेगळेपण व्यामिश्रता व गुंतागुंतीने ओतप्रोत असल्यानेच. 'जमीन पायाखाली असली तरी देश आपला नसतो' असे कवी पांढरीपांडे म्हणतात. 'ओळखीच्या वाटेने जाताना भूगोल जपला तरी इतिहासाने हरवण्या'ची जाणीव रसिक मनालाही अस्वस्थ करून सोडते.

मध्य प्रदेशातील तरुण कविंच्या फळीचे प्रतिनिधित्व करणाऱ्या तिसऱ्या पिढीतील कवयित्री सुषमा ठाकूर यांची 'का कवीची बायको होणं' ही कविता विनोदी ढंग पेरणारी आहे; तसेच स्त्रीत्वाच्या मनाचा स्वाभाविक कोंडमारा अभिव्यक्त करणारी सुंदर व नाट्यपूर्ण आहे. रात्रीच्या बिछान्यावर कवीची पत्नी प्रेमासाठी आसुसलेली असताना, कवी मात्र 'विराणी' गाऊन काव्यातील सखीला 'तुझ्याविण मी एकटा कुठे, असशी तू राणी?' अशी साद घालतो. कवीपत्नी स्वाभाविकपणे कवी कल्पनेतील 'सवती'ला लाख-लाख शिव्या घालते. पहाटेच्या वेळी पत्नीला उठवून 'उष:काल' आल्याची काव्यात्म वार्ता देणारा कवी किती अरसिक म्हणावा? त्या कवीपत्नीने या उष:कालाला काय करावं? पत्नीच्या स्त्रीसुलभ भावना आणि प्राकृतिक ऊर्मी यांचा अव्हेर करणारा कवी आणि पत्नी म्हणून स्वाभाविक मीलनाची अपेक्षा करणारी, हक्क सुचवू पाहाणारी सामान्य स्त्री, यांचा नाट्यपूर्ण संवाद व सूचक, संयत संघर्षाची विनोदी झालर या कवितेत प्रत्ययास येते. 'कवी रसिक असतो', 'भावनेचे मूल्य जाणतो' हे सर्व गैरसमज तर नाहीत? या प्रश्नांच्या चिंतन स्पर्शाने व स्त्री-पुरुषांच्या स्वाभाविक प्रेम व मीलनाच्या सांस्कृतिक संचिताने या कवितेचा पोत समृद्ध बनलाय.

अनुराधा सप्रे यांची 'वसा' ही कविता स्त्री मनाच्या दुभंग अवस्थेची सनातन वेदना काव्यात्म करते. स्त्री-पुरुषांचे पती-पत्नी किंवा प्रियकर-प्रेयसीचे नाते अभंग व अर्थपूर्ण राहीलच याची शाश्वती नसणारी अनुभूती, हा या कवितेचा गाभा आहे. कोण, कुठे, केव्हा वाहत जाईल हे सांगता येत नसले तरी काळजावरचे व्रण स्त्री

मनच वागवते! हा जीवघेणा खेळ तिच्याच भोगवट्याचा भाग बनतो. खेळ संपला तेव्हा तिलाच उद्ध्वस्त करतो. त्यावेळी उरतात फक्त आठवणींचे सांगाडे आणि भावनांचे गुंतणे. भंगण्याचा वसा फक्त स्त्रीच्याच वाट्याला लादणाऱ्या पुरुषप्रधान संस्कृतीचा अत्यंत अर्थपूर्ण व सूचक असा पर्दाफाश अनुराधा सप्रे यांची कविता करते.

अनुराधाताई जामदार यांची 'बकुळ' ही कविता विधवा स्त्रीच्या वेदनापूर्ण जीवनानुभूतीचे आविष्करण करते. महर्षी कर्वे म्हणजेच अण्णांच्या स्त्रीमुक्तीच्या ध्येयवादाचा काव्यात्म सन्मानही रुजवते. नियतीच्या फटकाऱ्याने स्त्रीच्या अंगणातील सुरेख रांगोळी उधळली आणि काव्य नायिकेच्या कुंकवाचा रंगही त्यात मिसळला. भारतीय परिप्रेक्ष्यातील ही विधवेची करुण कथा काव्यात्म होते. सण, उत्सव, हसू यांना पारखी झालेल्या या विधवेला मुक्तपणे अश्रूही गाळता येत नाहीत. ही सर्वार्थाची स्त्री मनाची घुसमट व कोंडी महर्षी कर्वे अण्णांनी फोडून, स्त्रीला मानवी रूपात आणले. तिला अर्थपूर्ण सौंदर्यपूर्ण जगण्याचा हक्क दिला. सांस्कृतिक शुद्धीचे संचित आपल्या विद्रोहातून पूजणाऱ्या कर्वे अण्णांच्या उपदेशानुसार ही विधवा काव्य नायिका फुलत-बोलत-हसत जगण्याचा निर्धार करते.

अनुराधाताई म्हणतात- 'फुलवणार आहे एक बकुळ! गर्द सावली देणाऱ्या वात्सल्या'ची 'बकुळ' रंग-रूप होणे कोमेजलेले फूल असले, तरी सुगंध उधळणाराच असतो. विधवेचे पुन्हा फुलणारे मानवी रूप बकुळ फुलाप्रमाणे सद्‌गुणांची उधळण करून, आनंदाचे चांदणे पेरते. अर्थात या नव-क्रांतीचे मूल्यात्मक अधिष्ठान महर्षी कर्वे यांच्या युगप्रवर्तक स्त्रीसुधारणावादी कर्तृत्वाचे आहे.

स्त्री-पुरुषांचा तलम, पारदर्शी गुलाबी भाव-भावनांचा सौंदर्यपूर्ण गोफ, कवयित्री मंदा गंधे यांच्या 'नातं' या कवितेत प्रत्ययाला येतो. नाजूक नक्षीचं झुळझुळीत वस्त्र, गुलाबी थंडीतील सोनेरी सकाळ, खळाळतं पाणी, गर्दवनातील शांत पायवाट, या सर्वांचा सारांश कवयित्री त्यांच्या व तिच्या नात्यात असावा, अशी काव्यात्मक इच्छा प्रगट करतात. या काव्यातील प्रतिभा वैभव कमालीचे श्रेष्ठत्व सिद्ध करते. स्त्री-पुरुषांच्या सनातन नात्यातील तरल भावनांचा एवढा श्रीमंत आविष्कार दुर्मीळ म्हणूनच त्याचा गौरवही अटळ आहे.

डॉ. संध्या गद्रे यांची 'माता' ही कविता मातृत्वाच्या अंतरंगाचे व बाह्य स्वरूपाचे काव्यात्म द्वंद्व अभिव्यक्त करते. लोण्याचे स्वरूप अंतर्बाह्य मऊपणाने ओतप्रोत आणि फणस आतून गोड असला, तरी बाह्यरूपात मात्र 'काटेरी' असतो. नव्या पिढीच्या मुलीचा व जुन्या पिढीच्या आईचा काव्यात्म संवाद अर्थपूर्ण ठरताना

आईच्या स्वभावातील मार्दव आणि कठोरता श्रेष्ठ कर्तव्याचा अविभाज्य भाग असतो. म्हणूनच तिला 'फणसा'ची उपमा या कवितेत दिली गेलीय. मातृत्व वंदनीय ठरवताना, त्यातील नैसर्गिक व सांस्कृतिक मूल्य इथे कलात्मक उतरलेय.

नैराश्यावर मात करून बुलंद आशावादाचे मूल्य सिद्ध करणारी नीलिमा कोतवालीवाले यांची 'प्रतीक्षा' ही कविता अनेक सांस्कृतिक संदर्भांनी ओथंबून, कलात्मकतेची उंची प्रस्थापित करते. शोभा तेलंग यांची 'मुस्तजाद गझल', जीवनातील असंख्य अनुभूतींच्या अंत:स्थ स्पंदनाच्या 'ओझ्या'ची तरलता स्पष्ट करते. विरह, अश्रू, मैत्री, प्रेम अशा अटळ जीवन संदर्भीय अनुभूतींचा काव्यात्म अनुबंध शोभा तेलंग यांनी समर्थपणे कलात्मक केलाय. 'सह'सारख्या प्रासंगिक अनुभूतीवर शालिनी इंदौरकरांची आणि मृत्यू-नियतीप्रधान अपरिहार्य दु:खावरील 'सारे प्रवासी घडी'चे सारखी सौ. शीला जोशींची कविता लक्षवेधक ठरलीय. हिंदुत्ववादी मानसिकतेचा शीला खानविलकरांचा काव्याविष्कार 'रामशिला' सारख्या कवितेतून हिंदूंना कसा रुचणार, हा प्रश्न आहेच.

स्त्री-पुरुषांच्या जन्मसंख्येचा नैसर्गिक व सांस्कृतिक समतोल साधला गेला नाही, तर नव्या काळातील एक द्रौपदीसाठी पाच नव्हे, अधिकांश पांडवांना स्त्रीसुखासाठी संघर्ष करावा लागेल. या चिंतनसूत्रावर आधारित स्त्रीभ्रूणहत्येच्या भीषण वास्तवानुभूतीला काव्यात्म करणारी पूर्णिमा हुंडीवाले या प्रसिद्ध कवयित्रीची 'समतोल' ही कविता सर्वार्थाने कलाप्रत्यय देणारी ठरते.

श्रावणधारांच्या वर्षावात मूल्यांचा सुगंध पसरवणारे स्त्रीत्व समष्टीसाठी समर्पित होताना, त्याला अर्थपूर्ण अस्तित्वाची पावतीही मिळत नसण्याची सनातन वेदना डॉ. प्रतिभा गुर्जर यांनी कवितेत मुखरीत केलीय.

कुंदा जोगळेकरांची 'अहिल्या' कविता पौराणिक संदर्भांना पचवूनही तिच्या निर्दोष स्त्रीत्वाचा आधुनिक आत्मसाक्षात्कार घडवते. स्त्रीच्या जगात 'कोठूनही राम येणार नसल्या'ची तिची जाणीव, मनाला सहज भिडते. कल्पना वैशाख, अलकनंदा साने, आरती कुलकर्णी, उज्ज्वला कापडिया, उज्ज्वला जोशी, अपर्णा जोशी इत्यादी कवयित्रींच्या कविता वेगवेगळ्या संदर्भात स्त्रीमनाचा अस्सल जीवनानुभव प्रगट करतात. अनुराधा मुजूमदार यासारखी कवयित्री 'त्यांचा अंदाज' सारख्या कवितेतून मानवी जीवनाचा वेध घेताना 'वास्तवातील सत्य', 'संजीवन बळ' आणि 'मुक्तगाथे'चा अंदाज आला नसल्याची प्रामाणिक अनुभूती मांडते.

सोनेरी 'स्व'ला रंगवणाऱ्या प्रियकर-प्रेयसीच्या विकल प्रेमाची काव्यात्म अनुभूती कवी सुधाकर भाले यांच्या 'वास्तव' कवितेत प्रत्ययाला येते. भिन्न जगात

अस्तित्व असणाऱ्या प्रेमी जोडप्यातील अफाट सागराचे आभार, प्रीतिपर्वतातील धुंदीत कळत नाही. पण शेवटी वास्तवाचे भान निर्णायक ठरते. प्रेम मूल्य आणि व्यवहार मूल्यातील सनातन संघर्ष, कवी सुधाकर भाले यांनी 'अर्थपूर्ण' व 'लयबद्ध' कवितेत सहज पेलला आहे.

'शुक्राचा प्रदेश' ही कविता कवी वामनराव पाठकांची पशु-पक्ष्यांच्या चाऱ्यासह दीन-दुबळ्यांच्या राहण्याचा कैवार रुजवून गांधीतल्या माहात्म्यांचे रामराज्याचे स्वप्न पेरते.

आनंदाचे क्षण कमी आणि दु:खाच्या क्षणांची बरसात झेलणाऱ्या संवेदनशील स्पंदनाची गजल, कवी अनिल निगुडकर यांच्या 'शत्रूच फार होते' कवितेतून अनुभवता येते. स्फोटात जनता मरते आणि नेते मात्र खुशाल! फुलांच्या तुलनेत इथे काटेरी रस्तेच अधिक! त्यामुळे दु:खबंबाळ वेदना भोगणाऱ्या अपरिहार्य व परिहार्य प्रश्नांच्या गाभ्याला धडका मारून सुखाचा शोध घेतेय. सनातन वेदनेचे मूल्य पचवणारी कवी निगुडकरांची गजल मनाला चटका लावते. तिची कलात्मकता हेच तिचे श्रेष्ठ सामर्थ्य आहे.

देवत्व आणि मातृत्वाचे संवादी मूल्य श्रेष्ठत्वाच्या अनुभूतीतूनच काव्यात्म करताना, कमलाकर बुचके यांची 'देवाई' ही कविता जन्मास येते. आई आणि देवाई यांची रूपे त्यांच्या गुणात्मक सामर्थ्याने परस्परात एकरूप होऊनच त्यांच्या लेकरांचे जीवन सुखमय होते. या श्रद्धेचा काव्यात्म आविष्कार सौंदर्याच्या लयीत इथे प्रत्ययाला येतो.

पशुत्व आणि क्रौर्य यांचा पूर्वापार संबंध शत्रूंच्या कृतीचे अधिष्ठान असून, त्याचा वारंवार अनुभव अर्धशतकापासून आपण घेत आलो. त्यांचा विरोध आम्ही करू शकलो नाही. त्यामुळे इतिहाससिद्ध 'गिधाडे' आमच्या धोक्यापासून मुक्त आहेत. आम्ही 'जिंकलो किंवा हरलो तरी' आमच्या नशिबी 'छी:थूच' असण्याचा उपरोधिक पण निराशात्मक विचार कवी अरुण शिरढोणकरांची आमच्या 'नशिबी' ही कविता मांडताना दिसते.

कवी डॉ. वि. मा. पागे यांची 'या मातीला ठाऊक सारे' ही कविता भारतीय संस्कृती माती आणि इतिहासाची मूल्यात्मकता सन्मानित करताना ज्ञान, भक्ती, शौर्य आणि त्यागांच्या पराक्रमाची पूजा बांधते. 'या मातीचा सावळा रंग', 'काळा बुक्का' 'संताची वैखरी' आणि 'काळा श्रीरंग' कवीच्या श्रद्धेचे मूल्य निधान आहे. प्राचीन ज्ञानाची परंपरा आणि पराक्रमाचा इतिहास कवीच्या शब्दांत चैतन्य ओततात. म्हणूनच या कवितेचे कलात्मक मूल्य व्यापक अनुभूतीसह अधोरेखित होते.

कवी विवेक सावरीकरांची 'डिसेंबर ८४ च्या थडग्यातील आईचे अंगाई गीत' ही कविता भोपाळ गॅस दुर्घटनेतील हजारो श्रमिकांच्या शोकांतिकांचे काव्यात्म दर्शन घडवते. कवितेतील आई आणि बाळांचा अर्थपूर्ण संग्रह 'अल्ला', 'अम्मी' अशा मुस्लीम संदर्भामुळे, धर्मातील अनुभूतीचे आविष्करण करतो. सेक्युलर काव्यानुभूतीमुळे या कवितेचे सांस्कृतिक मूल्य उंचावर प्रस्थापित झालेय.

'गोग्रास' सारखी मनाला चटका लावणारी आत्मपरीक्षणात्मक प्रांजळ अनुभूतीची कविता आई आणि गोमातेचे सांस्कृतिक अनुबंध साकारताना जाणिवेच्या कक्षा रुंदावते. 'गाय' आणि 'माय' याचं सांस्कृतिक मूल्य आणि थोरवी रुजवणारी, ही कविता सर्वांगसुंदर आहे.

वासनिक कपूर या कवीची शेवटची कविता म्हणजे 'आरक्त नदीचे पाणी!' सौंदर्याची उधळण करणारा कल्पनाविलास, आत्यंतिक गांभीर्याचा अस्सल जीवनानुभव, उत्कट भावनांचा कल्लोळ आणि मूलभूत वस्तुनिष्ठ चिंतनाने ओथंबलेली ही कविता, केवळ मध्य प्रदेशच्याच नव्हे, तर महाराष्ट्रासह एकूणच मराठी कवितेच्या प्रवाहातील गौरवास्वर भूषण ठरते. 'आरक्त नदीचे पाणी कोणत्या रणातून आले? हाकांनी घर व्याकूळता गायीचे डोळे झरले' साराच परिसर वैरी झाल्यावर ही साद कुणाची येते? अशा अपरिहार्य प्रश्नांच्या अनुभूतीने रसिक प्रभावित होतो. ही शब्दकळा कवितेची कलात्मक झळाळी शिखरावर नेते. कवितेची व्याप्ती प्रदेश व देशाचा भूगोल-इतिहास ओलांडून विश्वातील शोषितांना कवेत घेऊ लागते. म्हणूनच या कवितेचे कलावादी व सांस्कृतिक मूल्य श्रेष्ठ आहे.

डॉ. कवठेकर, खांडेकर, करकरे, राशीनकर, देव इत्यादी अनेक कवी व इतर कवयित्रींच्या कविता लक्षणीय आहेत. या सर्व कवींच्या काव्यात्म योगदानाचे सांस्कृतिक मूल्य मराठी भाषा व संचिताच्या परिप्रेक्ष्यात महत्त्वाचे आहे.

महाराष्ट्राच्या परिघाबाहेरची ही वाङ्मय सेवा, मराठी भाषा व संस्कृतीच्या उज्ज्वल भविष्याची व सुरक्षिततेची हमी देत आहे. महाराष्ट्राने या सर्वच वाङ्मयीन निष्ठेबद्दल सर्वांचे सदैव ऋणी राहिले पाहिजे. त्याच सांस्कृतिक कर्तव्यभावनेची साक्ष म्हणजे समीक्षालेखन होय!

परिचय

अनुराधाताई जामदार (भोपाळ)

मध्य प्रदेशात मराठीची सेवा करणाऱ्या अनुराधाताई सेवानिवृत्त शिक्षिका आहेत. सध्या मध्य प्रदेश साहित्य संघाच्या त्या अध्यक्षा म्हणून काम पाहातात.

मराठी, हिंदी, इंग्रजी, उर्दू, बंगाली, गुजराथी या भाषा त्यांना अवगत आहेत. आजवर त्यांनी महाराष्ट्रात आणि बृहन्महाराष्ट्रात अनेक ठिकाणी व्याख्याने दिली. गीता, ज्ञानेश्वरी, तुकाराम गाथा, दासबोध हे त्यांच्या अभ्यासाचे आणि व्याख्यानाचे विषय. बहुभाषिक वक्ता म्हणून त्यांची ओळख आहे. विभिन्न भाषेतील कविता आणि इतिहास हे त्यांचे आवडते विषय. मराठी साहित्य सेवा ही समाजसेवा मानणाऱ्या अनुराधाताईंना आई-वडिलांकडूनच सामाजिक कार्याचा वारसा मिळाला. मध्य प्रदेशातील शंभर कवींच्या कवितांचा काव्यसंग्रहाच्या त्या संपादक आहेत. मध्य प्रदेशात मराठी भाषा-संस्कृतीच्या संवर्धनासाठी त्या अनेकविध उपक्रमांचे आयोजन करीत असतात.

◆◆◆

१३. प्रेमापासून मृत्यूपर्यंत 'आठवणीं'चे काव्यात्म द्वंद्व

द्वंद्व - प्रेमापासून ते मृत्यूच्या काळोखापर्यंतचे

कवी अनिल निगुडकरांचा 'तुझी आठवण' हा काव्यसंग्रह मध्य प्रदेश मराठी साहित्य संघाने प्रकाशित केलाय. मध्य प्रदेशातील सुप्रसिद्ध कवी मा. गो. जामदार यांची या काव्यसंग्रहाला विवेचक प्रस्तावना आहे. स्वत:च्या आईच्या पवित्र स्मृतीला हा संग्रह अर्पण केला असून, काव्यनिर्मितीच्या प्रेरणांसह त्यांनी आपले सुंदर व मनमोकळे करणारे मनोगतही दिले आहे. या संग्रहात सर्वाधिक संख्या प्रेमकवितांची आहे.

कवीची प्रेमकविता ही साकारण्याचे नि विफलतेचे द्वंद्व पचवून अभिव्यक्त होताना दिसते. सहज फिरताना प्रेयसीची झालेली भेट आणि त्याचवेळी 'तुझा मी व तू माझी' झाल्याची एकरूपतेची साक्ष अविस्मरणीय ठरलीय. तिच्या मिठीतला स्पर्श, तिच्या ओठांचा मधुर स्वाद, प्रणयाचा खेळ या सर्वांचा गोडवा कवीमनात कायम आहे. पण 'सदासर्वदा मी तुझीच राहीन' म्हणणारी सखी प्रीतीचा डाव अर्ध्यावर टाकून निघून गेली. ती दुसऱ्याची झाली; तरीही प्रीतीचा सुगंध मनाला धुंद करतो. स्मृतींचा गुलाब हृदयी फुलत होता, सूर व शब्द अबोल होते; पण मुक्त मनाला प्रेम उमजत होते. प्रेयसीने दुसऱ्याशी लग्न करून प्रतारणा केल्याची वेदना काव्यात्म झालीय.

काव्य नायकाची प्रेमकथा ही 'पराभवाची कथा' असल्याने विरह-वेदनेचा परिपोष स्वाभाविकपणे काव्यात्म झालाय. राम होऊन सीतेला जिंकल्याचे किंवा कृष्णाचा पावा वाजवून कोण्या राधिकेला मोहित करण्याचे स्वप्न अधुरेच राहाते. या दुश्यंताला शोधण्यासाठी कोणतीही शकुंतला आली नाही. कवीच्या तारुण्यातील समकालीन स्वप्नसुंदरी दाही दिशांनी त्याला सोडून गेल्या आणि प्रेमाच्या साम्राज्यातील या प्रेम नायकाच्या व्यथा पराभवाच्या कथा होऊन जळत राहिल्या. प्रेयसीला सर्व

मनोगत सांगायचे राहून गेले. तिचा हातही पकडण्याचे बाकी राहिले. रम्य दिवस संपले. आता फक्त अपूर्ण, अतृप्त मनाच्या व्यथा शिल्लक आहेत.

सुमारे चोवीस प्रेमकवितांचा मूळ गाभा विरह वेदनेच्या अस्सल अनुभूतीने ओतप्रोत भरलाय. कवीच्या वैयक्तिक जीवनातील तारुण्य सुलभ स्वाभाविक प्रेमाचे संदर्भ या काव्यविश्वात जरूर भेटतात, तरीही या प्रेम कवितेचे आवाहन व्यापक अर्थाने पुढे येते. सर्वच स्त्री-पुरुषांच्या प्रेमातील विरहाची दाहकता प्रातिनिधिक स्वरूपात कवितेत भेटते, कारण प्रेम ही नैसर्गिक प्रेरणा व भावना असून विरहाची अटळताही स्वाभाविकच आहे. सर्व काळात सर्व मानवी समाजात प्रेम मूल्य निर्णायक ठरल्याचा सांस्कृतिक इतिहास आहे. याच सांस्कृतिक संचिताची प्रेमाभिव्यक्ती काव्यात अधोरेखित झालीय. कवी म्हणतात,

'माझ्या मनीची फुले तोडुनी मैत्रिणी झाल्या सुखी
उरलेल्या पाकळ्यांना मी अजून जपत राहिलो

लाख लाख चांदण्या व चंद्राच्या सोबतीने आपण एकटेच जीवन जगतो आहोत, कवीला याची वेदना झालीय.

ही प्रेम कविता सरिता-सागर, चांदण्या, चंद्र, मोर, फुले, झुळझुळ वारे, गुलाबी ओठ अशी धुंदफुंद निसर्ग घटकांच्या साथ संगतीतच आकारास येते. कवीची लाडकी सखी कितीही वर्षांची झाली तरी त्याचा मोह कमी होणारच नसल्याची त्याची खात्री आहे, कारण व्यक्तीला वार्धक्याचा शाप असला तरी प्रेम म्हातारे होत नसते. जीवनाच्या सायंकाळी सर्व काही संपल्यावर सखीची हृदयात जपलेली प्रेम पत्रेच मदतीला धावतात, ही कवीची प्रेमनिष्ठा मराठी काव्यात दुर्मीळ आहे. दोघांचेही रस्ते भिन्न असून, प्रेम मृगजळ ठरण्यावरही हा कवी प्रेमाच्या हृदयस्थ मूर्तीची पूजा अखंडित जपतो.

या संग्रहात 'मैत्रिणीचा नवरा', 'भांडण', 'दुसरा नवरा' अशा काही विनोदी ढंगांच्या कविताही लक्षणीय ठरल्यात. 'माणसांचे जग', 'रम्य बालपण', 'दुरावा', 'वृद्धाश्रम', 'फसवे जग' अशा काही कवितांमधून मानवी जीवनाचे सूक्ष्म व सखोल आकलन कवीने अभिव्यक्त केलेय. अस्सल अनुभूतींचा हा काव्यात्म वानोळा कवीच्या मौलिक चिंतनाची साद देतो.

'गावाच्या प्रगती'चा कवीचा ध्यास 'देशाची दशा' सुधारण्याच्या ध्येयवादाचा उदात्त गाभा आहे. भारतमातेची पवित्र मूल्यात्मकता या कवितेच्या शब्दाशब्दांतून पाझरताना दिसते. म्हणून कवीचे सामाजिक व राष्ट्रीय मूल्यभान गौरवाचा विषय बनते.

मृत्यूविषयक कवितांमधील जीवनचिंतन रसिकांच्या काळजाला भिडते. कवीच्या वैयक्तिक जीवनात घडलेल्या मृत्यूंच्या घटनांचा त्यांच्या मनावर खोल परिणाम झालाय. संवेदनशील मनाचा तळ या सततच्या वेदनेने ढवळून निघाल्याच्या असंख्य खुणा 'शेवटचे दिवस', 'आईची आठवण', 'स्मृती सुमने' यांसारख्या कवितेतून स्पष्ट झाल्यात.

आयुष्यात झालेल्या चुका या 'माणूस' म्हणून केलेल्या असल्याने त्यांना क्षमा करण्याचे काव्यात्म आवाहन कवीने केले आहे. जगात कुणीच कुणाचे नसते हा ऐकीव सिद्धांत कवीच्या नातलगांनी खोटा ठरवून सुखाचा स्पर्श घडवलाय.

संपर्काची सर्व जुनी-नवी साधने पराभूत करणारे मृत्यूनंतरचे गाव शोधाअंतीही सापडत नाही. कवी म्हणतात,

'गेलेल्या माणसांच्या पावलांचे ठसे
कोणालाही सापडत नसतात
पण हृदयाला पीळ पाडणाऱ्या आठवणी मात्र शिल्लक राहातात.

सूर्य-चंद्र-तारे-वारे आहे तसेच असतात; पण सृष्टिचक्राच्या प्रवासात गेलेला माणूस परत भेटत नाही. या आदिम सत्याच्या अपरिहार्य वास्तवतेची जाण ही कविता अभिव्यक्त करते.

आईच्या मृत्यूचा खोल ठसा, कवीमनावर उमटलेल्या खुणा 'आईची आठवण' या कवितेत दिसतात. 'पीक कापलेले शेत' जसे शेतकऱ्यास दिसावे तसे कवीचे जीवन उदास झालेय.

कवितांची भाषा गद्याकडे झुकणारी, साधी असली, तरी त्यामधील अनुभूतीचे सच्चेपण सहृदय वाचकांना सहज भावणारे नाही. मर्ढेकरी पर्वानंतरची नवी कविता दुर्बोधतेच्या आरोपाने काळवंडलेल्या पार्श्वभूमीवर हे काव्य या दुर्बोधतेच्या रोगापासून मुक्त आहे.

लांब लांब वाक्यांची ही कविता तोडून तोडून रचल्यास तिच्यातले सामर्थ्य अधिक प्रभावी झाले असते; पण या कवितेचा तोंडवळा जुन्या रचना-तंत्राशी जुळणारा आहे, त्यातील सत्याचा आशय भावणारा आहे.

प्रेम आणि मृत्यू या आदिम जीवनकेंद्रांना कवितेच्या गाभ्यात कवटाळणारी ही कविता 'मध्य प्रदेश मराठी विश्वा'चे खास भूषण ठरते. मृत्यूंची संध्या अनुभवणाऱ्या शेवटच्या प्रवासात ही कविता त्यांच्या पूर्वायुष्यातील मैत्रिणीची आठवण साद घालताना दिसते. यावरूनची कवीच्या हृदयातील अस्सल प्रीतीचे अभंग नाते आणि वृद्धावस्थेतील तरुणाईचे दर्शन घडते. कवी आईच्या वात्सल्याशी व प्रेयसीच्या प्रेमाशी, विरहाशी,

प्रेमभंगाशीही इमानदार आहे. व्यक्तिजीवन, कौटुंबिक जीवन व समाज राष्ट्रीय जीवन यांचे सांस्कृतिक अनुबंध सच्चेपणाने या कवितेने जपले आहेत, पूजले आहेत. जिवलगांच्या मृत्यूचे दुःख पचवताना माणूसपणाच्या मर्यादा उघड होणे स्वाभाविकच! कवी या भीषण अनुभूतीशीही प्रामाणिक राहतात. ते या जागेला घाबरत नाहीत, पळून जात नाहीत. प्रेमभक्तीत डुंबलेले निगुडकर मृत्यूच्या वेदनेलाही समर्थपणे सामोरे जातात. जीवनातील द्वंद्वात्मकतेला कवटाळणाऱ्या या कवीचा गौरव अटळच! कवीचे अभिनंदन व शुभेच्छा!

परिचय

अनिल निगुडकर (भोपाळ)

एकाच वेळी स्टेट बँक ऑफ इंडियात अधिकारी आणि साहित्य परिषदेसाठी पदाधिकारी म्हणून काम पाहणारे कवी अनिल निगुडकर हे मध्य प्रदेशात मराठीला वर्धिष्णू करणाऱ्या सारस्वतांपैकी एक आहेत. लहानपणापासून त्यांना कविता लिहिण्याचा छंद. 'रम्य बालपण' पासून 'शेवटचे दिवस' पर्यंत त्यांचा काव्यप्रवास विलोभनीय आहे. मराठी भाषेतील अनेक नियतकालिकांमधून, दिवाळी अंकांतून त्यांचे लेखन प्रसिद्ध होत असते. 'तुझी आठवण' हा त्यांचा पहिला काव्यसंग्रह.

◆◆◆

१४. समाजाच्या अभ्युदयासाठी

इंदौरस्थित विश्वनाथ शिरढोणकर यांचे 'नेते पेरावे नेते उगवावे' हे पुस्तक प्रियांजली प्रकाशन, पुणे येथून नुकतेच प्रकाशित झाले आहे. या पुस्तकात इंदौरच्या 'मी मराठी' साप्ताहिकात व 'श्री', 'सर्वोत्तम'च्या दिवाळी अंकात प्रसिद्ध झालेल्या लेखांचे संकलन आहे. लेखक कथा, कविता यासोबतच समाजकारण, राजकारण, धर्मकारण अशा सांस्कृतिक पर्यावरणाचेही अभ्यासक आहेत. या पुस्तकाच्या निमित्ताने मध्य प्रदेशच्या सांस्कृतिक चेहरेपट्टीचे यथार्थ दर्शन मराठी वाचकांना सहज घडते.

या पुस्तकातील लेख एकविसाव्या शतकातील पहिल्या दशकाचे चित्र रेखाटतात. त्यामुळे वर्तमान वास्तवाशी या लेखनाची नाळ जुळते. लेख प्रासंगिक असले तरी विषय मात्र सनातन आहेत. भ्रष्टचार, विकृतीला सर्वमान्यता, इच्छा-मृत्यू, धार्मिक की धर्मांध, लग्न करावे जुळवून, अमरप्रेम, दानधर्म हे लेख मानवीय जीवनाच्या सनातन आशय सूत्रावर आधारल्याचे दिसते. त्यामुळे अशा विषयांचे व त्यावरील लेखनाचे मूल्य प्रासंगिक चौकटीत बंदिस्त राहत नसते.

'नेते पेरावे, नेते उगवावे' हा लेख विद्यमान भारतीय राजकारणाचे अंत:प्रवाह स्पष्ट करतो. स्वातंत्र्यपूर्व श्रेष्ठ व मूल्यात्मक राजकारणाचे सार वर्तमानात घसरल्याची वास्तवता लेखक प्रगट करतात. पारतंत्र्याच्या बेड्या तोडण्यासाठी त्यागपूर्वक झोकून देणारी नेत्यांची पिढी संपली आणि आता बाजारात राजकारण्यांची भरभराट निर्माण झाली. सामूहिक नेतृत्व संपले. त्यामुळे प्रगतीच्या खुणा कितीही दिसत असल्या, तरी देशाला या सत्तांध व स्वार्थांध नेतृत्वाने काळाच्या मागे नेल्याचे मत लेखक संयमित भाषेत मांडतात.

स्वातंत्र्यानंतर वाढलेले पक्ष मूळ राष्ट्रीय पक्षांनी गमावलेले चरित्र व चारित्र्य, तात्कालिक व प्रादेशिक स्वार्थासाठी निर्माण होणारे संकुचित भूमिकेचे पक्ष, राजकारण्यांचा घसरलेला दर्जा, अशा अनेक मूलभूत प्रश्नांची स्पष्ट व गांभीर्यपूर्वक नोंद इथे

महत्त्वाची ठरते.

लेखकाची भूमिका अस्सल राष्ट्रवादी असल्याने त्यांनी कोणत्याही एका पक्षाची वकिली न करता, राष्ट्राच्या उत्थानासाठी आवश्यक असणाऱ्या नेतृत्वाची व प्रवृत्तींची स्वाभाविक अपेक्षा नोंदवली आहे.

भ्रष्टाचाराच्या रोगाविरुद्ध स्पष्टपणे भूमिका घेऊन समाजाच्या अभ्युदयाचा विचार इथे मांडला गेलेला आहे. या संदर्भात अनुशासन कोणासाठी, भ्रष्टाचार, लोकशाहीचे प्राण, तुमचे-आमचे मतदान, हे लेख विशेष अभ्यासनीय आहेत.

राजकारण्यांसाठी सुरक्षाव्यवस्था देऊन पोलिसांचे बळ त्यासाठी वाया घालण्याच्या संदर्भात सूचक विरोध व्यक्त केला आहे. खरे तर नेत्यांना संरक्षण हवेच कशाला? ते लोकांसाठी तळमळीने काम करतील, तर त्यांना धोका असण्याचे कारण नाही आणि ते नेतृत्वाला पात्रच नसतील तर अशा अकर्मण्य नेत्याला पद स्वीकारण्याचा हक्कच नाही. हे लेखन वाचकांना गांभीर्याने विचार करायला भाग पाडते, असा अर्थपूर्ण अभिप्राय 'मी मराठी' साप्ताहिकाचे संपादक श्री. सुभाष रानडे यांनी प्रस्तावनेत दिला आहे.

समाजातील विकृतीचा पर्दाफाश 'विकृतीला सर्वमान्यता' या लेखात केलेला आहे. शिस्तभंग, अधिकारांचा गैरवापर, कायद्याचा भंग, कायद्याच्या व्यवस्थेत अविश्वास असणे, राष्ट्रप्रेमाचा अभाव, राष्ट्रीय ऐक्याबद्दलची तटस्थता, नैतिकतेचा पराभव, बोकाळलेला भोगवाद आणि चंगळवाद, भ्रष्टतेतून सत्ता-संपत्तीची वाढ अशा अनेक विकृतीच्या विरोधात शिरढोणकरांनी लेखणी चालवलेली आहे. सत्याचा कैवार आणि जनकल्याणाचा ध्येयवाद या लेखांना तात्त्विक अधिष्ठान आहे. सर्वच लेख समाजातील सर्व स्तरांवरील सम्यक विचार रुजण्यासाठी, हे वैचारिक लेख उपयुक्त आहेत.

'महाराष्ट्र आणि बृहन्महाराष्ट्र' या लेखात मराठी भाषा व संस्कृतीचा सांस्कृतिक गोतावळा सिद्ध करताना महाराष्ट्राबाहेरच्या वाङ्मयीन सेवेची मराठी परिघात होत असलेली उपेक्षा स्पष्ट करण्यात आली आहे. महाराष्ट्रात समाज, संस्कृती व शासन या सर्वच स्तरावर बृहन्महाराष्ट्रातील अस्मितेच्या इतिहासाची नोंद घेतली जात नसल्याबद्दल नाराजी व्यक्त केली आहे. मराठीचा आंतरप्रांतीय अनुबंध लक्षात घेऊन मराठी संस्कृतीचे विशाल स्वरूप जपण्यासाठीची गरज या लेखातून अभिव्यक्त केली आहे.

लेखकाची निरीक्षणशक्ती बऱ्याच ठिकाणी सूक्ष्मपणे अभिव्यक्त झाल्याच्या पुढील साक्षी महत्त्वाच्या ठरतात.

मराठी भाषेचा कैवार घेणाऱ्यांनी नुसतेच राजकारण केले. पण भाषेच्या समृद्धीसाठी काहीच केले नाही. (पान १०४)

बृहन्महाराष्ट्रात राहणाऱ्या बांधवांची सदैव उपेक्षाच केलेली आढळते. (पान ८९)

खरे पाहायला गेले तर सर्वसमान्यांचे कल्याण ही धर्म, समाज आणि राष्ट्राची सर्वात प्रमुख नीती असायला हवी. (पान १२३)

एखाद्या विषयाचे विश्लेषण करताना ते मानवी जीवनाच्या गाभ्यावर प्रकाश टाकत जातात. या विवेचनाच्या सहज ओघात चिंतनाची सूत्रेही पेरली जातात. त्याची प्रातिनिधिक उदाहरणे पुढीलप्रमाणे आहेत :

संकट हे सामान्य परिस्थितीच्या कल्पनेत वावरताना असामान्य व्यवहाराशी सामना झाल्याने उत्पन्न होतात. (पान १४७)

कठीण कामाला सोपे, सरळ करून पद्धतशीर करणे यातच माणसाची विद्वत्ता आहे. (पान १५१)

कल्पना माणसाला नवनवे प्रयोग वास्तविक आयुष्यात करायला भाग पाडते. (पान १४)

कर्ज म्हणजे काय? अर्थशास्त्रीयदृष्ट्या भविष्यात होणाऱ्या उत्पन्नामुळे जी उपभोग क्षमता वाढेल, त्याचा उपभोग आजच करायचा. (पान १४०)

जातनिहाय जनगणना देशाला परत एकदा जातीय विद्वेषाच्या भयंकर आगीत झोकणार आहेत. (पान ४७)

अमरप्रेम, लग्न करावे जुळवून, लिव इन रिलेशनशिप, जन्मपत्रिका, भविष्य, इच्छा-मृत्यू, अशा व्यक्तिगत जीवनाशी संबंधित जिव्हाळ्याच्या प्रश्नांपासून, तर दानधर्म, नैतिक-अनैतिक धर्मांधता, गरिबी, कर्ज, मायमराठी, आरक्षण, लोकशाही राष्ट्रभाषा अशा अनेक सांस्कृतिक प्रश्नांपर्यंत शिरढोणकरांची प्रतिभा स्वैरविलास करते. त्यांनी मांडलेल्या काही विचारसूत्रांशी अभ्यासकांचे काही मतभेदही शक्य आहेत. उदाहरणार्थ, एम. एफ. हुसेनची काही आक्षेपार्ह चित्रकारी विकृत कल्पकतेचे उदाहरण असल्याचे ते मांडतात. इच्छा-मृत्यूच्या संदर्भातही मतभेद असू शकतात. तर्कशुद्ध चिंतन, संयत, शांत भाषाशैली, परिपक्व जीवन जाणिवेचा पोत, मानवीय मूल्यांवर श्रद्धा, या गुणांमुळे हे लेखन सर्वदूर परिणाम करणारे आहे. त्यांचे अभिनंदन व शुभेच्छा!

परिचय

विश्वनाथ शिरढोणकर (मध्यप्रदेश)

कवी, कथाकार, लेखक म्हणून शिरढोणकरांची ओळख आहे. 'वीणा' 'आरती', 'नाकझोक', 'मी मराठी', 'अक्षर संवेदना', 'देवपुत्र', 'समाज चिंतन', 'श्री सर्वोत्तम' यांसारख्या नियतकालिकांतून व दिवाळी अंकांतून त्यांनी लेखन केले आहे. 'बिन चेहऱ्याचा माणूस खास' या काव्यसंग्रहाला शारदोत्सव २००८ मध्ये गौरवण्यात आले. चंद्रपूर येथे झालेल्या ८५ व्या अखिल भारतीय मराठी साहित्य संमेलनात ते निमंत्रित कवी होते.

◆◆◆

१५. सांस्कृतिक रंग-गंधाने बहरलेली कविता

'बंदिस्त हाका' हा कवी चंद्रकांत पांढरीपांडे यांचा हा पहिला कवितासंग्रह. पहिलेपणाच्या खुणा पुसून या कविता प्रगल्भ जीवनानुभूतीचा काव्यात्म प्रत्यय देतात. 'छंद' सारखी पहिलीच कविता मानवाच्या असीम वेदनेचे मूल्य अभिव्यक्त करते. शिवाय विविध धर्मांच्या सांस्कृतिक अनुबंधाचे कलात्मक दर्शन घडविते. 'चर्चबेलचा हुंदका', 'अजानच्या लकेरीची चादर' मनाच्या खोलात 'थरथरणारा घंटानाद' या भिन्न धर्मीय प्रार्थनांच्या आर्त स्वराचे 'गर्द पोपटी वेदने'च्या अर्थावकाशात आकलन होते. मानवी जीवनाच्या व्यामिश्रतेची व सनातन दुःख-वेदनेची स्वाभाविक कळ रसिक मनात उमटतेच! सर्व धर्मांच्या सर्व प्रार्थनांच्या करुणामय स्वरांनी दुःखाचा सागर थोडाही हलणार नाही का, किंचितही हळवा होणार नाही का, अशा अपरिहार्य वेदनेच्या प्रश्नांजवळ ही कविता थांबते.

रक्ताच्या जातकुळीचा आत्मशोध तरीही या कवितेत अधोरेखित झालाय. आर्य, अनार्य आणि आक्रमक यापैकी आपले रक्त कुणाचे... हा प्रश्न कवीला पडलाय. 'वर्तमानाच्या भिंगातून इतिहासाची जीर्ण पानं वाचून रक्ताची नाती शोधली जातात, तेव्हा शिल्प-चित्रातल्या इतिहासाची पुनरावृत्ती होते. हे काव्यात्म सूत्र वर्तमान वास्तवात कार्यरत आहे, कारण मूलनिवासी संघासारख्या 'अनार्य'वादी संघटना ब्राह्मणजात-वर्ग हा आर्यांचा असून, आर्य हे देशाबाहेरून आलेले आक्रमक जेते आहेत. असे म्हणून त्यांना सातासमुद्रात बुडवण्याचा ध्येयवाद 'सांस्कृतिक' म्हणून जपत आहेत. मानवाच्या रक्ताचा रंग सर्वत्र लालच आहे. सांस्कृतिक प्रवाहात झालेल्या विभागणी किती व कशा असांस्कृतिक आहेत याचा प्रत्यय या कवितेच्या वाचनातून येतो.

श्रेष्ठ अशा तीन वर्णियांचा 'फतवा' गळ्यात बांधल्याने शूद्रांना युगायुगाने ओझे पेलण्याचा अधिकारच नव्हता. त्यामुळे 'कवायतीच्या शिस्तीत'च, 'जळबांचे

ओझे' पाठीवर घेऊन चालणे सक्तीचे झाल्याची भयाण अनुभूती कवी अभिव्यक्त करतात.

'प्रेषितांनो' सारखी कविता कवीच्या चिंतनात्मक अनुभूतीची साक्ष देते. आपण सारे आणि सर्व महापुरुष प्रेषितही याच मातीत जन्मलेले आणि इथल्याच नद्यांचे पाणी प्यालेले आहोत, आमच्यातूनच ऋषिमुनी आलेत. कुणी कृष्ण, कुणी राम, विरक्त बुद्ध, सुळावरचा येशू, पैगंबर, महावीर, नानक, हे सर्वजण आमच्यातलेच आहेत. त्या सर्वांनी आमच्याचसाठी जगण्याच्या भिन्न भिन्न वाटा आखून दिल्यात. पण जगण्यातल्या वाटा फुटल्या आणि आम्ही पांगलो. प्रेषितांनीच आमच्यात फूट पाडली, वाटा अनोळखी झाल्या, रक्ताची ओळख विसरून परस्परांचे 'शिरकाण' करू लागले. या सर्व संहाराचे श्रेय प्रेषितांचेच म्हणून कवी त्यांना पुन्हा जन्माला येऊ नका, अशी काव्यात्म विनंती करतो.

ही कविता नाट्यमय आशयाची आहे. खरे तर सर्वच प्रेषित मानवाच्या समग्र कल्याणाचाच विचार मांडतात. पण त्यांनी सांगितलेल्या भिन्न वाटांमध्ये मानव समाज विभागला. आपसातील शत्रुभाव वाढून बेचिराख झाला. ही अमानुषता कवीला असह्य होते. प्रेषितांनाच 'आरोपी' करून मानवाच्या सुखाचा कळवळा या कवितेच्या गाभ्यात अवतरला आहे. प्रेषितांना दोषी धरून उपासकांचे अज्ञान व क्रौर्य समर्थनीय कसे व्हावे, हा प्रश्न चोखंदळ वाचकाच्या मनात येणारच! पण कवितेतील भूमिका ही वेगळ्या वाटेने अभिव्यक्त होणारी आहे.

या संग्रहातील 'मनसुबे' ही कविता निर्दोष चिंतनमूल्याने बहरली आहे. विश्वाच्या पोहऱ्यात पाणीच ओंजळभर असेल आणि भुईला तडे खोलवर गेले असतील, तर शेतमळे कसे फुलावेत? वंश, रंग, आणि धर्माच्या आखलेल्या अंगणातील ओला-सुका खेळ आणि न्याहारीला माणुसकी अशा पेचात मानवता कुंठित झालीय. वादळी माळरानात 'विशाल विश्वप्रेमाची आकाशगंगेला साद' असली, तरी पेटणाऱ्या अणुभट्टीच्या साक्षीने माणुसकी नांदत नसते.

संहारक विज्ञानाची साक्ष बनलेली अणुभट्टी सर्व भौगोलिक नकाशाच्या सीमारेषेत निर्णायक गरज व अस्मिता बनली आहे, असे असल्यास विश्वप्रेमाचा गहिवर माणुसकीत कसा नांदणार? कवीच्या कवितेचे आशयसूत्र संपूर्ण जगाचाच विध्वंस करू पाहणाऱ्या सत्ता-स्पर्धेतील अणुयुद्धापर्यंत भिडतो. मानवाच्या अंधारमय भविष्यांचे सूचन मांडतो. हजारो वर्षांच्या मानवी विकासाचे फलित म्हणून 'अणुभट्टी' मानायची कशी?

'काळराती मनसुबे

उषेच्या शिरकाणाचे
कशी गाईल पहाट
पोळता थवे पक्ष्यांचे

विश्वाला व्यापणाऱ्या काळरातीचे खतरनाक मनसुबे मानवजातीला परवडणार नाहीत. 'उषेचे शिरकाण' म्हणजे मानवाची शोकांतिकाच! सृष्टीची पहाट आणि पक्ष्यांच्या थव्यांचे गाणे सार्वजनिक वणव्यात जळून जाणे सर्वार्थाने घातक असण्याची जाणीव कवीला होते. विश्वमानवतेचा व पक्षी-प्राणिसृष्टीचा मूल्यगर्भ गहिवर या कवितेच्या अनुभवातून पाझरताना तिचे कलामूल्य उंचीवर प्रस्थापित होते. सांस्कृतिक परिपक्व जाणिवेचाही प्रत्यय येतो. या व्यापक-व्यामिश्र चिंतनशील कविता मध्य प्रदेशासह महाराष्ट्रातील मध्यवर्ती मराठी कविता प्रवाहाचे भूषण ठरतात.

'प्रतीक' नावाची कविताही भारतीय लोकशाहीच्या गाभ्यातील अर्थपूर्ण विसंवाद मांडताना दिसते. भरल्या ढेरीवरून हात फिरवणारा श्रीमंत, नखरेल थाळीत खाणारा पाळीव कुत्रा आणि अंगणाच्या फाटकाशी ओंजळ पसरून भीक मागणारा चिमुकला अशा एकाच मध्यान्हीच्या चित्ताच्या तीन बाजू, तीन व्यक्तिरेखा! त्यातील विरोधी लयीत निष्पन्न होणारा भावार्थ या कवितेचे सामर्थ्य आहे. श्रीमंताचा कुत्रा घराच्या सावलीत 'नखरेल थाळी'त 'मिजासी तुकडे' खातो. त्याचवेळी भर दुपारच्या उन्हात अंगणात भिकाऱ्याचे पोर तुकड्यासाठी ओंजळ पसरते. हे पोर 'चिमुकली ओंजळ' या कोवळ्या शब्दांतून कवीने जिवंत केलेय. माणसाच्या कोवळ्या मुलापेक्षा कुत्रा भाग्यवान ठरावा, या कोवळ्या मुलाचा गुन्हा कोणता, माणसाच्या जगात माणसाच्या मुलाने माणसासमोरच हात पसरावे, भीक मागावी, मग भारतीय लोकशाहीला अर्थ काय, अशा असंख्य प्रश्नांची मालिका रसिकमनात निर्माण करण्याचे सामर्थ्य या कवितेत आहे.

या कवितेचा उत्तरार्ध पूर्वार्धातील चित्राच्या अनुबंधाने अधिक अर्थपूर्ण झालाय. आश्वासनांची खैरात करण्याची सवय झालेल्या, निर्ढावलेल्या पुढाऱ्याने झेंडावंदन केले तेव्हा कवी म्हणतो, 'झेंडाच शहारला, थरथरला. झेंड्याचे पावित्र्य आणि गद्दारीचा वारसा चालविणाऱ्या नेत्याची बेशरमी' या दोन विरुद्ध ताणांची अनुभूती या कवितेतून प्रत्ययाला येते. शेवटी कवीच्या शब्दांत झेंडा म्हणतो,

'मी फक्त तुमच्या राजकीय स्वातंत्र्याचं प्रतीक'

हा काव्यात्म शेवट अत्यंत नाट्यपूर्ण व विचारगर्भ आहे. त्याची मुळे राज्यशास्त्र, इतिहास आणि तत्त्वज्ञानापर्यंत भिडतात. राजकीय लोकशाहीचे रूपांतर सामाजिक व आर्थिक लोकशाहीत झाल्याशिवाय सामान्य माणसाला सुखाचा अनुभव

येणार नाही. शिवाय राजकीय लोकशाहीसुद्धा सुरक्षित राहाणार नाही. या आंबेडकरी चिंतनसूत्राची आठवण ही कविता सहज करून देते. मूल्यगर्भ चिंतन आर्थिक द्वंद्वातील भीषण जीवनानुभव आणि नाट्यात्म काव्य यांचा मनोहारी संगम या कवितेत झालाय.

'वर्तुळात त्रिकोण' या कवितेत पांढरीपांडे यांनी 'माझी कविता कोणाची,' असा प्रश्न विचारून दलितांची, ओलितांची, की संचितांची, अशी प्रश्नमालिकाच उभी केलीय. स्वत: उत्तर देताना कवी पांढरीपांडे म्हणतात,

'माझी कविता
माझीच!
माझ्यातल्या
दलितांची
ओलितांची
संचितांची'

त्रिकोणाच्या तिन्ही टोकांना छेदून जाणारे वर्तुळ म्हणजे या कवीची कविता असल्याचा आत्मविश्वास या कवितेतून प्रगट होतो. वेगवेगळ्या अर्थाने व वेगवेगळ्या संदर्भात माणूस दलित असतोच. स्वत:मधले दलितपण आणि ओलितपण ओळखून कवी स्वत:च्या संचिताचेही मूल्यभान व्यक्त करतो.

कवीचे काव्यविश्व अनुभूतीच्या विविध आकृतिबंधात आकार घेते. त्यांच्या कवितेतील जीवनचिंतन मूलभूत प्रश्नांसह परिहार्य प्रश्नांच्या गाभ्यालाही भिडते. त्यामुळे या कवीचे मानवी जीवनाचे आकलन व अवलोकन सूक्ष्म असल्याचे जाणवते. कवीचा समाजशास्त्रीय अभ्यास दलितांच्या कैवाराने कवितेत अर्थपूर्ण व कलापूर्ण होताना दिसतो. कवी मनातील उपेक्षितांचा गहिवर त्याच्या मानवता प्रेमाची व व्यापक सांस्कृतिक मूल्यभानाची साक्ष देतो. निवडक अर्थपूर्ण कल्पनांच्या व आशयघन शब्दबंधाच्या अनेक साक्षी प्रत्ययाला येतात. त्याची प्रातिनिधिक उदाहरणे पुढीलप्रमाणे :

'जगण्याला अर्थ देताना
अनर्थ विणले जातात
भरजरी रेशीम वस्त्राचे
अनेक तंतू लोंबतात' (उखाणा)

रात्री कुशीत घेऊन

हळुवार थोपटणारे हातच
हवे आहेत मला
काळोखाचे गच्च पदर
उलगडण्यासाठी' (काळोखाचे पदर)

'मैफलीत मेघांच्या
वादळगाणे जमून गेले
सौदामिनीच्या तेजगायनी
जगणे लखलखून गेले' (जमून गेले)

'श्वास माझे वेगळे
उच्छ्वास माझे वेगळे
कोंदल्या काळोखातले
हुंकार तेही वेगळे (हुंकार)

'तुझं येणं
नक्षत्रांचं देणं
चांदण्या रात्री
भरती येणं' (तुझं येणं)

'नको घालू रे प्राजक्ता
माझ्या अंगणात सडा
मनी बांधल्या समाधीला
उभा जाईल तडा' (पीळ)

कवीची प्रेम कविता रुळलेल्या साच्यात कुलूपबंद न होता स्वत:ची वेगळी वाट अधोरेखित करते. या कवितेतल्या कल्पना आणि भावनांचा अनुबंध पारंपरिक प्रतिमा विश्वाला धुडकावून मुक्तपणे आकार घेतो.

'तू आलीस' सारखी प्रेम कविता प्रेयसीच्या आगमनाचा आनंद अभिव्यक्त करते, दोघांच्याही भावनात्मक धुंदीला समर्पक शब्दांत पेलते.

पहाटेचा काळोख संपता संपता ही प्रेयसी, प्राचीच्या सोनेरी तेजातून आणि अरुणाच्या गर्भरेशमी रंगातून, मंद समीरणाची झुळूक होऊन प्रियकराच्या अंगणात

अवतरते. कवीच्या भाषेत आणि प्रियकराच्या नजरेत ही सखी फुलांच्या रंगाची 'गंधमारिणी' आणि तृणांकुराचा दवबिंदू होऊन 'रानगीत' होऊन येते. ओढ्याचा आवेग होऊन आलेली सखी प्रियकराला भेटल्यावर पुढे काय होणार? कवी त्याची सूचना 'ओढ्याचा आवेग' या प्रतिमेतून स्पष्ट करताना दिसतो. वरवर ही कविता प्रेम कविता वाटली, तरी ती केवळ प्रेम कविता नसून ती अत्यंत सुंदर अशी प्रेम निसर्गाच्या एकात्म अनुभूतीची कविता आहे.

कवीची प्रेम कविता स्त्रीदेहाच्या सौंदर्याची भक्ती कविताही नाही आणि विरक्ती पुजणारी सन्यस्त वृत्तीची ती निदर्शक नाही. ती सरळसरळ माणसाच्या सामान्य पातळीवरची; पण भावनेचा सच्चेपणा जपणारी व पुजणारी निखळ प्रेमकविता आहे. शोधित असतो, तुझं येणं, अशा काही व अस्सल प्रेम मूल्यात्मक कविता साक्षीभूत ठरतात.

या कवीला निसर्गाचे वेड जरूर आहे. त्यांच्या अनेक कविता निसर्ग घटकांच्या संदर्भांनी लगडल्या आहेत. हातात न येणारा लहानपणीचा श्रावण, मेघांची मैफल, पानगळीचा सोहळा, वणवणता वारा, वसंताची फुलझडी, कोवळ्या कोंबांना सुखाचं लगडणं, नभाचं दान, भेगाळलेली निसर्ग प्रतिमा मानवी भावनांच्या रंगीबेरंगी छटा घेऊन कविताभर शिंपडल्याचा प्रत्यय वाचक घेत राहातो. हे निसर्ग कल्पनांचे सौंदर्य या कवितेचे खास वैभव आहे,

'खट्याळ श्रावणाने
तिचे चुंबिता अंग अंग
तिच्या प्राजक्ती मनात
बहरले केशरी रंग' (ऊनपावसाच्या अंगणी)

पाचूच्या रानात कसे
झुलत होणे पक्षी गाणे
सांज उतरता रानी पानी
स्वर निमाले किलबिलवाणे' (सांज सावल्या)

'पळस फांदीपरी पारवा
घेई वेध पाचोळा चुरता
फडफडुनी रान पेटवी
कंच डहाळी डोही बुडता' (कंच डहाळी)

'रान पेटवीत
आषाढ घन
कोसळतो
नांगरल्या भूमीवर' (वेग आवेग)

निसर्गाच्या अणुरेणूशी एकरूप झालेली कवी प्रतिभा अव्वल दर्जाची आहे. मानवी भाव-भावनांचे आरोपण निसर्गावर करताना निसर्ग कुठे संपतो आणि भावविश्व कुठे सुरू होते, याचा पत्ताच लागत नाही. शिवाय निसर्ग आणि मानवी जीवनाचे अनुबंध पेलणारी ही कवीप्रतिभा, दोन्हींच्या मुळाशी जाऊनच त्यांचा एकात्म गोफ गुंफते. कवीचे एकूण काव्यविश्व सृष्टिव्यापार आणि मानवी जीवन यांच्या द्वंद्वात्मक अनुभूतींना निवडक-अर्थपूर्ण शब्दांच्या अंगाखांद्यावर पेलून धरते.

जगण्यात व रडण्यात डुंबून जाताना नकळत आपणच आपल्याला शोधत राहावे अशी या कवीची धारणा आहे. 'मन वणवा वणवा' अशी अनुभूती व्यक्त करतानाच 'पानगळीच्या वेदनेला मातीचा लळा' असल्याचे सनातन सत्य कवी मांडू लागतात. पानगळीचं दुःख अटळच! पण मातीचा लळा तेवढाच सुखात्म नाही का? कवीच्या व्यथेचे वेगळे स्वरूप लक्षात घेताना जाणवते की 'कोरड्या चतकोरा- भूक झोंबे आगळी' अशा समाजशास्त्रीय व नियतीप्रधान सांस्कृतिक सत्याच्या गड्यालाच ही कवीप्रतिभा हलवते. त्यामुळे या कवितेची नाळ केवळ मध्यमवर्गीय कवितेपुरती जुळत नाही. तसे करणे कवितेवरचा अन्याय ठरेल. दलित-उपेक्षितांच्या व सर्व स्तरांवरच्या भुकेचे मूल्य या कवितेने पचवले आहे.

कवी मन निर्झर होऊन झुळझुळत्या अंतरंगाला अभिव्यक्त करते. हृदयात जोपासलेला मातीचा रंगही कविताभर उधळला जातो. अर्थात निसर्ग, मानव, देवत्व आणि दिव्यत्व यांच्या सांस्कृतिक रंगा-गंधात समर्पित झालेली ही कविता कलात्मक सौंदर्याच्या शिखरावर स्थापित झालीय.

परिचय

चंद्रकांत पांढरी पांडे (मध्य प्रदेश)

शिक्षणाची पहिली तीन वर्षे दोरसलाम- तांझानिया (आफ्रिका) इथं पूर्ण झाली. त्यानंतरचे शालेय, महाविद्यालयीन, पदव्युत्तर शिक्षण आणि संशोधनपर कार्य नागपूर इथे झाले. प्राध्यापकीच्या सुरुवातीच्या दोन वर्षांची सेवा नागपूरच्या सी. पी. अँड बेरार महाविद्यालात केली. त्यानंतर केंद्रसरकारच्या भोपाळ येथील रिजनल इन्स्टिटयूट ऑफ एज्युकेशन इथं भाषा विभागात कार्य केले. तिथे राहून त्यांनी मध्य

प्रदेश मराठी साहित्य संघात विविध पदांवर काम पाहिले. साहित्य संघाच्या 'भोजपत्र' या मुखपत्राचे संपादन, 'अखिल भारतीय मराठी साहित्य महामंडळा'वर कार्यकारिणी सदस्य आणि उपाध्यक्ष, मॉरिशस इथे मराठी भाषा व साहित्याचे सल्लागार, केंब्रिज विद्यापीठात मराठीचे सल्लागार, विविध वर्तमानपत्रांतून कविता लेखन, समीक्षापर लेखन असे त्यांचे मराठी साहित्य आणि संस्कृती संवर्धनासाठीचे कार्य. अखिल भारतीय व विश्व मराठी साहित्य संमेलनांतून परिसंवादात निमंत्रक वक्ते. तसेच ९ व १० फेब्रुवारी रोजी भोपाळ इथे मध्य प्रदेश साहित्य संघाच्या सुवर्ण महोत्सवी वर्षांनिमित्त झालेल्या मराठी साहित्य संमेलनाचे त्यांनी अध्यक्षस्थान भूषविले आहे.

◆◆◆

१६. कलात्मक सौंदर्याची 'ब्रह्मावर्त' ऐतिहासिक कादंबरी

मराठी ऐतिहासिक कादंबरीच्या प्रवाहात 'ब्रह्मावर्त' या गाजलेल्या कलाकृतीचे योगदान निर्णायक महत्त्वाचे आहे. इंदौरच्या माधव साठे यांनी भारताच्या प्राचीन गुप्तवंशाच्या संदर्भात लिहिलेल्या 'ध्रुवस्वामिनी' आणि 'ब्रह्मावर्त' या ऐतिहासिक कादंबऱ्यांनी मराठी वाचक प्रभावित आहे. 'महापराक्रमी छत्रसाल बुंदेला' हे चरित्रही इतिहासावरच बेतलेले आहे. पण या इतिहाससिद्ध वास्तवावर बेतलेल्या कलाकृतीसोबतच माधव साठे यांनी 'मधुवल्लरी' नावाचा उमर खय्यामच्या रुबायांचा भावानुवादही प्रसिद्ध केलाय. त्यांच्या या रुबायांच्या निर्मितीचा गौरव डॉ. सुधीर रसाळ, राजेंद्र बनहट्टी सर, डॉ. द. भि. कुलकर्णी या मान्यवरांनी मुक्तकंठाने केला आहे; तरीही 'ब्रह्मावर्त' या मानव साठे लिखित ऐतिहासिक कादंबरीचे वाङ्मयीन मूल्य एकूण मराठी सारस्वतामध्ये अत्यंत महत्त्वाचे म्हणून अधोरेखित करता येते.

मराठी वाचकांना 'ब्रह्मावर्त'ची मोहिनी पहिल्या आवृत्तीच्या १९९० सालच्या प्रकाशनापासून आजतागायत कायम आहे. कौटुंबिक नात्याचा गोडवा दुर्मीळ झालेल्या वर्तमान समाज जीवनात आपल्या भावासाठी व वहिनीसाठी अर्पण केलेल्या या कलाकृतीची अर्पणपत्रिका लेखकाच्या सांस्कृतिक संचिताची साक्ष ठरते.

राज्यद्रोहासाठी प्रजेला एका सूत्रात बांधणाऱ्या विविध अन्यायाच्या प्रकारांची नोंद 'बेकन' यांच्या संदर्भाने माधव साठे यांनी प्रारंभीच करून १८५७ च्या लढ्याचे सूत्र स्पष्ट केलेय.

'ब्रह्मावर्त'मधील नानासाहेब, तात्या टोपे, झाशीची राणी, अशा काही महत्त्वाच्या ऐतिहासिक व्यक्तिरेखांसोबतच इतरही काल्पनिक व्यक्तिरेखा उभ्या करण्यात साठे यांना कमालीचे यश मिळाले आहे. विविध धर्मीय व्यक्तिरेखांचा सुंदर व स्वाभाविक गोफ या कादंबरीत गुंफला गेला. यामुळे १८५७च्या विद्रोहाची पार्श्वभूमी, प्रत्यक्ष तयारी आणि अंतिम लढा या सर्व अवस्था चित्रित करताना लेखक माधव साठे यांचा

कस लागलाय. कटकारस्थाने, डावपेच, वेषांतरे, गुपिते, हेरगिरी, विस्फोट अशा असंख्य घटनांची मालिका रसिक मनाला खिळवून ठेवते. माधव साठे यांचे इतिहासविषयक ज्ञान सत्याच्या जवळ जाणारे असल्याने ऐतिहासिक वास्तव उभे करण्यात त्यांना यश प्राप्त झालेय. शिवाय काल्पनिकतेचे इतिहास-वास्तवाशी मिश्रण करताना माधव साठे यांनी तोल सांभाळल्याने ऐतिहासिक सत्याला कुठेही तडा गेला नाही.

संपूर्ण कादंबरीचा परिप्रेक्ष उत्तर भारतासह पुणे-सातारा-महाराष्ट्रालाही भिडताना एकूण हिंदुस्थानचेच राजकीय पर्यावरण शब्दांत पेलण्याची किमया इथे सिद्ध झालीय. त्यामुळे एकोणिसाव्या शतकातील संपूर्ण भारताचाच राजकीय चेहरा रसिक मनासमोर येत राहातो. त्यातही हिंदू-मुस्लीम ऐक्याचा अन्यायी चेहरा यातील स्वाभाविक संघर्ष मनोवेधक चितारला गेला आहे.

अभिजन, टॉडसाहेब, खानसाहेब, कलेक्टर हिलर्सडन, अदिलाबी, वॅटसन, तात्या, डॉल्टन, रामसिंह, नरहरी, किसनसिंह, लॉर्ड कॅनिंग, अभिमुल्ल, कृष्णा, बयाबाई, नूरमहंमद, रघुनाथ, अशी विविध स्वभाव धर्माच्या असंख्य व्यक्तिरेखांचे भावबंध संवाद व संघर्षाच्या विविध अनुबंधांनी या कादंबरीत जिवंत झालेत. युद्ध, लढाया यामधील हिंसा आणि क्रौर्याचे या कादंबरीत जसे दर्शन घडते; तसेच प्रेम, वात्सल्य आणि धर्म-देश निष्ठेच्या त्यागाचेही स्वाभाविक दर्शन, ही कलाकृती घडवताना दिसते.

तलवारींचा खणखणाट, बंदुकीच्या गोळ्या, तोफांचे आवाज या कादंबरीच्या कथानकाचा अविभाज्य भाग बनणे स्वाभाविक आहे. पण नृत्य, संगीतही या कथेच्या कलात्मक उंचीला वेगळे परिमाण देताना दिसते. शहाबानोंची संगीतमय मैफल, आलापी या ऐतिहासिक कथेत वास्तवाचा भाग बनलीय. उर्दूमिश्रित मराठी-मुस्लीम व्यक्तिरेखेच्या तोंडी आणि इंग्रजी शब्दांचा वापर असणारी इंग्रज अधिकारी वर्गाची मराठी या खास भाषिक वैशिष्ट्याने ब्रह्मावर्त कादंबरीचा वाङ्मयीन ठसा अधिक प्रभावीपणे उमटतो. ही एकच कादंबरी लिहिली असली तरी माधव साठे मराठी वाङ्मयविश्वात यशाच्या शिखरावरच उभे असते.

असामान्य मुत्सद्देगिरी करून १८५७ च्या क्रांतिलढ्यात सहभागी होणारे तात्या टोपे, इंग्रजाच्या बलाढ्य सैन्याशी संघर्ष पुकारणारी झाशीची राणी या महान योद्धासोबतच त्यागाचा व निष्ठेचा आदर्श स्थापित करणारा सामान्य कोटीतील कानतुटक्या रघुनाथ यांचा विशेष असा वाचकांच्या मनावर उमटतो.

नानासाहेब आणि म्युरियलचे प्रेम या कादंबरीत स्वतंत्रपणे लक्ष वेधून घेते. स्वत:च्या धर्माच्या व राज्यसत्तेच्या विरोधात जाऊन म्युरियल विद्रोही नानासाहेबांच्या राष्ट्रमुक्तीच्या ध्येयवादाला प्राणपणाने कवटाळणे हा चमत्कार तिच्या व नानासाहेबांच्या

प्रेम-प्रणयाचा की गुलामी विरुद्धच्या भारतीय राष्ट्रवादी ध्येयाचा?

काहीही असो म्युरियलचे नानासाहेब आणि हिंदुस्थानच्या क्रांतिकारी लढ्यावरील प्रेम या कादंबरीच्या कलात्मक उंचीचे एक निर्णायक परिमाण आहे. नानासाहेबांच्या पत्नीचा स्वभाव कथानकात साकारण्याप्रमाणे खरोखरच असा चमत्कारिक होता काय, या प्रश्नाचे उत्तर देता येणार नाही. शिवाय एक भारतीय पत्नी स्वत:च्या पतीचे दुसऱ्या स्त्रीशी असणारे प्रेमसंबंध पचवून घेण्याइतपत उदार असू शकते का? शालू-पैठण्या व वाड्याच्या चार भिंतीत रमणारी कृष्णाबाई बुद्धीने संकुचित असली, तरी म्युरियलचे नानासाहेबांना असलेले समर्पित प्रेम पचवण्याइतपत उदार का असावी?

म्युरियलने सर्वस्वच नानासाहेबांना समर्पित केल्यामुळे इंग्रज राज्यकर्त्यांच्या क्रौर्याच्या पार्श्वभूमीवर तिचे व्यक्तित्व आणि तिच्या स्वातंत्र्यनिष्ठा उठून दिसतात. इंग्रज संस्कृतीतील हा विरोधी तणाव आणि भारतीय राजे-सरदार यांच्यातील १८५७ च्या लढ्यातील आपसातील दुफळी इथे अर्थपूर्ण वास्तवाचे दर्शन घडवते. वातावरणनिर्मिती, ऐतिहासिक वास्तवाचा भास, व्यक्तिरेखांचे जिवंतपण, समर्पक भाषा व संवाद आणि उत्कंठा वाढवणाऱ्या घटनांची मालिका यामुळे या कादंबरीला श्रेष्ठ दर्जाची कलात्मकता प्राप्त झालीय. रणजित देसाई, नाथमाधव, ह. ना. आपटे, विश्वास पाटील यांच्या मालिकेत माधव साठे यांची नोंद यशस्वी ऐतिहासिक कादंबरीकार म्हणून अटळ आहे.

परिचय

माधव साठे (मध्य प्रदेश)

इंग्रजी साहित्यामध्ये पदव्युत्तर पदवी घेतलेल्या इंदौर येथील माधव साठे यांनी सुरुवातीची पाच वर्षे इंग्रजी साहित्य व भाषा विषयाचे अध्ययन केले. पुढे त्यांनी मध्य प्रदेश स्टेट वेअर हाऊसिंग कॉर्पोरेशनमध्ये अधिकारी म्हणून काम पाहिले. प्रशासनात कार्यरत असतानाही त्यांचे लेखनकार्य मात्र चालूच राहिले. 'आशा', 'ब्रह्मावर्त', 'ध्रुवस्वामीनी', 'मधुवल्लरी', 'महाराजा छत्रसाल'; तसेच उमर खय्याम यांच्या रुबाईचे मराठी भाषांतर या त्यांच्या लवकरच नॅशनल बुक ट्रस्ट यांनी लिहिलेलं 'बायोग्राफी ऑफ नानासाहेब पेशवा' हे पुस्तक प्रकाशित करीत आहे. महाराष्ट्र साहित्य सभेतर्फे मध्य प्रदेशीय मराठी साहित्य ११६१ ते १९३६ व १९३७-२०१० या दोन खंडांच्या मराठी साहित्य संस्कृतीचे अत्यंत महत्त्वपूर्ण काम त्यांनी केले आहे. त्यांच्या लेखनामुळे महाराष्ट्र आणि इंदौर (मध्यप्रदेश) हा सांस्कृतिक अनुबंध अधिक घट्ट झाला आहे.

◆◆◆

१७. मराठी सांस्कृतिकता पचवणारा ‘गुलमोहर’

माधव गोपाळ जामदार या मध्य प्रदेशातील कवीच्या कविता मराठी संस्कृती संचिताने भारावलेल्या आहेत. पण ‘गुलमोहर’ आणि ‘ऐलतटावर पैलतटावर’ या काव्यसंग्रहाची मूल्यात्मकता अधिक भावणारी आहे. कवी माधव जामदार हे सश्रद्ध कवी असल्याने त्यांच्या काव्यात ईश्वरी भक्तीची उत्कटता सहज अभिव्यक्त होताना दिसते. ‘रंगोत्सव’ सारखी कविता, तर श्रीरंगांच्या रंगात न्हाऊन निघाल्याचे काव्यात्म सत्य स्पष्ट करते. हरिच्या लयकारी लीलामध्ये रंगून जाताना ‘वरपांगी’ रंग उडाला तरी ‘आतला रंग’ उजळून यावा, ही कवीची इच्छा आहे. लौकिक बंध गळावेत आणि ‘रूपैक्याचे रंगरसायन हृदयातून वाहावे’, अशी स्वाभाविक अपेक्षा कवी जामदारांनी व्यक्त केलीय.

ज्ञानेशाच्या ओवी गाण्यात या कवीला उत्कट समाधान मिळते. प्रकाशाच्या झाडाखाली उजेडाचे वेड लागते व स्वर्ण पिंपळाच्या तळी ज्ञानेशाची ओवी भेटते. त्याच आनंदात रमणाऱ्या कवी जामदार यांच्या प्रतिभेचा हा काव्यात्म विलास रसिक मनाला सहज भावतो.

याच श्रद्धेची पुढील साक्ष पाहा-

अरूपाचे रूप द्या
रेखिले सुधड
शब्द ब्रह्मातून केला
आशय उघड

‘दुजे नको आता’ या कवितेतील ही उत्कट श्रद्धा कवी जामदार यांच्या मानसिकतेचा व जीवनाचा मूलाधारच आहे.

‘हे प्रभो’ ही कविता वेदांती तत्त्वज्ञानाची काव्यात्म मांडणी करते, तर ‘अखेरचे वळण’ सारखी कविता मृत्यूच्या सावल्याचे स्मरण करून देते. कवीच्या

शब्दांची ही साक्ष पाहा–

'दिवे दूरची धूसर दिसती.
भोवतालच्या तमी-

जरा पलीकडे असणाऱ्या 'विश्रांती स्थळाची चाहूल' या कवितेत अर्थपूर्ण ठरलीय. 'ऐलतटावर पैलतटा'वर ही कविताही याच संदर्भाने ओतप्रोत आहे.

खिडकीजवळचा 'गुलमोहर' जवळकीतून त्याचे एकटेपण कवीमनाला ऐकवतो. कवीही त्याच्याशी एकरूप होतो. कवीचे एकटेपणही गुलमोहरांच्या संगतीत सुखावते. परस्परांच्या आधाराने फुलून आलेली ही मैत्री जीवनाचा अर्थ सिद्ध करते, कारण स्नेहाचे नाते हाच आयुष्याचा अर्थ असतो. पण कवी जामदार यांना अफाट मानवी अनुबंधातूनही एकटेपण जाणवताना त्यांना खिडकी शेजारच्या गुलमोहराचा स्नेह हाच आधार वाटावा या सत्याचे काव्यात्म दर्शन रसिक मनाला अस्वस्थ करणारे आहे. मानवी नात्यांचा अर्थ संशयास्पद ठरवणारा हा अनुभव सुखद कसा व का मानावा, या प्रश्नाचे उत्तर मिळत नाही.

कवी माधव जामदारांचे निसर्गवेड त्यांच्या अनेक निसर्ग कवितांतून अभिव्यक्त झालेय. वसंतोत्सव, सांज सावल्या हिरवी दौलत, सुगंधी झुळकांचा, संध्या अशा असंख्य कवितांनी निसर्गाच्या रम्यतेचा ध्यास पेरलाय. निसर्ग प्रेमाच्या या पुढील साक्षी महत्त्वाच्या आहेत.

१) 'सुगंधी झुळकांचा
शीतल ऋतू आला
कुंतल कुसुमांचा
शृंगार बहरला. (सुगंधी झुळकांचा- ऐलतटावर पैलतटावर)

२) 'रसाळ पिकली जांब जांभळी
हिरव्या फांदीवरी लगडली' (हिरवी- दौलत ऐलतटावर पैलतटावर)

३) 'आषाढाचा मेघ करी
कालिदासाची प्रतीक्षा' (आषाढ)

४) 'मावळतीचे रंगही
कसे अंधारून गेले
मंद नि:श्वासाचे गंध

त्यांनी बरोबर नेले'   (मावळतीच्या रंगात)

५) 'हिरवी पाने इवले पक्षी
मंद सुगंधित वारा
अंबरात हळुवार झराव्या
गोड सुरांच्या धारा'   (हिरवी पाने- इवले पक्षी)

निसर्गाच्या अणुरेणूशी एकात्म झालेली काव्यानुभूती कवी माधव जामदारांच्या प्रतिभा सामर्थ्याची सौंदर्यपूर्ण साक्ष आहे.

हा निसर्ग रम्य व भव्यदिव्य आहे तसाच तो भीषण, रुद्र आणि जीव घेणाराही आहे. त्याचे प्रत्यंतर 'हरवलेपण' ही कविता देते. 'आकाशाच्या निळाईचे मेधावलेपण' आणि 'अकाली लोचनांचे पाणावलेपण' कवी जामदार समर्थपणे टिपतात. त्यांना अवकाळी धरणीचे ओलावलेपणही दिसते आणि कार्तिकीच्या पुनवेचे 'अंधारलेपण'ही जाणवते, टरारल्या कणसाचे मानमोडेपण न्याहारणारी कवी प्रतिभा किसानाच्या चेहऱ्यावरील भकासपणाशीही तादात्म्य पावते. कवी जामदारांची ही संवेदनशीलता आणि कृषी जीवनाशी असणारे त्यांचे उत्कट अनुबंध त्यांच्या काव्यविश्वाचे भूषण आहे.

कवी माधव जामदारांची काव्यशैली लयबद्ध मांडणीने मांडत असल्याने अनुप्रासांचा ताल व शब्दांचा तोल ठेक्यात प्रगटतो. या संदर्भात पुढील उदाहरणे सौंदर्याची उधळण करताना दिसतात :

१) कौतुकलेली चांदण झळझळ नयन बाहुल्या लुकलुकती
इवल्या ओठी कशी चालली एक सारखी चुकचुकती' (जलसा)

२) 'सांज उतरता माझ्यावरती
जुन्या स्मृतींना मिळे उजाळा
प्रकाशात त्या रविबिंबाचे
झुंबर लागे डुलायला' (झुंबर)

ईश्वरी श्रद्धा, संतवाणी, वेदान्ती तत्त्वज्ञान यांच्या संकल्पना अनुबंधात रमणारी माधव जामदार यांची कविता काव्याच्या निकषावर पूर्णत: उतरणारी असून मध्य प्रदेशाच्या मराठी काव्याविश्वाचे भूषण आहे. संतांच्या अभंगवाणीचा गौरव पेरताना कवी जामदार म्हणतात,

हृदयीचे बोल

हृदयी घातले
मराठीला मिळे
बाळकडू (अभंगवाणी)

मध्य प्रदेशाच्या मातीत पाय रोवून जगताना कवी जामदारांना मराठी संस्कृतीचा सुगंध सतत भुरळ पाडतो. म्हणूनच भीमसेन जोशींचा अभंग त्यांच्या अंत:करणाला भिडतो. कवीची रचना पाहा–

भीमसेनी दिव्य स्वर
परिमना उबारतो
सर्वात्मकाला प्रसन्न
मन ओवाळी आरती
किशोरीच्या अभंगाचा
मना मोठाच दिलासा
माझे माहेर पंढरी
भिवरेचा भरवसा (मावळतीच्या रंगात)

हळुवार प्रेम व प्रणयाच्या खुणा कवी जामदारांच्या काही कवितांमधून अभिव्यक्त झाल्यात. त्याच्या साक्षी पाहा–

१) 'लालस ओठावर
फुटले हासू कसे
उठले गालावर
लाजरवाणे ठसे' (कोजागिरीची रात)

२) 'पुनवेचा चंद्र नको
तम भरल्या एकान्ती
तव कुशीत लाभू दे
देहाला विश्रांन्ती' (ये माझ्याजवळ सखे)

३) 'ज्या क्षणी झालीस माझी त्या क्षणाला
अमृताचे मोल हो उतरून वाटे' (बोलणे)

कवी जामदारांची प्रेम कविता संयम भावनांचा आविष्कार करणारी आहे. त्यात प्रगल्भता अधिक आहे, शृंगारात ही कविता वाहवत नाही.

एकूणच मानवी जीवनाचा वेध घेताना हा कवी परिपक्व जीवन जाणिवेतून अनुभूतींचा आविष्कृत करतो. जीवन आणि मृत्यू या दोन्ही संदर्भातील कवी जामदारांचे काव्यात्म चिंतन सखोल आणि सम्यक आहे.

'रंग सांजेचे खुलती - रंगविती अंतरंग
गाता अभंग तुकयाचे एकतारी हो सर्वांग'

कवीचा हा कल्पनाविलास त्याच्या जीवन धारणेची उत्कट साक्ष ठरतो.

सरत जाणाऱ्या आयुष्याची जाणीव आकळणे तसे कठीण असावे, कारण मृत्यूची चाहूल पचवायला सामर्थ्य लागते.

'आयुष्याची सांज आपुल्या
लवकर आता सरायची'

अशी सहज रचना करणारे कवी जामदार जीवनाचा मावळणारा रंगखेळ आकलन करतात.

'वृद्धत्वावर बालपणाचा रंग चढतसे नवा' ही कवी कल्पनाही अर्थ सौंदर्यांचे अर्थपूर्ण प्रमेय मांडते.

मानवी जीवनाच्या अंतरंगाचे आणि अवस्थांतरांचे सखोल आकलन कवी जामदारांची कविता अभिव्यक्त करते. श्रावणाचे मेघ वर्षून सरल्याचे व यौवनाचे वन कोरडे राहिल्याचे सत्य ही कविता मांडते. डोळ्यांत दाटलेल्या आसवांच्या धनाचे व मुक्याने भिजलेल्या प्रतीक्षेच्या क्षणाचे मूल्यही ही कविता शब्दांत सांगते. देहाचा व मनाचा शृंगारही फुकाचा असून 'कंचुकी'च्या आडचा मोहर जळत असल्याचे नैसर्गिक-सांस्कृतिक वास्तव, ही कविता समर्थपणे अधोरेखित करते.

मानवी जीवन जाणिवांची प्रगल्भता, माणूस आणि निसर्गाचा अर्थपूर्ण अनुबंध, सौंदर्याची पखरण करणारी लयबद्ध काव्यरचना आणि अपरंपार श्रद्धाभावाने ओतप्रोत भरलेली कवी माधव जामदार यांची कविता मध्य प्रदेशातील मराठी वाङ्मयाचे श्रेष्ठ मूल्य अधोरेखित करताना महाराष्ट्राच्या मराठी संचितालाही जरूर प्रभावित करते.

परिचय

माधव जामदार (मध्य प्रदेश)

मध्यप्रदेशमधील नामवंत कवी होत. ५ कवितासंग्रह व मेघदुताचा मराठी अनुवाद प्रसिद्ध

◆◆◆

१८. बहुआयामी वैचारिकतेचा सांस्कृतिक अनुबंध !

इंदौरस्थित विश्वनाथ शिरढोणकर यांचे 'नेते पेरावे, नेते उगवावे! हे पुस्तक प्रियांजली प्रकाशनातर्फे २०१२ला प्रकाशित झालेय. पुस्तकात इंदौरच्या 'मी मराठी' साप्ताहिकात प्रसिद्ध झालेल्या त्यांच्या लेखांचे संकलन आहे. कथा-कविता लिहिणारे विश्वनाथ शिरढोणकर समाजकारण, राजकारण, धर्मकारण अशा सांस्कृतिक पर्यावरणाचेही उत्तम आभ्यासक आहेत. त्यांचे समाजनिरीक्षण व संस्कृतीच्या विविध प्रवाहांचे आकलन कमालीचे सूक्ष्म आहे. म्हणूनच या लेखनाचे वैचारिक मूल्य मध्य प्रदेशाचा इतिहास-भूगोल ओलांडून महाराष्ट्राच्या सांस्कृतिक गाभ्याला भिडणारे आहे. शिवाय या लेखांच्या निमित्ताने मध्य प्रदेशाच्या सांस्कृतिक चेहरेपट्टीचे यथार्थ दर्शनही मराठी वाचकांना सहज घडते.

या पुस्तकातील ३३ लेख एकविसाव्या शतकातील पहिल्या दशकाचे चित्र रेखाटतात. त्यामुळे वर्तमान वास्तवाशी या लेखनाची नाळ जुळल्याचे दिसते. लेख प्रासंगिक असले तरी विषय मात्र सनातन आहेत.

भ्रष्टाचार, विकृतीला सर्वमान्यता, इच्छा मृत्यू धार्मिक की धर्मांध, लग्न करावे जुळवून, अमरप्रेम, दानधर्म या शीर्षकांचे लेख मानवी जीवनाच्या सनातन आशय सूत्रावर आधारल्याचे दिसते. त्यामुळे अशा विषयांचे व त्यावरील लेखनाचे मूल्य 'प्रासंगिक' चौकटीत बंदिस्त राहत नसते.

'नेते पेरावे, नेते उगवावे' हा लेख विद्यमान भारतीय राजकारणांचे अंत:प्रवाह स्पष्ट करतो. स्वातंत्र्यपूर्व श्रेष्ठ व मूल्यात्मक राजकारणाचा स्तर वर्तमानात घसरण्याची वास्तवता शिरढोणकर प्रगट करतात. पारतंत्र्याच्या बेड्या तोडण्यासाठी त्यागपूर्वक झोकून देणारी नेत्यांची पिढी संपली आणि आता बाजारात राजकारण्याची भरभराट निर्माण झाली. सामूहिक नेतृत्व संपले. प्रत्येक पक्षात व्यक्तिवाद केंद्रस्थानी आला. 'सत्ताकेंद्री व धनकेंद्री' राजकारणाचा पूर आला. त्यामुळे प्रगतीच्या खुणा कितीही

दिसत असल्या तरी देशाला या सत्तांध व स्वार्थांध नेतृत्वाने काळाच्या मागे नेल्याचे मत शिरढोणकर संयमित भाषेत मांडतात.

स्वातंत्र्यानंतर वाढलेली पक्ष संख्या, मूळ राष्ट्रीय पक्षांचे गमावलेले चरित्र व चारित्र्य, तात्कालिक व प्रादेशिक स्वार्थासाठी निर्माण होणारे संकुचित भूमिकेचे पक्ष, राजकारण्यांचा घसरलेला दर्जा, अशा अनेक मूलभूत प्रश्नांची स्पष्ट व गांभीर्यपूर्वक नोंद इथे महत्त्वाची ठरते.

विश्वनाथ शिरढोणकरांची भूमिका अस्सल राष्ट्रवादी असल्याने त्यांनी कोणत्याही एका पक्षाची वकिली न करता, राष्ट्राच्या उत्थानासाठी आवश्यक असणाऱ्या नेतृत्वाची व प्रवृत्तीची स्वाभाविक अपेक्षा नोंदली आहे.

सर्वसामान्यांच्या मतदानाचा आणि लोकशाहीच्या भवितव्याचा अर्थपूर्ण अनुबंध शिरढोणकरांनी समर्थपणे विशद केलाय. भ्रष्टाचाराच्या रोगाविरुद्ध स्पष्टपणे भूमिका घेऊन समाजाच्या अभ्युदयाचा विचारही इथे मांडला गेलाय. या संदर्भात अनुशासन कोणासाठी, भ्रष्टाचार, लोकशाहीचे प्राण तुमचे-आमचे मतदान, हे लेख विशेष अभ्यासनीय उतरले आहेत.

राजकारण्यांसाठी सुरक्षा व्यवस्था देऊन पोलिसांचे बल त्यासाठी वाया घालण्यासंदर्भात शिरढोणकर सूचक विरोध व्यक्त करतात. खरे तर नेत्यांना संरक्षण हवेच कशाला? ते लोकांसाठी तळमळीने काम करतील, तर त्यांना धोका असण्याचे कारण नाही आणि ते नेतृत्वाला पात्रच नसतील, तर अशा ना-लायक नेत्याला पद उपभोगण्याचा हक्कच नाही. तेव्हा दोन्ही अंगाने नेत्यांना पोलीस संरक्षणाची गरज नसल्याचा विचार, वाचक मनात संक्रमित होतो. शिरढोणकरांचे लेखन वाचकांना गांभीर्याने विचार करायला बाध्य करते, असा अर्थपूर्ण अभिप्राय 'मी मराठी' साप्ताहिकाचे संपादक सुभाष रानडे यांनी प्रस्तावनेत दिला आहे.

समाजातील विकृतीचा सुंदर पर्दाफाश 'विकृतीला सर्वमान्यता' या लेखात केला गेलाय. शिस्तभंग, अनुशासन हीनता, अधिकारांचा गैरवापर, कायद्यांचा भंग राष्ट्रप्रेमाचा अभाव, राष्ट्रीय ऐक्याबद्दलची तटस्थता, नैतिकतेचा पराभव, बोकाळलेला भोगवाद, भ्रष्टतेतून सत्ता-संपत्तीची वाढ, अशा अनेक विकृतींच्या विरोधात शिरढोणकरांनी त्यांची लेखणी तलवारीसारखी चालवली आहे. 'सत्याचा कैवार' आणि 'जनकल्याणाचा ध्येयवाद' या लेखांचे तात्त्विक अधिष्ठान आहे. म्हणूनच या सर्वच लेखांचे आवाहन समाजातील सर्व स्तरांवरील सुज्ञ वाचकाला जागृत करते. समाज प्रबोधनाचा सम्यक विचार रुजण्यासाठी शिरढोणकरांचे वैचारिक लेख उपयुक्त ठरतात.

'महाराष्ट्र आणि बृहन्महाराष्ट्र' या लेखात मराठी भाषा व संस्कृतीचा सांस्कृतिक

गोतावळा सिद्ध करताना, महाराष्ट्राबाहेरच्या वाङ्मयीन सेवेचे मराठी परिघात होत असलेली उपेक्षा स्पष्ट करण्यात आलीय. महाराष्ट्रातला समाज-संस्कृती व शासन या सर्वच स्तरांवर बृहन्महाराष्ट्रातील अस्मितेच्या इतिहासाची नोंद घेतली जात नसण्याबद्दल नाराजी व्यक्त केलीय. मराठीचा आंतरप्रांतीय अनुबंध लक्षात घेऊन मराठी संस्कृतीचे व्यापक, विशाल स्वरूप जपण्याची गरज या लेखातून अभिव्यक्त झालीय.

विश्वनाथ शिरढोणकरांची निरीक्षणशक्ती बऱ्याच ठिकाणी सूक्ष्मपणे अभिव्यक्त झाल्याच्या पुढील साक्षी महत्त्वाच्या ठरतात :

१) मराठी भाषेचा कैवार घेणाऱ्यांनी नुसतेच राजकारण केले पण भाषेच्या समृद्धीसाठी काहीच केले नाही. (पृ. १०४)

२) भाषाप्रेम व राष्ट्रप्रेम हे परस्परविरोधी नाही. (पृ. १०५)

३) बृहन्महाराष्ट्रात राहणाऱ्या बांधवांची सदैव उपेक्षाच केलेली आढळते. (पृ. ८९)

४) खरे पाहाल, तर सर्वसामान्यांचे कल्याण ही धर्म, समाज आणि राष्ट्राची नीती असायला हवी. (पृ. १२३)

५) सर्वांचा समसमान विकास ही दानाची अवधारणा (पृ. १३६)

शिरढोणकर प्रतिपाद्य विषयाचे विश्लेषण करताना, मानवी जीवनाच्या गाभ्यावर प्रकाश टाकत जातात. या विवेचनाच्या सहज ओघात चिंतनाची सूत्रेही पेरली जातात. त्याची प्रातिनिधिक उदाहरणे पुढीलप्रमाणे आहेत :

१) संकट हे सामान्य परिस्थितीच्या कल्पनेत वावरताना असामान्य व्यवहाराशी सामना झाल्याने उत्पन्न होतात. (पृ. १४७)

२) कठीण कामाला सोपे, सरळ करून पद्धतशीर करणे यातच माणसाची विद्वता. (पृ. १५१)

३) कल्पना माणसाला नवनवे प्रयोग वास्तविक आयुष्यात करायला भाग पाडते. (पृ. १६४)

४) कर्ज म्हणजे काय? अर्थशास्त्रीयदृष्ट्या भविष्यात होणाऱ्या उत्पन्नामुळे जी उपभोग क्षमता वाढेल त्याचा उपभोग आज घ्यायचा. (पृ. १४०)

५) जातीनिहाय जनगणना देशाला परत एकदा जातीय विद्वेषाच्या भयंकर आगीत झोकणार आहे. (पृ. ४७)

विश्वनाथ शिरढोणकरांचा अभ्यास समाजकारणासह राजकारणाला कवेत घेऊन अर्थशास्त्रीय वास्तवापर्यंत भिडतो. अशी बहुआयामी क्षमता दुर्मीळ असते

म्हणूनच या विचारवंतांच्या कर्तृत्वाचे मूल्य अधोरेखित करणे आवश्यक आहे.

अमर प्रेम, लग्न, लिव्हिंग इन रिलेशनशिप, जन्मपत्रिका, भविष्य, इच्छा-मृत्यू अशा व्यक्तिगत जीवनाशी संबंधित जिव्हाळ्याच्या प्रश्नापासून, दानधर्म नैतिक-अनैतिक, धर्मांधता, गरिबी, कर्ज, मायमराठी, आरक्षण, लोकशाही, राष्ट्रभाषा अशा अनेक सांस्कृतिक प्रश्नांपर्यंत शिरढोणकरांची प्रतिभा स्वैरविलास करते. त्यांची म्हणून एक स्वतंत्र अशी भूमिका आहे. त्यामुळे मांडणीतील काही विचारसूत्रांशी अभ्यासकांचे मतभेदही शक्य आहेत. उदाहरणार्थ एम.एफ. हुसेनची चित्रकारी ही विकृत कल्पकतेचे चांगले उदाहरण असल्याचे मत शिरढोणकर मांडतात. इच्छा-मृत्यूच्या संदर्भातही मतभेद होऊ शकतात. परंतु शिरढोणकरांची एकूण भूमिका व मांडणी ही मानवी समाजाच्या कल्याणाचा कैवार पेरते, राष्ट्राचे उत्थान मागते; सात्त्विकता, शुद्धता, सत्यतेची पूजा मांडते. तर्कशुद्ध चिंतन, संयत, शांत भाषाशैली, परिपक्व जीवन जाणिवेचा पोत, मानवी मूल्यावरील श्रद्धा या गुणांमुळे विश्वनाथ शिरढोणकरांचे वैचारिक लेखन सर्वदूर परिणाम करणारे आहे. इंदूर-मध्य प्रदेश आणि महाराष्ट्राचा वाङ्मयीन - वैचारिक दुवा म्हणून हे लेखन महत्त्वपूर्ण ठरले आहे. त्यासाठी त्यांचे अभिनंदन व शुभेच्छा !

परिचय

विश्वनाथ शिरढोणकर (इंदौर)

मध्यप्रदेशातले नामवंत कवी आणि लेखक. अनेक संमेलनातून सहभाग. गझल व कादंबरी लेखनसुद्धा!

◆◆◆

१९. मुक्त शब्दरंगांची सौंदर्यवेधी कविता !

'शब्दरंग' आणि 'मुक्तछंद' या दोन कवितासंग्रहांचे एकच पुस्तक प्रकाशित करण्याचा प्रयोग डॉ. प्रफुल्लता शरदचंद्र जाधव या कवयित्रीने केला आहे. या दोन्ही संग्रहात एकूण ६६ कविता आहेत. खरे तर 'शब्दरंग' या एकाच नावाने हा काव्यसंग्रह शोभण्यासारखा आहे.

'आकाशाने असे बघावे
की धरणीला कंप सुटावा
मूक मनोहर भावरंग ते
क्षितिजावर क्षणभर उमटावे!'

अशी निसर्ग आणि मानवी जीवनाच्या अर्थपूर्ण अनुबंधाची ही कविता मानवतेच्या 'खोल जिव्हाळया'ने ओथंबलेली आहे. कवयित्रीचा काव्यात्म ध्येयवाद निवडक अर्थपूर्ण शब्दांच्या लयीत अभिव्यक्त होताना विविध रंगांची उधळण अपरिहार्य ठरते. 'शब्दांच्या सृष्टीत शारदीय चंद्र करांची जाणीव व्हावी' हे स्वप्न, तर या कवितेच्या उरात आहेच, पण शब्दांची वेल आभाळाला भिडून जावी, असेही कवयित्रीला वाटते.

'हृदय शिंपला पूर्ण खुलावा
टपोर मोती त्यात असावा
मानवी जीवनाच्या गाभ्याचा मोती'

प्रत्येकाच्या अनुभूतीचा विषय असावा असा सुंदर, संचित विचार ही कविता मांडते. 'निळ्या नभा', 'धरा आणि सागर', 'आकाशीच्या घाटावर', 'मोगरा फुलला', 'वारीयाचा ताल धरा' इत्यादी कवितांमधील निसर्गसृष्टीचा मोहक तपशील आणि त्याची काव्यात्म गुंफण प्रत्ययकारी उतरलीय.

मानवी भावभावनांचा आणि निसर्गाच्या व्यापाराचा अर्थपूर्ण अनुबंध काव्यात्म

पातळीवर अभिव्यक्त होताना ही कविता सौंदर्य प्रतिमांची बरसात करते. त्यामुळे वाचक कलात्मक चांदण्यांची अनुभूती घेत राहातो.

‘हसरा वसंत वारा अंगातुनी भिनेल
रोमांच अंतरीचा पर्णावरी खुलेल

अशी सौंदर्यवेधी मांडणी ही कविता सहज करून जाते. सागर आणि वसुंधरेचे युगायुगाचे नाते कवयित्री डॉ. जाधव यांनी त्यांच्या प्रकृती व प्रवृत्ती धर्मानुसार अधोरेखित केलेय. ‘माझे घराणे’ ही कविता निष्पाप हसऱ्या फुलपाखरांच्या सौंदर्यासक्तीतून सुगंधी मूल्यात्मकता अधोरेखित करते. काव्यातील नायिकेचा आणि मृत्युचा ‘जिवान्त’ संबंध आहे. सात्त्विकतेचा व साधेपणाचा ध्यास जपणारी, ही कविता ‘अनंत विश्वात माझे घराणे’ असल्याची व्यापक, उदात्त जाणीव पेरते. मानवाच्या सुखात रमणारी, आनंदाचे गाणे गाणारी ही कविता समस्त सृष्टीच्या समाधानाचा ध्येयवाद मांडते.

कवयित्री डॉ. प्रफुल्लता जाधव यांच्या काव्यात आशयघन सौंदर्याची बरसात होताना दिसते. त्याच्या साक्षी पाहा–

‘कुण्या अनामिक स्मृतिदंवाचा,
थेंब पाकळीवर गळतो
कधी मयूर नाचता धुंद
नत होत अचानक का रडतो?’ (अनामिक)

‘तो गंध जन्मजन्मीचा विराणपथावर यावा
तो पथिक जन्मजन्मीचा वाटेत भेटूनी जावा’ (तो पूर्ण चंद्र भाळीचा पुसता चंदन शिंपावे)

‘पर्णाच्या झुबक्यातून ती खूण । पांचू पैंजण वारा ।
रूणझुला यमुनेकाठी प्रेमळ पिंपळे । सळसळतो’

राधा, गिरीधर, गंधर्वगान, कलकी अवताराची आरती, अशा पारमार्थिक संदर्भाचा अध्यात्मवाद या कवितेने सच्चेपणाने पेरला आहे. त्याचप्रमाणे संस्कृती, गोपींचा कृष्ण, तानसेनच्या समाधीवर इत्यादी कवितांमधून मानवी संचितांची चिंतनसूत्रेही अभिव्यक्त झालीत. त्यामुळे या कवितांची व्याप्ती संपूर्ण मानवी जीवनाच्या अंतरंगाला कवेत घेऊनच अर्थपूर्णता सिद्ध करते. ‘मुक्तछंदा’मधील कवितांच्या तुलनेत ‘शब्दरंग’

अधिक भावतो, कारण त्यातील कवितांना सहज लय आहे, सौंदर्याचे देणे आहे. सांस्कृतिक अर्थवता वाहून नेण्याचे सामर्थ्य याच कवितेत आहे. आकाश आकांक्षा, भाव समुद्रातील प्रेमाची भरती, कधीचेच जळणारे मनाचे चिंधुक, मीरेचा मुरली मोहन, भाऊरायाची चंदेरी रात, अनेक कल्पांचा धावता रस अशा शेकडो प्रतिमांचा सहज स्वाभाविक वर्षाव करणारी ही कविता मराठी सारस्वताचे भूषण ठरावी. डॉ. प्रफुल्लता जाधव यांच्या प्रतिभाशक्तीचा हा काव्याविष्कार म्हणूनच स्त्रियांच्या साहित्य प्रवाहातील मानाचे पान आहे.

परिचय

डॉ. प्रफुल्लता जाधव (देवास)

देवासच्या राजघराण्याशी संबंध व नामवंत कवयित्री

◆◆◆

२०. प्रेम आणि निसर्गाची 'काव्यांजली'!

भोपाळस्थित सौ. सुषमा ठाकूर यांचा काव्यांजली हा कवितासंग्रह २०११ मध्ये प्रकाशित झाला आहे. प्रेम, निसर्ग, वात्सल्य, नाते इत्यादी विविध विषयांवरील कविता रसिक मनाला मोहिनी घालणाऱ्या आहेत.

'आई', 'फाटका पदर आईचा' व 'आई म्हणजे' या कविता मातृत्वाच्या थोरवीचा आविष्कार करतात. कधी तर कोवळे ऊनसुद्धा संध्याकाळची सावली बनते. तसा आईचा एक फाटका पदर मुलासाठी खूप काही असतो. आईचा पदर वैशाखाचा तलखीत पंखा होतो. आईच्या पदराची किमया सूक्ष्मातिसूक्ष्म अनुभूतीतून अभिव्यक्त झालीय. आई ही एकच हाक आयुष्याला शांती देणारी आहे. 'आई' तान्हुल्याच्या डोळ्यांतली काजळमाया असते, ती वटवृक्षाची छाया असते, आई वात्सल्याचे गीतही असते. आईच्या त्यागाने प्रभावित झालेल्या कवयित्री सुषमा ठाकूर यांच्या अनुभूतीचा हा काव्यात्म नजराणा, मातृत्वाशी कृतज्ञ आहे. हा एका अर्थाने वात्सल्याचा काव्यात्म सोहळाच आहे. कवी यशवंत, माधव ज्युलीयन, वामन निंबाळकर, अशा सर्व आईविषयक कविता लिहिणाऱ्या कवी परंपरेचा मध्य प्रदेशाचा वारसा सुषमा ठाकूर यांनी समृद्ध केलाय.

'रातराणी' सारखी कविता वरवर निसर्ग कविता असल्याचे भासत असले, तरी ती मूलत: प्रेमाला समर्पित असलेली कविता आहे. याची पुढील साक्ष पाहा–

'तुझा उष्ण श्वास - माझ्या मानेवर
रोमांच फुलतो - कणाकणावर'

अर्थातच प्रियकर आणि प्रेयसीच्या धुंद प्रेमाचा हा शरीरधर्मीय आविष्कार लोभस आहे. रातराणीचा बहर घेऊन येणारी रात्र, प्रियकराचे सुगंधी सान्निध्य, चांदण्याची शाल पांघरलेले प्रियकर-प्रेयसी, पांढऱ्या फुलांची ओंजळ, सौंदर्याची उधळण, तनामनाला सुखावणारी वाऱ्याची झुळूक, हा सर्वच तपशील निसर्गाच्या

सुंदर वातावरणातील धुंद प्रणयाला प्रीतीचाच आहे. धुंद उष्ण श्वासाचा काव्यात्म संदर्भ मीलनाचीच सूचना देतो, कारण चांदण्यांची बरसात होताना ढगाआडचा चंद्र हळूच पाहू लागतो. डोळे सुखाने जड होतात आणि त्याच्या मिठीत तृप्तीचे क्षण अनुभवू लागतात. या कवितासंग्रहातील काव्यात्मकतेची उंची गाठणारी ही कविता आहे. सूचक पण उत्कट धुंद प्रीतीच्या रंगात न्हालेली ही कविता सर्वार्थाने कलात्मक सौंदर्याचा प्रत्यय देते. हे प्रेममीलन पती-पत्नीचे की प्रियकर-प्रेयसीचे, या प्रश्नाचे भान विसरायला लावणारी ही अस्सल कविता आहे.

मानवी अनुबंधांच्या अंत:स्थ स्फोटांना कवेत घेणारी 'नाती मनाची' ही कविता जीवनाचे सुंदर तत्त्वज्ञानात्मक सूत्र सांगते. जोडलेली नाती व क्षण, तुटत जाताना व वेदना वाहताना पापणीच्या केसांचेही गालाला ओझे होते, कारण मनाच्या नात्यातील विसंवादाचे दु:खच भयानक छळते. कवयित्री इथे रक्ताच्या नात्याचा विचार गौण मानून केवळ मनाच्याच नात्याला कवितेच्या केंद्रस्थानी आणतात. सांस्कृतिक-व्यावहारिक नाती एका अर्थाने लादलेली म्हणून कृत्रिम हवीत. पण मनाची नाती ही अंत:स्थ ऊर्मीतून जन्मतात. त्यांचे प्राकृतिक अस्तित्व सूक्ष्म भावनांच्या गुंफणीचे फलित असते. म्हणूनच अशी नाती तुटताना वेदना होतात. अर्थात त्यावर सुंदर उपायही सुचवलाय. जोडलेल्या मनाचा हळुवारपणा जपून ठेवावा, मोरपिसासारखा मनावर फिरवत ठेवावा, जीवनाच्या अंतहीन क्षितिजापर्यंत निसटून न द्यावा. सहज सुंदर अशी ही काव्यात्मकता !

मानवी जीवनाच्या नि मनाच्या भावनिक नात्यांचा हा काव्यात्म अनुबंध अनुभूतीच्या अस्सलपणाचा प्रत्यय देतो.

'नाही अजून कळले मी मलाच कसे उधळले
हिरव्यागार वाटेवरूनी अज्ञाताच्या काळ्या डोहा मी का गेले?'

अशी स्वत:च्याच अस्तित्वाची आणि अज्ञाताच्या काळ्या डोहाची एकात्म अनुभूती विणणारी 'नाही अजून कळले' ही कविता वेगळेपण घेऊन अवतरते.

निखळ निसर्ग प्रेमाच्या ध्यासाच्या कविता या काव्यसंग्रहात विपुल आहे. उदाहरणार्थ, नीलगगन, पहाटेचा पक्षी, जुईच्या कळ्या, कोवळे ऊन, पहिला पाऊस, पुष्प पारिजातकाचे, कवडसा इत्यादी

पारिजातकाच्या फुलाला उद्देशून कवयित्री म्हणते, 'क्षणभंगुरतेच्या शापाबरोबरच स्वर्गीय सुगंधाचे वरदान शुभ्र पवित्रतेबरोबरच केशरी सुंदरतेचे लेणे' तुला सुंदर निसर्ग चित्राचे वर्णन काव्यात्म होताना अनुभवणे रसिकांनाच पर्वणी असते. हिरव्या पानावरचे पहाटेचे दवबिंदू, पानांचे थरथरणारे थेंब, उन्हात मोत्याचे चमकणे,

गारव्याची सकाळ, फांदीवर बसणारा शानदार निळा पक्षी, हिरवी मखमल, सुरेल शिळेत बोलणारे, गाणारे पक्षी, असे सुंदर निसर्गचित्र पहाट-पक्ष्यांच्या निमित्ताने अनुभवता येते.

प्रेम आणि निसर्ग यांच्या दुहेरी संवेदना एकात्म होतात. 'जुईच्या कळ्या' किंवा 'तू आणि श्रावण' सारख्या कविता याची साक्ष देतात.

कवयित्री सुषमा ठाकूर यांची प्रतिमा अव्वल दर्जाची असल्याने त्यांच्या काव्य-विश्वातील कल्पनाविलास आणि सौंदर्याच्या जागा वारंवार भेटत राहातात.

उदाहणार्थ, १) हिरव्यागर्द रानामध्ये जेव्हा मातीही हिरवी होऊन जाते.
फुलांच्या ओठावर तेव्हा पानाचे हिरवे गाणे येते (प्रणयगीत)

२) 'कधी प्रेमफुलांचा वर्षाव । तर कधी नभासारखाच दाटून आलास तू
माझे श्रावणसरींचे ओले, हिरवे गाणेही तूच' (तू आणि श्रावण)

३) 'माझ्याकडील तुझे झोके कसे परत रे करू?
पावसातील तो मोगरा मी कसा रे विसरू?' (माझा श्रावण)

४) 'एकदाच हाक यावी हक्काच्या प्रेमाची
फुलुनी यावी रात राणी रात रंगल्या प्रितीची' (एकदाच)

५) 'ओल्या सुगंधी केवड्याचं पान शहारलेलं.
तुझं नि माझं पाऊसमन बहरलेले' (पाऊसमन)

सुषमा ठाकुरांच्या कवितेला सहज संगीताची सुंदर लय आहे. विशेष म्हणजे त्यांच्या काव्यातील प्रतिभासृष्टी निसर्गाच्या व्यक्त पसाऱ्यातून सहजपणे कवितेत अवतरते. त्यांची निसर्ग कविता कुठे संपते नि प्रेम कविता कुठे सुरू होते, हेच नेमके रसिकांना कळत नाही, हेच या कवितेचे सामर्थ्य आहे. जीवनानुभूतीची प्रगल्भता, सौंदर्याची उधळण करणारी प्रतिमासृष्टी, निसर्गाशी तादात्म्य साधणारी वृत्ती, सहज लयीतील काव्याविष्कार आणि आशावादी जीवन चिंतनासह प्रेम व निसर्गाला समर्पित काव्यरचना हे सुषमा ठाकूर यांच्या काव्याचे विशेष गुण आहेत.

कवितासंग्रहातील चित्रांमुळे रसिकांना कलाप्रत्यय येतो. 'एका कवीची बायको

होणं' सारख्या विनोदी ढंगाची कविताही लक्षवेधक आहे. मंगेश पाडगावकरांनी गौरवलेली सुषमा ठाकुरांची 'काव्यांजली' बृहन्महाराष्ट्राचे भूषण आहे.

परिचय

सुषमा ठाकूर (भोपाळ)

सुषमा ठाकूर या मूळच्या महाराष्ट्रातीलच (नाशिकच्या); पण आता मध्य प्रदेशात भोपाळला असतात. कॉन्व्हेंटमध्ये त्यांनी संगणक आणि इंग्रजी शिकवले. त्याअगोदर त्यांनी कॉम्प्यूटर प्रोग्रामर म्हणून नोकरी केली. त्यांचे पदव्युत्तर पदवीचे शिक्षणही संगणक या विषयातून झाले. त्यांच्या शिक्षणाचा व नोकरीचा इंग्रजी भाषेशी बराचसा संपर्क. पण असे असूनही त्या रमल्या कवितेत. गेल्या अनेक वर्षांपासून 'मध्य प्रदेश साहित्य संघाच्या कार्यकारिणी'च्या त्या सदस्या म्हणून काम पाहत आहेत, 'अखिल भारतीय मराठी साहित्य संमेलनासह अनेक ठिकाणी त्यांनी निमंत्रित कवी म्हणून आपल्या कविता सादर केल्या. या मराठी कवयित्रीने हिंदीतूनही कविता लिहिल्या. 'काव्यांजली' हा त्यांचा काव्यसंग्रह.

◆◆◆

२१. वैचारिक 'शिल्पा'तील मूल्यात्मकता!

बऱ्हाणपूर सारख्या महाराष्ट्राबाहेरील प्रदेशात सौ. अनुराधा मुजुमदार यांनी मराठी संस्कृतीची सेवा आरंभली आहे. त्यांच्या चिंतनाचे विषय कौटुंबिक तर आहेतच पण त्यांनी माणूस आणि संस्कृतीच्या अनुबंधाचा घेतलेला वेध गौरवास्पद आहे. त्यांचे माझे विचारशिल्प पुस्तक त्याची साक्ष ठरते.

कपाटातील आईच्या वहीतील विचारधन त्यांना अचानक सापडले आणि 'जीवनाच्या निर्मळ प्रवाहांचे स्रोत'च गवसले. क्षणभंगुर जीवनातील प्रत्येक क्षण उत्सव समजून स्वत:सह इतरांनाही आनंदी ठेवण्याचा पं. श्री. श्री. रविशंकर यांचा संदेश इथे सहज भावतो. सूर्याच्या व निसर्गाच्या गर्भात साठवलेल्या असंख्य रहस्याप्रमाणे दीर्घायुष्य जगणाऱ्या मानवाच्या जीवनात अनेक गुपिते असावीत, असा अनुराधाताईंचा दावा आहे. रसिकता, मनमोकळेपणा, उदारता, प्रगल्भता या गुणांचा दीर्घायुष्याशी असणारा अनुबंध लेखिकेने स्पष्ट केला आहे. क्षमाभाव व सहनशीलतेसह हास्य व दु:ख सहन करण्याचे समतोल सामर्थ्य दीर्घायुषी माणसात असल्याची नोंद अर्थपूर्ण आहे.

पद, प्रतिष्ठा आणि पैसा यांच्या हव्यासापोटी तेलगी, कलमाडी, राजा, कनिमोळी अशी विकृत उदाहरणे समाजात पुढे येतात. त्यामुळे हव्यासाची कुरूपता येथे स्पष्टपणे नोंदली गेलीय. बदलणाऱ्या पिढीचा चेहरामोहरा जीवन साफल्याच्या संदर्भात किती उपयुक्त आहे याचा लेखाजोखा त्यांनी अनेक लेखांत सप्रमाण नोंदलाय. गाडी, बंगला, बँक बॅलेन्स याच आजच्या मूलभूत गरजा बनल्याची वास्तवता त्या सांगू पाहातात. अर्थात बेकार, दरिद्री, उपेक्षित तरुणांच्या भाकरीची मूलभूत गरज या विवेचनात यायला हवी होती. वर्तमान जीवनातील गुंतागुंत व प्रश्नांचे गांभीर्य लेखिकेने नोंदवले आहे. स्पर्धा अटळ व नोकरीची गरजपण तितकीच, हे वास्तव पेलताना नोकरीसाठी पती-पत्नीची झालेली ताटातूट व तरीही

टिकलेले प्रेम व संसार याची अपूर्वाई इथे समर्थपणे मांडलेली आहे.

माणसामाणसांतील प्रत्यक्ष संवाद कमी झाल्यामुळे, पर्यावरणाच्या ऱ्हासामुळे, यंत्रांच्या अतिरेकीपणामुळे शरीर-मनावरचा परिणाम अटळ असल्याचे लेखिकेचे भाष्य वास्तव मांडणारे आहे. त्यातून मानसोपचाराची गरज आज अनेक घरांत अटळ झालीय. आधुनिकता पचवताना जुन्या सांस्कृतिक खजिन्याचे मूल्य हरवणे योग्य नसल्याचा भावार्थ या लेखात आहे. लेखिका आधुनिक विज्ञानाचे व प्रगतीचे समर्थन करते; पण त्यात नात्यातील विश्वास आणि गोडवा हरवू नये, अशी त्यांची धारणा आहे. म्हणून तर पती-पत्नी, आजी-आजोबा आणि मुले-नातवंडे यांच्यातील भावोत्कट नातेसंबंध जपण्याचा व पूजण्याचा लेखिकेचा प्रयत्न आहे. ज्या घरात नातवांना आजी-आजोबांचे प्रेम मिळते ती मुलं मोठेपणी नम्र, निर्भीड, सुशील व सद्‌वर्तनी बनतात, असा त्यांचा अभिप्राय आहे. अर्थात हे सार्वत्रिक सत्य नसले तरी त्यातील चिंतनशीलता समृद्ध व्यक्तिमत्त्वाच्या जडणघडणीचे विचारसूत्र मांडते.

मानवी जीवन जगताना 'आत्मभान' महत्त्वाचे असतेच; पण या आत्मभानाला सामाजिक मूल्यभानाची जोड हवी. लेखिका साध्या साध्या गोष्टीतील मर्म नोंदवतात. घरातील अन्नासोबत कचऱ्यातील टाचण्या, पिना, काच तुकडे यांचे मिश्रण गाई-म्हशींच्या पोटात जाऊन त्यांच्या मरणाला कारण ठरत असल्याचे त्या सांगू पाहातात. या मांडणीतील त्यांची डोळस मानवतावादी भूमिका आणि प्राण्यांवरील प्रेम अधोरेखित होते. भोपाळच्या युनियन कार्बाईड गॅस गळती कांडाचे दिलेले उदाहरण अर्थपूर्ण आहे. तत्कालीन नेत्यांनी अमेरिकेच्या दबावाखाली दोषी अँडरसनला देशातून पळून जाण्यास मदत केली. लेखिका हजारो निष्पाप जिवांच्या मृत्यूचा कैवार घेऊन विकृतीचा निषेध करतात. वर्तमानकालीन धकाधकीच्या व धावपळीच्या जीवनात वेळेचे नियोजन किती व कसे महत्त्वाचे आहे, याबाबत विवेचन सर्वार्थाने उपयुक्त आहे.

आपल्याला काय हवे, काँग्रेस गवत की गुलमोहर, असा प्रश्न विचारून लेखिका शहरी संस्कृतीतील लोकांना शेतकऱ्यांच्या जीवनाचे शहाणपण शिकवू पाहातात. फळदार वृक्ष की कडूनिंब लावायचे, या प्रश्नांच्या उत्तरात शहाणपण सिद्ध करून शेतकरी अगोदरच विचारपूर्वक कृती करतो. तोच विवेक सर्वांनी विचारपूर्वक जोपासून अंधाऱ्या रात्रीचा काळोख टाळून मंद-शांत शीतल प्रकाश देणारा चंद्र आपलासा करावा, अशी अपेक्षा आहे.

कृषी संस्कृती आणि शहरी संस्कृती यांचा अनुबंध अर्थपूर्ण करताना अडाणी शेतकऱ्यांच्या पारंपरिक शहाणपणाचा गौरव केला आहे. लेखिकेची ही सम्यक व डोळस भूमिका या लेखनाचे खास वैशिष्ट्य मानता येते. विवेकी निर्णयक्षमता नसेल,

तर असमंजसपणाने गुळगुळीत दगडावर ठेवलेला पाय घसरून आपटण्याची शक्यता अधिक असते. आनंदाचे क्षण आयुष्याच्या वाटेवर जमा करीत करीत जीवनाचा आस्वाद घ्यावा, असे मूल्यात्मक विचार या लेखनातून प्रत्ययाला येतात.

मौनाचे महत्त्व आणि मूल्य आध्यात्मिक विश्वात असो वा नसो; पण व्यावहारिक जीवनात निश्चित असते, असा विचार लेखिकेने सप्रमाण मांडला आहे. अधिक बोलणारी व्यक्ती लोकांच्या नजरेत बडबडी ठरते. मनाने मोकळी असल्याचा अभिप्रायही गौरवाचाच भाग असतो; पण अतिबोलण्यात जे नको तेही बोलले जाते हे निरीक्षण महत्त्वाचे आहेच. अवास्तव व अतिशयोक्त बोलणे, हे बोलणाऱ्याच्या व ऐकणाऱ्याच्या हिताचे नसल्याचा निर्वाळा महत्त्वाचा आहे. कमीत कमी बोलण्यातून अर्थपूर्णता साध्य करण्यासंदर्भातच मौनाची संकल्पना लेखिका मांडू पाहातात, शिवाय 'ध्यान' आणि 'मौन' यांचे मानसिक परिणामही विधायक असल्याचे लेखनात अधोरेखित झाले आहे. माणसाने मनमोकळे असावे-जगावे, पण अतिमनमोकळ्या माणसांची अवस्था कधीकधी दयनीय होते. म्हणूनच मनमोकळे व अतिमनमोकळं असण्यातील सीमारेषांचे महत्त्व त्या सांगू पाहातात.

सामान्य मध्यमवर्गीय माणसांच्या जीवन जगण्यास उपयुक्त ठरणारी असंख्य विचारसूत्रे या लेखात प्रतिबिंबित झालीत. या लेखनातील जाणीव विश्व मध्यमवर्गीय वर्तुळात सामावणारे आहे. चिंतनाचा आवाकासुद्धा मध्यमवर्गीय परिप्रेक्ष्यातच सामावतो; तरीही मानवी संस्कृतीच्या संवादासाठी काही चिंतनसूत्रे उपयुक्त ठरणारी आहेत.

या लेखनात अवजड व बोजड सिद्धांत नाही, वैचारिक हाणामाऱ्या नाहीत, कोणत्या तरी विशिष्ट 'इझम'चा कैवार आणि मारा नाही, दुराग्रह नाही त्यामुळे नितांत सुंदर विधायक अशा मानवी मूल्यांची पूजा प्रमाण मानणारी प्रांजळ भूमिका या लेखनातून आकारास आली आहे. या लेखनात परंपरेतील गोडवा आहे; पण बुरसटलेपणाची दुर्गंधी नाही. आधुनिकतेचे समर्थन आहे; पण त्या अनुषंगाने येणाऱ्या विकृतीचा विटाळ मानला आहे. माणुसकीचा अर्थ सिद्ध करणारा सांस्कृतिक ध्येयवादच लेखिका जपू पाहातात. त्यांच्या चिंतनाचा व लेखनाचा केंद्रबिंदू माणूसच आहे. त्याच्या इहवादी सुखाचा व्यापक विचारपट लेखिका उलगडत जाते.

लेखांच्या विविध नाट्यपूर्ण शीर्षकांमुळे त्यांचे वाङ्मयीन सामर्थ्य वाढीस लागले आहे. जीवनातील संघर्षाची अपरिहार्यता सिद्ध करता करता दैव, पूर्वजन्म, नशीब, नियती अशा पारंपरिक संकल्पनांचे प्राबल्यही त्या रुजवतात. बुद्धी, युक्ती, साम-दाम-दंड-भेद युक्त प्रयत्नांचा भौतिक व्यवहारवादही सांगतात.

आपले निवेदन प्रत्ययकारी करण्यासाठी प्रो. लोकेश बलहारा व डॉ. वैभव

अगवणे यांसारख्या प्रयत्नवादाची यशस्वी प्रतीके बनलेल्या साक्षात उदाहरणांची पेरणी केलीय.

ऑनर किलिंग, स्त्रीचा विनयभंग, यत्र नार्यस्तु पूज्यंते असे स्त्री मनाचा व स्त्री जीवनाचा धांडोळा घेणारे लेख आहेत. वर्तमान वास्तवाच्या संदर्भांना पचवून नव्या स्त्री-पुरुष जीवनाचे अधिष्ठान जन्माला घालतात. हुंडाबळी, स्त्रीभ्रूणहत्या, सुनेचा छळ, स्त्रियांच्या आत्महत्या, बलात्कार, स्त्रियांना जाळण्याचे प्रकार, अशा असंख्य वेदनांच्या प्रश्नांवर समतोल मांडणीद्वारे प्रकाश टाकलाय. स्त्री-पुरुष विषमतेचा प्रश्न हा धार्मिक-आर्थिक-सामाजिक विषम संरचनेतून जन्मला असल्याने, त्याचा शोध इथे अपेक्षित होता. सत्यनिष्ठ विवेचन करताना स्त्रीची वेदना समर्थपणे मांडलीय. लक्ष्मी, सरस्वती, दुर्गा, जगदंबा व रेणुका यांना समाजात मिळणारा सन्मान आपल्याच लेकी-सुनांना प्राप्त करून देण्याची संकल्पना अत्यंत सुंदर व विधायक आहे. आपल्याच रक्ताच्या मुलीच्या ओटीत माया ओतली, तर साऱ्या जगाला मायेची पाखर घातल्याचे समाधान होईल, हा सुविचारही काळजाला भिडणारा आहे. नॉर्वे, स्वीडन, डेन्मार्कसारख्या देशांत स्त्रीचा सन्मान व अब्रू सुरक्षित असल्याचे वर्तमान वास्तव भारतीय समाजाला आदर्शभूत असल्याचे मत लेखिका मांडतात. वासनांध विकृती पेरणाऱ्या बलात्कारी पुरुषी बीजाबाबत अनुराधाताईंनी योजलेली भाषा कडक व परखड आहे.

आई-वडील आणि गुरुजनांनी केलेले संस्कार आज टांगणीला लटकून नवी पिढी पैशामागे धावत असल्याची तक्रार या लेखनात दिसते. मराठी आणि बोलीभाषा तसेच मराठी भाषेची अस्मिता अशा महत्त्वाच्या सांस्कृतिक विषयांवरील लेखन अनुराधाताईंच्या चिंतनाची साक्ष देते.

सामाजिक विकृती, सांस्कृतिक व आर्थिक भ्रष्टता, राष्ट्रीय निष्ठेचा अभाव, माणुसकीला लागलेली घरघर, माणसावर मात करणारा पैशाचा हव्यास, सत्तांधता, स्वार्थांधता, माणसामाणसांतील संपलेला संवाद, नात्यातील दुरावा या सर्वच विपरीत अवस्थेचा सम्यक व समतोल वेध घेतला आहे. सत्याच्या व माणुसकीच्या कैवारात अनुराधाताईंची लेखणी अभिव्यक्त होते. सभोवतालच्या विरोधी वातावरणाने लेखिका काळवंडत नाही, उदास-निराश होत नाही. ती आशावाद रुजवते, समता व स्वातंत्र्याचे गीत गाते, स्वत:चा व समूहाचा आत्मविश्वास बुलंद करते. संपूर्ण जगाने सुखाची प्रचिती घ्यावी म्हणून ज्ञानेश्वरांचे पसायदान या वैचारिक लेखनात उतरवते. म्हणूनच त्यांचे अभिनंदन करणे सांस्कृतिक कर्तव्य आहे.

परिचय

अनुराधा मुजुमदार

— 'शब्दमैत्री मराठी साहित्य मंडळ,

बऱ्हाणपूरच्या (म.प्र.) त्या संस्थापिका आहेत.

— अंतर्वाटा काव्यसंग्रह

— विविध मासिके, वर्तमानपत्रे यांमधून त्या कविता व ललित वैचारिक लेखन करीत असतात.

— बृहन्महाराष्ट्र मंडळ, नवी दिल्ली आणि मध्य प्रदेश मराठी साहित्य संघ, भोपाळच्या (म.प्र.) त्या आजीव सभासद आहेत.

◆◆◆

२२. स्त्री मनाची काव्यात्म स्पंदने !

निसर्ग कवी ना. धों. महानोर यांनी प्रस्तावना लिहून गौरवलेली 'दिवसभर' या काव्यसंग्रहातील पौर्णिमा हुंडीवाले यांची कविता महाराष्ट्र आणि मध्य प्रदेशाच्या सीमा भागातील स्त्री मनाच्या विविध संवेदनांना अभिव्यक्त करते.

काही कविता स्त्री जीवनाला कपड्यासारखी ओलेपणाची, पिचलेपणाची वेदना सांगते. कवयित्री म्हणते,

'दोरीवर वाळणाऱ्या
ओल्या कपड्यासारखी
डुलत राहाते ती -
आशा-निराशेच्या
हिंदोळ्यावर'

समस्त स्त्री जातीचे दु:खच ही कविता घेऊन येते. आशा-निराशेचा हिंदोळा सर्वच स्त्री-पुरुषांना सक्तीचा असला तरी ओल्या कपड्यांसारखे पिळले जाण्याचे आणि पिळवटून निघण्याचे भोग फक्त स्त्रियांच्या वाट्याला आहेत. आयुष्य कितीही खंगाळले तरीही वेदनेचा भोग स्त्री जन्माला अटळच असतो. त्यांनी आकाशाला हाती घेतले, तरीही आपले आजपर्यंतचं वाया गेलेले, सांडलेले आयुष्य आपल्या पतीकडून परत मागणारी सखी कवयित्रीने प्रश्नांकित केली.

'स्त्री दाक्षिण्य' सारखी कविता नाटकातली नटी व पती-पत्नी यांच्या व्यक्तिरेखेसह कथात्मक अनुबंधाचे नाट्यही प्रगट करते.

आयुष्याचा संपूर्ण संघर्ष पेलताना द्यावा लागणारा लढा किती कठोर असतो, याची काव्यात्मक अनुभूती 'लढा' या संघर्षमय कवितेत प्रत्ययाला येते. अनुभवलेला 'कडू रस' अतिसूक्ष्म संवेदनांना जागवितो. जागवण्याची कला या कवितेत आहे. म्हणूनच कथासंग्रह जिवंत वाटतो.

'खर्ची पडता पडता
आयुष्य सारे खर्चून गेले
अडगळीच्या खोलीतले एकटेपण
स्पर्शून गेले'

त्याचप्रमाणे –

'तटातट तुटू लागतात धागे पक्के विणलेले
सैल होत जातात हळूहळू घट्ट पाश गुंतलेले'

जीवनातील सतत चालणारा संघर्ष हाच मोठा लढा असून तो समस्त मानवासाठी अटळ असल्याचे भान ही कविता निश्चितच पेरून जाते.

'कारण मी बाईची जात' सारखी कविता स्त्री अस्तित्वाच्या लिलावाची वास्तवता मांडते. बाईच्या जातीला जन्मल्यापासून मृत्यूपर्यंत भोगाव्या लागणाऱ्या वेदना या कवितेतून सहज पाझरू लागतात.

'जन्माला आली. नाकं मुरडली
अर्रऽऽ रऽऽ मुलगी झाली'

हा नकारात्मक अभिप्राय जगाचा आहेच पण जन्मदात्यांचाही असेल, तर स्त्रीच्या जन्माचा सोहळा आनंदी कसा व्हावा? धुणी-भांडी सक्तीचीच. पण नीटनेटका पदर ही नैतिक बंधनांची मालिका स्त्री मनाला व व्यक्तित्वाला बांधून ठेवते. कशीतरी पोरगी उजवून ओझं खाली करण्याचा आटापिटा विशिष्ट जातीच्या लोकांमध्ये रुजला आहे. हुंड्यासाठी रोज स्त्री जाळली जाते. विकसित समाजाचे हे स्थायी क्रौर्य या कवितेत प्रभावी ठरते.

'माहेरहून पैसे आण नाहीतर
पाठीवर निशाण
कर्जबाजारी बापाचा
आणखी नको अंत ।
रोजच मी...
जाळली जाते जिवंत
कारण मी बाईची जात
शेवटी बाईचीच जात ॥'

एकीकडे स्त्री मनातील विविध वेदनांना झंकारून त्यांच्या अंतर्मनाचा डोह अलगद उचंबळून आलेला तरंग कवयित्रीनं 'माहेर' या कवितेतून मांडला आहे. आपले भावविश्व ज्यात सामावलेले आहे असे गोड माहेर! माहेरची आस प्रत्येक स्त्री

जातीला अन् जिवाला असते.

माहेरच्या पर्यावरणाचा सुखद गारवा या कवितेतने झुळूझुळू वाहत आहे.

ओथंबलेलं आभाळ
टपटपून बरसायला लागावं ।
तसं साचलेलं बोलत राहावं
मुलींनी भराभरा... माहेरी ।।
किंवा
रानात सुटाकी मोकाट
गुरं दिवसभराची बांधलेली
तशी
संसाराला जुंपलेली
मोकळी मुक्त मुलगी
माहेरी
अन् शेवटी
जिवाला चटका लावून
अंगणात दाणे टिपणाऱ्या
पक्ष्यासारख्या
उडून जातात क्षणात... सासरी

अशी ही माहेरच्या वाटेवर आर्त साद घालणारी कविता. सासर-माहेरचा पूल उभारणारी ही कविता सार्थ ठरते. तशीच अर्थपूर्ण ठरते.

सासर-माहेरच्या व स्त्रीवादी हळव्या कवितांनाच कवयित्री गोंजारत बसत नाही, तर सामाजिक जाणिवा व दूषित समाज जीवनावर प्रहार करण्याचे सोडत नाही.

'होळी भुकेची' व 'लढा' ही कविता त्याची साक्ष आहे. मोळीवाल्याबाईची झोळी रिकामीच असताना तिच्या पेटलेल्या भुकेच्या होळीला या कवितांनी समाजमूल्ये जपून कवटाळले आहे.

बेगुमान गुंडगिरी, भ्रष्टाचाराचा पैसा, मुलाने बापाला काशी-पंढरी हाकलून द्यावे, अशा सर्व कुरूप सामाजिक संदर्भात कवयित्रीची कविता 'उपाशी' राहून वाचकांना अंतर्मुख करते.

पिलासाठी घर बांधणारी चिमणी, त्यांना जपणारी, चारा-पाणी-दाणा देऊन चिवचिवणारी चिमणी त्यांना पंख फुटल्यावर लांब उडून जाणाऱ्या आपल्या जिवाभावाच्या पिलांसाठी मात्र तळमळत राहाते. रडत राहते. शेवटी चिमणीच्या योगदानाचे काय?

प्रश्न निरुत्तरच.

अनेक कवितांमध्ये अपरिहार्य वास्तव सत्याचा आविष्कार समाज व नातेसंबंधांचा पर्दाफाश करणारा आहे. आई-वडिलांची मुलं मोठी होतात पण आई-वडील मात्र पोरके होतात. जीवसृष्टीच्या सनातन सत्यातील सुखदुःखाच्या द्वंद्वात्मकतेची अनुभूती इथे काव्यात्म होऊन झोंबत राहाते.

सगळ्याच कविता गंभीर, उदात्त नाहीत. कवितेची पातळी उंचावून कुठे कुठे चौकट मोडून ती वात्रटिकेमध्ये रमलेली आहे. जी सर्व स्तरीय हसू व आनंद पसरवते.

एकूणच स्त्री मनाच्या जीवनाची आंदोलने टिपणारी काव्यात्मक शैली, ही सांस्कृतिक मूल्यभान पचवणारी आहे व मानवी जीवनाचे प्रगल्भ आकलन या गुणांमुळे पौर्णिमा हुंडीवाले यांची कविता मराठीतील इंदिरा संत, अनुराधा पाटील, नीरजा, प्रज्ञा लोखंडे, या प्रगल्भ कवयित्रींच्या वारशात उभी असल्याचे दिसून येते. सामाजिक स्तरावर तरल संवेदना आणि सामंजस्य अचूक व नेमके आहे.

परिचय

पौर्णिमा हुंडीवाले (बऱ्हाणपूर)

नामवंत कवयित्री व निवेदिका 'शब्दमैत्री'च्या सदस्य

◆◆◆

२३. समृद्ध जीवन जाणिवांच्या 'उमलत्या कळ्या' !

विद्याताई श्रॉफ लिखित 'उमलत्या कळ्या' हा काव्यसंग्रह डॉ. शंतनु चिंधडे यांच्या प्रस्तावनेसह पुण्याच्या स्नेहवर्धन प्रकाशनाने प्रसिद्ध केलाय. बऱ्हाणपूरसारख्या महाराष्ट्राबाहेरील सीमा प्रांतीय परिसरात राहून कवयित्री विद्या श्रॉफ यांनी काव्याची सुंदर मुशाफिरी केलीय. सुमारे ६७ कवितांच्या पसाऱ्यात स्त्री जीवनातील व्यथा-वेदना आणि सुख-संवेदना केंद्रस्थानी असल्याचे जाणवते. सप्तस्वरांनी जीवनाचे संगीत समृद्ध होताना, मिश्र रागांची अभिनव गुंफण ब्रह्मानंदी टाळीची अनुभूती देते. 'सप्तपदीच्या सात फेऱ्यातील वर्तुळात सारे आयुष्य फुलते-बहरते.' प्रेमाच्या नव्या नात्यात गुंतल्यावर माहेर विसरणारी प्रणयिणी या काव्यविश्वात भेटते. भावनांच्या मनोहारी चित्रात आणि स्वत:च रंगवलेल्या स्वप्नात दंग होणारी सखी, कवयित्री विद्या श्रॉफ यांच्या कवितेत सौंदर्यपूर्ण तपशिलासह साकारली गेलीय. पतीची सात जन्मांची साथ मागणारी या काव्यातील सखी निष्ठावंत आहे. पतीच्या सोबतीनेच आपल्या जीवनाचे पुष्प बहरल्याने व त्याच्याच स्पर्शाने 'हृदय धडधडल्या'ने सखीचे आयुष्य पारिजातकाप्रमाणे बहरल्याची अनुभूती या कवितेने अधोरेखित केलीय.

कवयित्री श्रॉफ यांनी मातृत्वाची थोरवी यथार्थपणे काव्यात्म करताना आईविषयक कृतज्ञता व्यक्त केलीय. या काव्यसंग्रहाची अर्पणपत्रिकाच आईला समर्पित आहे.

दुसऱ्या बाजूला स्वत:च्या 'लाडक्या लेकी'चा स्त्रीसुलभ उमाळाही या काव्यविश्वात लक्ष वेधून घेतो.

सख्याच्या स्पर्शातील अवीट गोडवा वर्णिताना कवयित्री श्रॉफ यांच्या प्रतिभेला जणू उधाणच आलेय. विद्या श्रॉफ म्हणतात,

'आनंदाला मोहोर आला
हृदय माझे लुटून गेला
बंदिस्त झाली आसवे

ओठावर स्मित नवे'

सुखी संवेदनेला अभिव्यक्त करणारी कवयित्री श्रॉफ यांची प्रतिभा स्त्रीजीवनाचे विदारक चित्रही तितकेच समर्थपणे चितारते. स्त्रीचे जीवन मोलकरणीचे असून तिची वेदना कायम आहे. या वास्तवाचा वेध घेताना विद्याताई श्रॉफ म्हणतात.

'खुंट्याला बांधलेली गाय आहे
पान्हावलेली माय आहे.
तरी पोटाला चिमटा आहे
मला समजणारं कोण आहे?'

स्त्रीत्वाच्या वेदना आकलन करणारा कुणीही नसल्याची जाणीव मन सुन्न करून टाकते. 'स्त्रीचे मनोगत', 'मी हळवी', 'व्यर्थ हे जिणे', 'मी स्त्री आहे', अशा कविता 'स्त्री मनातील वेदनेला शब्दरूप देतात.

'आयुष्याचे भरजरी ध्येय' गाठण्यासाठी प्रत्येकाने आपापली वाट शोधून चालायचे असते, असे जीवनविषयक शहाणपण अनुभवाच्या भट्टीतून या काव्यविश्वात अभिव्यक्त झालेय. जगण्याची वाट कधीच सरळ नसण्याचा निर्वाळा विद्याताई श्रॉफ अनुभवाच्या विवेकी अभिव्यक्तीतून देतात. कधी हिरवळ, कधी पानगळ, कधी सुखाचे तर कधी दु:खाचे वादळ अटळच असल्याचे सनातन सत्य कवयित्री मांडून जाते.

'संसारात रमताना
आध्यात्मिकता गमवू नका
ईश्वरप्राप्ती करण्यासाठी
संसार वेशीवर टांगू नका'

असे दुहेरी जीवनोपयोगी उपदेशाचे सूत्र ही कविता विनम्र सद्भावनेतून मांडते.

भाऊबंदकी, स्त्रीची अस्मिता लूट, कुमारी माता, अशा सामाजिक विकृतीचा काव्यात्म पर्दापाशही विद्याताईंनी समर्थपणे केलाय.

कृष्ण-राधा, राम-सीता अशा पौराणिक संदर्भांनी विद्या श्रॉफ यांचे काव्य विश्व श्रीमंत बनलेय. मानवी जीवनाचे समतोल आकलन, स्त्रीमनाचा सम्यक वेध, सश्रद्ध जीवनदृष्टी आणि सामाजिक मूल्यभान या गुणांनी विद्याताई श्रॉफ यांची कविता समृद्ध आहे.

परिचय

विद्या श्रॉफ (बऱ्हाणपूर)

प्रसिद्ध कवयित्री व सामाजिक कार्यकर्त्या

◆◆◆

२४. शुद्ध विवेकाचे काव्यात्म 'मनपाखरू'

सौ. मंदा गंधे यांचा 'मन पाखरू पाखरू' हा कविता संग्रह माळव्यातील ज्येष्ठ कवी माधव जामदार यांना अर्पण केलेली सुंदर कलाकृती आहे. स्त्री-पुरुष भाव-भावनांची उधळण करणारी मंदाताई गंधे यांची प्रेम कविता संयत व सूचक अर्थपूर्ण शब्दांतून अभिव्यक्त होते.

'तू येतोस तेव्हा
शरदाचं चांदणं
पसरतं तनुवर
उन्हावलेलं मन
शितळणं खोलवर'

जिवलगाच्या आगमनाचा काव्यात्म जल्लोष शब्दांच्या सौंदर्यातून उधळणारी कवयित्रीची प्रतिभा त्याच्या विरहाने व्याकूळ होऊन जाते आणि क्षणही पुढे सरकत नसलेल्या जड निराशेत 'अहिल्येची प्रतीक्षा डोळ्यांत उतरत' असल्याची अनुभूती शब्दांच्या पृष्ठभागावर अवतरते!

त्या दोघांचे नाते गर्द वनराईतल्या पायवाटेसारखे आणि मऊ रेशीम धाग्यासारखे असावे, अशी मांडणी मंदाताई करून जातात. या नात्याचा पोत तलम व नाजूक नक्षीचा असावा. स्त्री-पुरुष संबंधातील शुद्ध भावनात्मकतेचा मूल्यात्मक गोफ या काव्य विश्वात सौंदर्याची उधळण करून जातो.

मंदाताईंनी त्यांच्या कवितेत अभिव्यक्त केलेले 'माहेर' प्रत्येक स्त्री मनाला भावणारे आहे, कारण माहेरपणाचा संकल्पनात्मक व्यूह त्यातील नाजूक संदर्भावर इथे उलगडत जातो.

या कवयित्रीला 'नावीन्याचा सोस' आहे. नवे ज्ञान-विज्ञान, नवे शोध-बोध, नव्या कल्पना-नव्या रचनांचा कवयित्री मंदा गंधे यांना ध्यास आहे. नवतेच्या

क्षितिजावरील सर्व काही या कवयित्रीला हवे आहे. जगण्याचा अर्थ नावीन्यात शोधणारी ही कविता परंपरा व नवता यांचा मिलाफ सिद्ध करते.

मंदाताईंचा कल्पनाविलास अनेक कवितांमधून सौंदर्याची पेरणी करतो. उदाहरणार्थ,

निळ्या आभाळी नक्षी कोरणारे झाड, उलगडत जाणारी सुरेल तान आणि उंच उंच चढत जाणारा वडाला बांधलेला झोका सर्वांना साक्षी असणारं मुके आकाश, ओलेचिंब, वळचणीच्या आडोशाला अंग चोरून बसलेल्या पाखरासारखे दिवस अशा असंख्य प्रतिमा या काव्य विश्वात सौंदर्याचा पाऊस पाडताना दिसतात.

कवयित्री मंदा गंधे यांची निसर्ग कविता निसर्गातील अणुरेणूशी तादात्म्य पावते.

फाल्गुनातील भरदुपारची अवकाळी सर, श्रावणातला झिमझिमणारा पाऊस-झिरपणारं ऊन आणि क्षितिजावरच सप्तरंगी इंद्रधनुष्य, चंद्र-चांदण्याची रात्र, गारव्याचा झोत, डेरेदार झाडे, उमलत्या जुईच्या कळ्या, दवात न्हालेल्या पाकळ्या हे सर्व निसर्गाचे घटक जिवंत व्यक्तित्व घेऊन या काव्य विश्वाचा अविभाज्य भाग बनतात.

सुखाची तृप्ती सिद्ध झाल्यावर आपले मन आता विमुख होऊन शिखराच्या दर्शनात रमावे, अशी इच्छा मंदाताई गंधे व्यक्त करतात.

'आजवरी केला चंदनाचा सोस
आता होऊ दे अवघ्या देहाचे चंदन'

अशी अत्यंत आशयघन काव्यरचना मंदाताई करून जातात. कधीकधी 'समाजाची काटेरी कुंपण तोडून, 'स्वच्छपणे बेबंद होऊन, जगण्याची इच्छाही होते पण स्वीकारलेल्या नीतिनियमांचे ओझे सहजासहजी फेकले जात नसण्याची कुंठित अवस्था कवयित्री गंधे शब्दांत मांडतात.

स्वत:च्या मनातील सूक्ष्म भाव-भावनांचा गुंता उलगडताना मंदाताईंनी कमालीचा विवेक अभिव्यक्त केलाय. आपल्याच मनाचे सडेतोडपणे व सूक्ष्मपणे केलेले तटस्थ निरीक्षण आणि विश्लेषण या कवितेला कलात्मक उंचीवर घेऊन जाते. उत्साहाचा सूर्य कधीच मावळू नये अशी अपेक्षा व्यक्त करताना, मनाचा कोपरा अबाधित रहावा असा दुर्दम्य आशावाद ही कविता पेरून जाते.

'आठवण', 'कधी कधी वाटते', 'कोपरा', 'संशय', 'माझे मीपण', अशा काही कविता, मनोविश्लेषणात्मक अनुबंध काव्यात्म पातळीवर अभिव्यक्त करतात. अशी कविता मराठी कवितेच्या प्रवाहात दुर्मीळ असल्याने तिचे महत्त्व आणि मूल्य निर्णायक ठरते.

आदर्शाची पूजा म्हणजे रामायण; आणि 'कर्मवाद म्हणजे महाभारताची शिकवण' असल्याची कवयित्रीची अनुभूती व्यापक जीवनचिंतनाची सैद्धांतिक सूत्रे व्यक्त करते.

'ध्यास हा लागे कुणाचा
सूर येतो कुठुनी?'

अशा अध्यात्मप्रवण अपरिहार्य प्रश्नांची पेरणी मंदाताई गंधे त्यांच्या कवितेत सहज करून जातात.

'वेडावले गोकुळ सारे
मोहित साऱ्या गोप गोपी'
या पौराणिक वास्तव सत्याच्या पार्श्वभूमीवर
'बदनाम मग मीच का
व्याकुळ मन ही राधिका'
या प्रश्नातील भावार्थ अस्वस्थ करून जातो.

राधेच्या 'बदनाम' भावनेशी एकरूप होण्याचे धाडस या कवितेतील सौंदर्याची परिसीमा गाठते.

सारांश मंदाताई गंधे यांची एकूण कविता मध्य प्रदेशच्या मराठी काव्याच्या प्रवाहात सांस्कृतिक विवेकाची मूल्यात्मक पेरणी करते.

परिचय
मंदा गंधे (भोपाळ)
प्रसिद्ध कवयित्री व सामाजिक कार्यकर्त्या.

◆◆◆

२५. परंपरा मूल्यांची काव्यात्म उधळण !

बऱ्हाणपूरच्या मैत्री मराठी साहित्य मंडळाचे बोट धरून केलेल्या साहित्य प्रवासात मीनाताई आठवले यांचा 'बकुळ गंध' काव्यसंग्रह प्रसिद्ध झाला.

गणराय, सरस्वती स्तवनाच्या पारंपरिक भक्तिकाव्यासह या संग्रहात 'मायमराठी'ची थोरवी आणि खानदेशच्या बहिणाबाईच्या काव्य कर्तृवाचा गौरवसुद्धा कवयित्री मीनाताई यांनी अधोरेखित केलाय.

उर्मिलेची व्यथा काव्यात्म करताना मीनाताईंनी अस्सल विरहिणी चितारली आहे.

सर्वांसाठी स्वत:च्या जीवनाची होळी करून 'घरीदारी' स्वर्ग सुखाची चांदणे शिंपडणारी 'आई' कारुण्याची मूर्तीमंत मूर्तीच भासते!

सासरी जाणाऱ्या मुलीच्या संदर्भातील मातृत्व आणि माहेरचा भावनात्मक उमाळा मीनाताईंनी समर्थपणे काव्यात कोरलाय.

सासुरास चालली लाडकी ही कन्यका
दाटतो गळा असा नावरेच हुंदका

ही रचना जुन्या काव्य रचनेची आठवण करून देताना काळजाला भिडू जाते.

मुलीकडील विहिणीच्या काळजातील भावना अभिव्यक्त करताना मीनाताई म्हणतात,

'चिमणा पोटचा जीव बहरला, फुलरून आला आणि तुम्हास अर्पण केला धन्य जीव झाला. स्त्री मनातील हळुवार स्पंदनांना शब्दरूप देताना कवयित्रीची अनुभूती उत्कटतेचा प्रत्यय देते. स्त्री जीवनाचे असंख्य पदर स्वत:च्या अनुभूतीच्या बळावर व सूक्ष्म आकलन शक्तीच्या सामर्थ्यावर या काव्य विश्वात अर्थपूर्ण ठरले.

'या सुखांनो, या!' असे आवाहन करणाऱ्या मीनाताईंनी 'गुलाबाचे गूढ' उलगडत 'बेगडी जगाचा' वेध घेतला. सख्याच्या स्मृतींचा गंध काळजाच्या कुपीत जपत या कवयित्रीने मनातल्या मेघाला 'बरसू नको' असे नाट्यात्म आवाहन केलेय,

कारण मेघाच्या बरसण्याने हृदयातील प्रेमभावनाचे वादळ उसळून येते! अशा वेळी कवयित्रीचा कल्पनाविलास पाहा-

'धुंद रातराणीचे धुंद गंध चांदणे
प्रीत पारिजात हो पाडितो मनी सडे.'

'चांदणे धुंद' असल्याची कवि कल्पना रूढ आहे. पण 'गंधित चांदणे' ही सौंदर्यवेधी कल्पकता खास कवयित्री मीनाताई आठवले यांची आहे! या धुंद प्रेमभावनेबरोबरच बांधलेल्या रेशीमगाठी उकलून डाव अर्ध्यावर राहिल्याची दाहक अनुभूतीही इथे भेटते!

'तू कधी प्राजक्त बनूनी अंगणी येशील का?
हृदयीचे हे अंगण गंधमय करशील का?'

असा प्रश्न जगातील प्रत्येक जात-धर्मातील सर्वकालीन सखीच्या विरही मनात निर्माण होतोच! आणि 'भैरवी'ची अपरिहार्यतासुद्धा मानवी जीवनात अटळच! म्हणूनच—

'सूर सरले भैरवीचे भान कोणा नाही उरले
जीवनाचे रंग सारे का असे विरूनीच गेले?'

मीनाताईंच्या या प्रश्नाला कुणाकडेच समर्पक उत्तर नसते!

मीनाताईचा सांस्कृतिक सद्भाव स्वामी विवेकानंदांच्या कर्तृत्वाप्रती समर्पित होतोच पण तो विठ्ठलाच्या नामभक्तीतही न्हाऊन निघतो.

'तू माझी माउली कृपेची साऊली
पाडसा गावली माय जैसी'

अशी भावोत्कट सौंदर्यवेधी कल्पना, कवयित्रीने विठ्ठल भक्तीत रंगून रुजवलेआहे.

'पाचोळा' 'पावसा पावसा ये रे!', 'आला श्रावण मास', 'कोकिळेस', अशा कविता कवयित्रीच्या निसर्ग प्रेमाची साक्ष काव्यात्म करतात. 'तुळस', 'दत्तभजन' या भक्तीच्या खुणा मीनाताईंच्या सश्रद्ध परंपरावादी मनाचे दर्शन घडवतात. प्रगल्भ सांस्कृतिकतेचे मूल्यभान पेरणाऱ्या या कविता, मध्य प्रदेशच्या मराठी साहित्य विश्वात मोलाची भर घालतात.

परिचय

मीना आठवले (बऱ्हाणपूर)

कवयित्री व कार्यकर्त्या. 'शब्दमैत्री'च्या मार्गदर्शक

***

२६. वैदिक संस्कृतीच्या मानदंडांचे आकलन!

'विस्मरण झालेले सत्य' हे अरुण पांढरीपांडे यांचे पुस्तक वैदिक पुराण परंपरेतील जुन्या संकल्पनांचे नव्या दृष्टिकोनातून नोंदवलेले आकलन अभिव्यक्त करते. प्राचार्य राम शेवाळकरांची अभ्यासपूर्ण प्रस्तावना या पुस्तकाचे वैचारिक मूल्य सन्मानित करणारी आहे. श्री पांढरीपांडे यांचे 'अंदमान'वरील पुस्तकही उपयुक्त आहे.

गणपती, नरसिंह, लक्ष्मी, हनुमान, श्रीकृष्ण, राम, सीता, ही सर्व देव-देवतांची मांदियाळी या पुस्तकात नव्या आकलन मूल्यमापनाच्या मानदंडातून वाचक मनावर प्रभाव टाकताना दिसतात. राम-कृष्णासारख्या ईश्वरी रूपांना सर्वसामान्य मानवाच्या दुःखयात्रेच्या वणव्यातून जीवनप्रवास करावा लागला, तेव्हा त्यांचे अवतारी स्वरूप आणि देवत्वाचा परिवेश श्री. पांढरीपांडे चिकित्सकपूर्वक बाजूला सारून त्यांच्यामधील निखळ मानवी रूपच विशद करतात. त्यामुळे देवस्वरूप आणि मानवी पातळी यातील अंतर वजा होऊन राम-कृष्णांचे मानवीकरण सर्वसामान्य भक्ताला जवळचे वाटते. त्यामुळेच त्यांच्या आदर्श गुणांचे अनुकरणही शक्य होऊ शकते. भौतिक सुखदुःखाच्या संग्रामातून जीवनाची वाटचाल करणारे राम-कृष्ण हे समाजाचे आदर्श नायक आहेत. म्हणून ते सांस्कृतिक मानदंड म्हणून अर्थपूर्ण ठरत असल्याची मांडणी श्री. पांढरीपांडे करतात.

भारतीय संस्कृती धनसंपदेचे प्रतीक म्हणून लक्ष्मीचे पूजन करते. भौतिक जीवन जगताना पैसा, संपत्ती अपरिहार्यच असते. म्हणूनच लक्ष्मीचा प्रतिकात्मक अर्थ संस्कृती प्रवाहात पेरला गेला. धनसंपदा मिळवणे आणि टिकवणे हे जिकिरीचे व कष्टाचे असते. या प्रक्रियेत विवेकहीनता व बुद्धिभ्रष्टता या धोक्याची शक्यता असते. त्याचे प्रतीक म्हणून लक्ष्मीचे वाहन घुबड असल्याचे विश्लेषण पांढरीपांडे यांनी केले आहे. घुबडाला दूरदृष्टी नसते. त्याचे स्मरण सतत असावे आणि माणसाने विवेकाने

व विचारपूर्वक दूरदृष्टीने संपत्तीचा विनियोग करावा, यासाठीच लक्ष्मीपूजन संस्कृतीच्या गाभ्यात महत्त्वपूर्ण ठरल्याची साक्ष पांढरीपांडे देतात.

समाज जीवनात अनेक गुणांचा आढळ असणारे व्यक्ती व प्राणी असतात. त्यांच्या चांगल्या गुणांचा स्वीकार करून आयुष्याचा अर्थ सिद्धीस नेण्याचा आदर्श दत्तात्रेयाच्या रूपाने सर्वांसमोर आहे. दत्तात्रेयांनी चोवीस गुरू केले. त्यात चांगल्या गुणांचे व्यक्ती व प्राणीही आहेत. त्यांच्या उत्तम गुणांच्या अनुकरणातून व्यक्ती व समाज जीवन सार्थक करण्याचा विचार अरुण पांढरीपांडे यांनी मांडला आहे.

महाकाली, गणपती, अगस्ती, अशा पौराणिक मानदंडांचा नव्या अर्थाच्या परिप्रेक्ष्यातून पांढरीपांडे यांनी आलेख साकारून जुन्या सांस्कृतिक संचितांचा आधुनिक मूल्यात्मक आशय अभिव्यक्त केला आहे.

तीर्थस्थानावर गेल्यावर निसर्ग व तेथील दिव्य निर्गुण, निराकार, शक्तिमान शक्तीसमोर मानवाला स्वत:च्या क्षुद्रपणाची जाणीव होऊन त्याच्या श्रद्धेला बळकटी येत असल्याचे विश्लेषण अरुण पांढरीपांडे यांनी केले आहे. अशा तीर्थक्षेत्राच्या सहवासात 'नि:स्पृहस्य तृणं जगत्'अशी अनुभूती येऊन संसारी भोगवादाचा मोह कमी होतो. म्हणून तीर्थक्षेत्राचे महत्त्व संस्कृती प्रवाहात अधोरेखित झाल्याचे पांढरीपांडे यांचे म्हणणे आहे. पुण्यक्षेत्रीच्या अपंग, गरिबासह तपस्वी साधूंनाही दानधर्माचा उपयोग होतो, अशी मांडणीही येथे आढळते.

यज्ञसंस्थेचा अर्थ विशद करताना पांढरीपांडे यांनी आधुनिक समाजाच्या ऐक्यभावनेचा अर्थही जुळवला आहे. संगठण, प्रेम, बंधुभाव, यांचा आढळ समाज घटकात वाढवण्यासाठी यज्ञसंस्थेचा उदय झाल्याची मांडणी इथे करण्यात आली आहे. त्याचप्रमाणे सूर्यदर्शन दीर्घकाळ नसलेल्या स्थितीत नित्य व्यवहार पार पाडण्यासाठी यज्ञकुंडाचा प्रकाश उपयोगी ठरल्याचेही पांढरीपांडे सांगतात.

प्राचीन संस्था व संकल्पनांचे उदात्तीकरण करताना शास्त्रीय भूमिका आणि अत्याधुनिक काळातील विद्वानांचे आक्षेपही समजून घेणे आवश्यक आहे. यज्ञ संस्थेतील प्राण्यांच्या आहुतीचा प्रश्न दुर्लक्षिण्याएवढा क्षुल्लक मानता येत नाही. तीर्थक्षेत्रावरील देवाच्या नावावरची दुकानदारी व पुरोहितांची दलाली समर्थनीय ठरत नाही. या दोषांचे निराकरण करणारे प्रतिपादन या लेखनात अपेक्षित होते.

पारंपरिक जाणिवेतूनच पण त्यातही अधिक तर्कशुद्ध पद्धतीने अरुण पांढरीपांडे यांनी त्यांचे विश्लेषण मांडले आहे. मार्क्सवादी-आंबेडकरवादी आधुनिक भूमिकेतून समोर आलेले आरोप लक्षात घेऊन या सर्वच पुराणकथा व देव-देवतांच्यासह प्राचीन संकल्पनांची मांडणी आवश्यक आहे. अर्थात पारंपरिक अंधश्रद्धेतून तरी श्री पांढरीपांडे

यांनी देवदेवता आणि पौराणिक संकल्पना, संस्थांना मुक्त करून श्रद्धाभाव रुजवून लेखन केल्याचे श्रेय त्यांना द्यावेच लागेल! ईश्वर अमान्य करणारे मार्क्सवादी व आंबेडकरवादी प्रवाह वैदिक परंपरेचा विरोध करणारच! पण निदान परंपरागत वैदिक संस्कृतीचे संचित अंधश्रद्धेऐवजी निदान श्रद्धेवर तरी प्रमाण मानताना तर्कशुद्ध बुद्धिवाद वापरला जावा; तरच वैदिक प्रवाहांचे अत्याधुनिक मूल्य समकालीन डोळस धार्मिकांना समाधान देऊ शकेल. या निकषावर अरुण पांढरीपांडे यांचा प्रयत्न मोलाचा असल्याचे मानता येते.

अर्थात वर्णव्यवस्थेबाबतचे त्यांचे विवेचन नावीन्यपूर्ण असले, तरी कोणत्याही अर्थाने आजच्या काळात या सांस्कृतिक विकृतीचे समर्थन करणे मानवी समाजाच्या हिताचे ठरणार नाही. श्रद्धा आणि बुद्धिवाद यांच्या सुसंवादात अर्थपूर्णता अनुभवण्यास हरकत नाही; पण त्यांच्या आपसातील संघर्षात मात्र बुद्धिप्रामण्यवादाचे मूल्य निर्णायक श्रेष्ठ मानावे लागेल. वैदिक हिंदू संस्कृतीच्या मानदंडांना स्वाभाविकपणे भक्तांच्या श्रद्धा समर्पित असतातच! पण त्या अधिक डोळस बनाव्यात, असा प्रयत्न अरुण पांढरीपांडे यांनी 'विस्मरण झालेले सत्य' या पुस्तकात केला आहे.

अरुण पांढरीपांडे यांचा दैव-दैवतांचा आणि वैदिक धर्माचा अभ्यास सूक्ष्म व सखोल आहे. शिवाय त्यांच्या मांडणीत इतर धर्म व धर्मग्रंथांचा द्वेष आढळत नाही. स्वधर्माच्या अतिरेकी अहंता व अंधश्रद्धाही या लेखनातून वजा झाल्या. म्हणूनच खरीखुरी वैदिक संस्कृती पुजण्याकामी या पुस्तकाचा निश्चितच उपयोग वैदिक भक्तांना होऊ शकेल.

अर्थात धर्मचिकित्सेतूनच संपूर्ण मानवी समाजाच्या सांस्कृतिक संचिताला स्वीकारण्याचा प्रारंभ अशा लेखनात शोधता येतो. याच अर्थाने अरुण पांढरीपांडे यांच्या श्रद्धाशील भूमिकेचे नि या पुस्तकातील मांडणीचे मूल्य महत्त्वाचे मानता येते.

परिचय

अरुण पांढरीपांडे

मध्यप्रदेशातील एक नामवंत लेखक

◆◆◆

२७. गुजराथी संस्कृती सुगंधित करणारी मराठी कविता !

प्रकाशक अनिल राव यांनी प्रकाशित केलेल्या चंद्रशेखर अनंत अग्निहोत्री या कवीच्या 'शब्दांकुर' या कवितासंग्रहातील कविता बडोदा-गुजरातमधील मराठी सांस्कृतिक संचिताचा काव्यात्म ठेवा आहे. मराठी वाङ्मय परिषद, बडोदा आणि कवयित्री सौ. जयश्री जोशी यांच्या प्रेरणा कवी अग्निहोत्री यांनीच त्यांच्या मनोगतात नोंदल्या आहेत.

'शब्दांकुर' कवितासंग्रह गुजरातमधील मराठी संस्कृती व महाराष्ट्रीय मराठी सारस्वताचा अनुबंध अर्थपूर्ण करणारी साक्ष आहे. सुमारे चेहेचाळीस कवितांच्या या सुंदर संग्रहात मानवी जीवनाच्या विविध अनुभूतींना काव्यात्म पातळीवर मूल्यात्मक स्थान मिळाले आहे.

श्रीगणेशवंदना, श्रीगुरुनामावली, श्रीदत्तात्रय यांच्या भक्तिमय कविता कवी मनाचा श्रद्धाभाव अभिव्यक्त करतात. 'माणुसकी' सारखी कविता प्रेमासह मानवीय मूल्यांच्या पूजेतच जगण्याचा विचार मांडते. नियतीने लिहिलेल्या संहितेवर राम किंवा रहीम किंवा ख्रिस्त होऊन माणुसकीने जगण्याची कवी कल्पना सौंदर्यपूर्ण तर आहेच, पण ती भव्यदिव्यसुद्धा आहे, कारण कोणत्या धर्मात जन्मायचे ते आपल्या हाती नसतं. आपल्याच सावलीपासून शिकताना कधी लहान, तर कधी मोठे होऊन जगण्याचा 'कर्मयोग' कवितेतील सल्ला, सर्वांसाठीच उपयुक्त ठरतो. धर्मातीत जाणिवेची अनुभूती या कवितेचे वाङ्मयीन मूल्य श्रेष्ठ ठरवते; कारण धार्मिक जीवनाच्या जन्म संदर्भावर मात करणे सोपे नसते! सावलीप्रमाणे सर्वांच्या सोबत असताना स्वत:चे स्वतंत्र अस्तित्वही नसावे, एवढी एकरूपता समूहाच्या संदर्भात कवी अग्निहोत्री अपेक्षितात!

'विश्वाच्या महानाट्या'त आपण 'सुपात्र' ठरून स्वत:च्या नसलेपणानंतरही इतरांनी आठवण करावी अशा जीवनाची कविची 'इच्छा' आहे.

कवी अग्निहोत्री 'कर्मफल' कवितेत म्हणतात,

'सदाफुलीला कधी मोगरा येत नाही
आणि आंब्याला कधी शहाळं दिसत नाही'

कर्मानुसार फलप्राप्तीचा वेदांती सिद्धांत कवीने पचवूनच काव्य जन्माला घातल्याची ही साक्ष, अग्निहोत्री यांच्या चिंतनाचे सामर्थ्य सांगते. पण त्यात अंधश्रद्धा नाही, विवेकाचा जागर आहे.

जीवनाच्या यशाचे काव्यात्म गुपित 'सफलता' या कवितेत सांगण्याचा प्रयत्न दिसतो. 'अनिश्चितता म्हणजे जीवन' असले तरीही 'संधी व शक्यता' यांचा उपयोग आत्मविश्वास आणि परिश्रमाच्या बळावर करून 'राजमार्ग' सिद्ध करता येतो. साधनेलाच दैवाची साथ मिळते. अशी प्रयत्नवादाची प्रेरणा देणारी आशावादी भूमिका या कवितेने स्वीकारली आहे.

आत्मजागृतीसाठी व विवेक स्वीकारण्यासाठी निंदकाच्या निंदेची अपरिहार्यता, सुचवणारी आरसा ही कविता, आशयगर्भ सूत्रांनी परिपूर्ण उतरली आहे.

मानवी जीवव्यापारांचे सूक्ष्म आकलन करून, कवी अग्निहोत्री विवेकपूर्ण चिंतनसूत्रांची कविता जन्माला घालतात. समाजाच्या शहाणपणाच्या वारश्यातूनच या कवीने आपल्या कवितेला मूल्यात्मक अधिष्ठान मिळवून दिलेय. त्यामुळे कवीची अनुभूती पारंपरिक विचार प्रवाहातूनच सत्याचा शोध घेते.

'क्षण आसवांचे भरपूर असतात आयुष्यात
सुखाचे माप असते फक्त निमिषात'

सुख-दु:खाचे असे व्यस्त प्रमाण आणि अटळता, सक्तीची असली तरी त्यांचा 'समतोल' साधणारे जीवन उपासक खऱ्या अर्थाने मानवी जीवन जगू शकतात, हा वैचारिक दिलासा 'आयुष्य' ही कविता देऊन जाते.

स्वप्नसुंदरी, प्रेम, विरह, भेट सारख्या कविता कवीच्या अस्सल प्रेमानुभवाच्या अभिव्यक्तीचा नजराणा आहेत. त्यामधील कल्पनाविलासाचे सौंदर्य आणि भावनांची उत्कटता मनाला भावणारी आहे.

उदाहरणार्थ,

(१) 'दिसते हसणे मनमोहक तव, रुसणे त्याहुनी सुंदर ते
कमलदलावर ओघळलेले, दव-बिंदूंचे थेंब जसे.' (स्वप्नसुंदरी)

(२) 'पुनश्च प्रीतीने डाव मांडला खेळ चालला हृदयांचा
डोळे आपुले बोलू लागले, मूक भावना मीलनाच्या.' (भेट)

(३) 'प्रेमात कुणी मोठं नसतं, कधी कुणी छोटं नसतं

संबंधाच्या बागेतील ते, एक मनमोहक फूल असतं.' (प्रेम)

(४) 'अर्थ नवा तो मला उमजला, सहवासाच्या शक्तीचा.' (रासक्रीडा)

स्त्री-पुरुषांच्या प्रेम संबंधाची विविध रूपे कवी अग्निहोत्री यांनी कल्पकतेने चितारली आहेत. ही सौंदर्यस्थळेच कवीच्या सामर्थ्याच्या साक्षी आहेत.

कवितेचा आणि शब्दांचा अनुबंध अभिव्यक्त करणारी 'शब्दांकुर' ही कविता वाङ्मयीन निर्मितीची प्रक्रिया काव्यात्म करते.

'दाटून येणाऱ्या कंठातून
आणि वेदनामय हृदयातून'
विचार, शब्दांचं मूर्तरूप धारण करून साकारतात.

अशी काव्यरचना करून कवीने शब्दांचे आणि वेदनेचे सनातन नाते अर्थपूर्ण केले आहे.

'भ्रष्टाचार' सारखी कविता सामाजिक स्तरावरील विकृतींचा काव्यात्म निषेध पेरताना संयमित संताप व्यक्त करते. 'सुपर कॉम्प्यूटर' ही कविता इंग्रजी शब्दांच्या आधिक्याने भारावणे स्वाभाविक असले, तरी पारंपरिक आशयांच्या सूत्रांना आधुनिक संकल्पनेच्या माध्यमातून इथे नवीन अर्थ देण्याचा प्रयत्न आहे.

बालसखा, परीक्षा यासारख्या कविता प्रासंगिक विषयावर असून त्या दुय्यम दर्जाच्या वाटतात.

ईश्वरी श्रद्धा, पारंपरिक आशयसूत्रांची भक्ती, वैदिक दार्शनिकता, अर्थपूर्ण शब्दकळा या गुणांमुळे कवी चंद्रशेखर अग्निहोत्री यांची कविता,वाचकांना भावते. नियतीचे महत्त्व मान्य करूनही प्रयत्नवादाचा आणि आधुनिकतेचा कैवार पेरताना, कवी अग्निहोत्री यांनी सर्वच धर्माचे शुद्ध संचित 'राम-रहीम-ख्रिस्तां'च्या वारशात स्वीकारले आहे. म्हणूनच त्यांची कविता व्यापक सांस्कृतिक परिप्रेक्ष्यातच अनुभवता येते. जीवनातील कुरूपता व क्रौर्याचा विवेकाच्या अटीत पेरलेला काव्यात्म विरोध आणि मानण्याची केलेली अभंग पूजा 'शब्दांकुर' कवितासंग्रहाचे भूषण आहे आणि गुजरातच्या मराठी संचिताचा सुगंधही आहे.

परिचय

चंद्रशेखर अग्निहोत्री (बडोदा)

प्रसिद्ध कवी व भाषांतरकार अ. भा. संमेलनात कवी म्हणून सन्मान. सामाजिक सांस्कृतिक कार्यात सहभाग.

◆◆◆

२८. जीवन वास्तवाची कथात्म 'पारख'!

धनंजय मुजुमदार लिखित शिवम प्रकाशनाने प्रसिद्ध केलेला 'पारख' हा कथासंग्रह पहिलेपणाच्या काही खुणा व्यक्त करीत असला, तरी त्यातील कथात्मता आणि कथेचा आकृतिबंध लक्षणीय आहे. वामन रामचंद्र अग्निहोत्री यांनी या कथासंग्रहाची उत्तम पाठराखण केलीय. बारशाचा पाळणा हा आनंद सोहळाच असतो. त्यामुळे 'पुरस्कार' किंवा 'प्रस्तावनेत' पहिल्यावहिल्या साहित्यकृतीचे दोष फारसे नोंदवायचे नसतात, असा संकेत आहे. त्याला अनुसरूनच या पुस्तकाला 'पुरस्कार' लाभला आहे.

लेखक धनंजय मुजुमदारांनी विविध विषयांवर कथालेखन करून त्यांच्या सर्वस्पर्शी प्रतिभेचा यथार्थ परिचय स्वाभाविकपणे रुजवला आहे.

'नव्या जगात पदार्पण' ही कथा हिंदू अमित व मुस्लीम शबाना यांच्या प्रेम साफल्याची कलाकृती आहे. हिंदू-मुस्लीम दंगलींचा शाप सतत भोगणाऱ्या भारतीय समाजात धर्मांधतेवर मात करणारे अस्सल प्रेमवीर आहेत. १९४२ च्या भारतीय स्वातंत्र्यलढ्यातील हिंदू-मुस्लीम ऐक्याच्या वास्तवाचा धागा या कथेत गुंफला गेलाय. अमित स्वातंत्र्यलढ्यात सहभागी होतो, इंग्रजांच्या लाठी हल्ल्यात तो जखमी होऊन दवाखान्यात जातो. या स्वातंत्र्याच्या चळवळीचे आत्मीय संदर्भ जपणारी व अमितची राष्ट्रभक्ती पेलून धरणारी मुस्लिम शबाना अमितची व कथेची नायिका आहे. दवाखान्यात शुद्धीवर आल्यावर शबानाचा हळुवार हवाहवासा वाटणारा स्पर्श अमितला जाणवतो. या प्रेमकथेला हिंदू-मुस्लीम धर्माच्या भिंतींची बाधा आहे पण त्यावर मात करण्याचा त्यांचा निर्धार आहे. बडोद्यासारख्या सयाजीराव नगरीच्या बारशात धार्मिक ऐक्याचा संस्कार पचवणारी कथा निर्मिती करणे, हे स्वाभाविकच मानले, तरी कथालेखकाच्या या कलात्मक भूमिकेचे व धाडसाचे कौतुक करणे सर्वार्थाने आवश्यक आहे.

नव्या जगाच्या निर्मितीचा अमित व शबाना यांचा संकल्प मराठी वाङ्मयीन प्रवाहावर एकूण समाजाच्या नव्या सेक्युलर पर्वाला नवे वळण देणारी सांस्कृतिक घटना आहे.

'सुनेत्रा'सारख्या कथेतील राधा, केशवराव, मास्तर इत्यादी व्यक्तिरेखांचे स्वभावदर्शन आणि त्यांचे अंतरंग धनंजय मुजुमदारांनी समर्थपणे अभिव्यक्त केलेय. त्यातील निवेदन व संवादसुद्धा समर्पक आहेत. परंतु मूल नसलेल्या मास्तराच्या कुटुंबाने शेजारच्या सुनेत्राला लावलेला लळा हा कितीही अकृत्रिम असला, तरी त्याचा अतिरेक असंभाव्य प्रसंगाची मांडणी मनाला पटत नाही. मुंबईतील अपघातात मास्तर अचानक प्रगटतात नि ते नेत्राच्या मुलीला वाचवतात, यातील तर्कसंगती पटत नाही.

मूल नसलेल्या जोडप्याची वेदना व शेजारच्या नेत्रालाच जीव लावणारी मास्तरांची माया समजून घेता येते. त्यातील वेदना आणि वात्सल्याचा अनुबंध महत्त्वाचा आहे.

'आठवण' या कथेतील निवेदनशैली आणि निसर्गवर्णनाची महिरप कथेचा वाङ्मयीन दर्जा वाढवते. कर्जात बुडालेल्या गरीब मुकुंदची जीवनकथा प्रत्ययकारी आहे. तरुण बायकोचा ३-४ वर्षांचा विरह सहन करताना मुकुंदच्या मानसिक पटलावर निर्माण झालेल्या विचार-विकार-वासनांच्या तरंगांचे धनजंय मुजुमदारांनी केलेले वर्णन सूक्ष्म असून परिणामकारक आहे. मनाचा तळ शोधणे व तो शब्दांत पकडणे कठीण असते. पण कथाकार मुजुमदारांनी ढवळणाऱ्या मनाच्या स्पंदनाचा योग्य शब्दांत नोंदून व्यक्त केलाय. कथेचा शेवट मात्र नीटसा जमलेला नाही, तो अपूर्ण वाटतो.

'एका परीची गोष्ट' ही बाळबोध कथा वाटते. 'नवाचे ठोके' ही कथासुद्धा रचना तंत्रातील मर्यादांमुळे दुय्यम ठरते, कारण शमाचे मुक्त बोलणे म्हणजे प्रेम समजून मुकुंद फसत राहतो. मग केवळ मित्रांच्या टिंगलखोरीने चिडलेला कथानायक अचानक जुन्या घराच्या गाव परिसरातील वडिलांची प्रार्थना आठवून 'मना सज्जना पंथेचि जावे' या सुविचारापर्यंत पोचतो. हे परिवर्तन आकस्मिक होण्यातील तर्कसंगती कोणती, याचे उत्तर समाधानकारक मिळत नाही.

अशा काही कथा लेखकाच्या पहिलेपणाची साक्ष जरूर देतात. पण अशा मर्यादा भल्या भल्या कथालेखकांनासुद्धा असतात.

सुधा आणि राजेशच्या प्रेम साफल्याची 'पारख' ही कथा सुखांत शेवटाने वाचकाला भावते. या कथेतील दाजी, प्रभा, मामा, किशोर इत्यादी दुय्यम व्यक्तिरेखांची

मांडणी कथेच्या अनुषंगाने केलीय.

धनंजय मुजुमदार यांचे मानवी जीवन व स्वभावाचे आकलन सम्यक आहे. त्यांना कथाविषयाची विविधता आकलता येते. मानवी रूपातील सात्त्विकता व दुष्टावाही व्यक्त करता येतो. समाज जीवनातील विकृतीवर मात करण्याची कथालेखकाची इच्छा व प्रवृत्ती गौरवास्पद आहे.

धनंजय मुजुमदारांची भाषाशैली व्यक्तिवर्णन निसर्गवर्णन आणि प्रसंगवर्णन करण्यात कमालीची यशस्वी ठरलीय.

'सावरणारा असला म्हणजे तोल जाण्यात सुख वाटते' असा सौंदर्यपूर्ण चिंतनशील विचार स्वाभाविक संवादात अमित-शबानाच्या प्रेमकथेत व्यक्त होतो, तेव्हा कथालेखक मुजुमदारांचे प्रतिभासामर्थ्य लक्षात येते.

बडोदे संस्थानचा समृद्ध वाङ्मयीन वारसा जपताना धनजंय मुजुमदार यांच्या कथा सर्वसामान्य वाचकांना जरूर भावतात. हा पहिलाच कथासंग्रह आहे. पुढच्या प्रवासात त्यांच्या लेखनाकडून अधिक अपेक्षा करता येतात, कारण त्याच्या खुणा या कथासंग्रहात जरूर आहेत.

परिचय

धनंजय मुजुमदार (बडोदा)

मराठी विषयात पीएच.डी. पदवी आणि मराठी शाळेचे प्राचार्य तसेच तीन पुस्तके प्रसिद्ध.

◆◆◆

२९. अस्सल 'परिवर्तननिष्ठ' कविता

बी. ए. कांबळे यांचा 'परिवर्तन' हा कवितासंग्रह समाजाच्या उत्थानाचा सामाजिक-आर्थिक ध्येयवाद मराठी काव्य प्रवाहात रुजवतो. बाबासाहेबांच्या कर्तृत्वाचा मूल्यात्मक ठसा घटनेत उमटल्यानेच या देशाची अंधारयात्रा संपल्याचे सत्य, कवी कांबळे समर्थपणे मांडतात. त्यांचा विरोध केवळ ब्राह्मण्यग्रस्त पेशवाईला आहेच; पण निजाम आणि चंगीजखान यांच्या राजवटीसुद्धा अन्यायग्रस्तच असल्याने ही कविता त्यांचा सुप्त निषेध करताना दिसते. बी.ए. कांबळे यांची वैचारिकता पक्षपाती नसून ब्राह्मण-मुस्लिमांना ती समान निकषावर तोलते.

म्हणूनच प्रजातंत्र नसते, तर 'दमनकारी राज्ययंत्रणेत स्वार्थाच्या लढाया' व रक्ताचे महापूर वाहून माणुसकीचा मुडदा पाडला गेला असता, असे कवीला वाटते. पण लोकशाही व्यवस्था या देशात असल्याने दांभिक धुळीला मिळतात आणि धुळीतले आभाळपक्षी होतात. हे परिवर्तन 'घटनेचे शिल्पकार' डॉ. आंबेडकरांमुळेच घडल्याचे ऐतिहासिक सत्य बाबुराव कांबळे मांडतात.

दलितांच्या सन्मानाचा पारंपरिक द्वेष व्यक्त करणाऱ्या सवर्ण मानसिकतेची कुरूपता 'दृष्टी' या कवितेतून प्रगट झालीय. अल्पशा निवडक अर्थपूर्ण शब्दांच्या आकृतिबंधातून अत्यंत जहरी अनुभव प्रगटताना दिसतो. बाबासाहेबांनी दिलेल्या पहिल्या शिष्यवृत्तीतून नवी पँट व सदरा शिवून कवी विद्यार्थिदशेत गावी येतो, तेव्हा त्याला पाहून 'आईचा जीव हरखून गेला' पण पाटलिनीला मात्र त्याचा पोशाख जुन्या बाजारातलाच वाटला. दलित स्त्री आणि सवर्ण पाटलीण या दोन स्त्रियांचा मानसिक द्वंद्वात्मक विखारी अनुभव या कवितेत अर्थपूर्ण ठरलाय. गावगाड्यात खपलेल्या व खंगलेल्या दुर्दैवी बापाचे काव्यात्मक शब्दचित्र 'बा' या कवितेत प्रत्ययकारी उतरले आहे. पसाभर दाण्यासाठी गाडाभर लाकडे फोडणारा, लोटकंभर ताकासाठी भाराभर गवत टाकणारा, ठिगळांचे कपडे वापरणारा दुबळा अडाणी बाप मुलाला 'बाबासाब

होय’ म्हणून उपदेश करायचा. या काव्यातील नाट्यमयता काळजाला भिडणारी आहे.

कवीची सामाजिक जाणीव प्रगल्भ आहे. ‘स्त्री स्वातंत्र्याचा पुरस्कार’ या कवितेने केला आहे. अनर्थ परंपरेला लाथ मारून ही कविता पुरोगामित्वाला कवेत घेते. पण चळवळीचे वारसदार लाचार झाल्याचेही सत्य कवी कांबळे बिनधास्त मांडतात. मनुष्य वंशावळीचा आधार घेणाऱ्या कार्यकर्त्यांच्या भ्रमीत चकव्याचा, ही कविता पर्दापाश करते, कवीचा जळजळीत काव्यात्म अभिप्राय पाहा–

‘पोटार्थी खूपच झाले.
बुद्ध-फुल्यांना विकून खाल्ले !’

दलित-पुरोगामी चळवळीतील दलालांच्या दुकानदारीचे हे भेदक चित्र रसिक मनाला अंतर्मुख करणारे आहे. श्री. बाबुराव कांबळे यांच्या नावावर ‘अरुणोदय’ हा कवितासंग्रह आहे. त्याशिवाय ‘मानवतावादी संत: कनकदास’ हे वैचारिक पुस्तकही प्रकाशित आहे. बाबुरावांचे अभ्यासक्षेत्र कन्नड संत साहित्यास पचवून मराठी वाङ्मय विश्वाला स्पर्श करते. त्यांचे समाजचिंतन परिवर्तनाच्या ध्येयवादातून काव्यत्मतेचा प्रत्यय देते.

दलितांना लाथा मारणारा देव संशयास्पद ठरवल्याचे चिंतनसूत्र ‘भोत’ या कवितेत प्रकट झालेय.

‘दुव कुणी केला । नरेची निर्मिला ।
स्वार्थासाठी झाला । भोत रे हा ।।’

अशी धाडसी मांडणी कवी करताना दिसतात. अर्थात या रचनेची मुळे पूर्वसुरींच्या काव्यात जरूर आहेत. या कवीला गरीब-उपेक्षितांचा उपजत कळवळा आहे. म्हणूनच केल्या श्रमा नाही । शुल्क जरा काही ।

गरिबांचे नित्य खायी । कष्ट कुणी ।।

अशी काव्यरचना श्री. कांबळे जन्माला घालतात. बाईचा कैवार काव्यात पेरताना या कवीचा कळवळा शब्दांत दाटून येतो. साधूंचा धंदा तेजीत आणि भक्तांचे मात्र निरंतर नागवणे, अशा या चोरांच्या दुनियेचा काव्यात्म पंचनामा ‘लुटपाट’ कवितेत साकारला आहे.

कवीची प्रतिभा ग्रंथांच्या श्रेष्ठत्वात रमते. दलित कवितेचे पारंपरिक वर्तुळ भेदून इस्लामी विद्रोहाचा बुलंद आवाज ठरलेल्या तस्लिमाच्या कर्तृत्वाचे गुणगान करणे, बुद्ध आणि म. फुल्यांच्या गौरवाने न्हालेली कवी कांबळे यांची कविता कानडी प्रदेशातील अस्सल मराठीचा सुगंध दरवळते.

ग्रामीण पर्यावरण व भाषा वापर करून कवी बाबुराव यांनी अस्सल अनुभूतींचा काव्यात्म आविष्कार केलाय. विसंगती कवितेतील अस्सल ग्रामीण भाषा व त्या फटकळ अभिव्यक्ती कुणाला अश्लील वाटू शकते; पण ती अनुभूती वास्तवच आहे.

जाधवांची मंदा परीगत दिसायची, गोड हसायची मात्र मळ्यात गेल्यावर आम्हास वरून पाणी वाढायची!

माझी माय मग थू रांड! शिवी देत मला सांगायची.

हिची माय तुझ्या बासंग रोज उसात निजायची. या काव्यावर भाष्याची गरजच नाही.

कृषी संस्कृतीच्या रंगगंधात न्हालेली माय, मातीसारखी कविता, जोंधळ्याची कणसं, भुईमूग, पाचुंदा, गव्हाच्या ओंब्या या तपशिलाने बहरली आहे. पण शेत नांगरणारा बाप आणि सर्वा वेचणारी माय ढेकळातून चालताना रक्ताळलेले तिचे पाय अशी रचना वाचताना रसिक मनाला वेदनेचा स्पर्श होतो आणि समस्त श्रमिक-शोषितांचा गहिवर या कवितेतून उचंबळून बाहेर पडतो.

कवितेने काही बिनतोड सवाल उभे केलेत. त्यांच्या उत्तरात सांस्कृतिक संचित हादरून जाते.

कवी म्हणतात,

'उमलण्यापूर्वीच निष्पाप कळ्यांनी
वेलीपासून कशासाठी गळावे
गतजन्मीच्या पापाचे फळ म्हणून
काळाने त्यांनाच का छळावे?' (विरोधाभास)

मनूच्या वारसांना जेरबंद करण्याचे आवाहन करताना कवी म्हणतात,

'गाभडली वर्णव्यवस्था
समतेच्या समागमाने
गर्भार आहे
तिची संकरित निपज
उद्याचा भारत बलवान
करणार आहे' (जेरबंद)

बाबुरावांचे ऐतिहासिक आकलन निर्दोष अभ्यासातून काव्यात्म होते म्हणूनच त्यांनी हा देश बुद्ध, बसव, कबीर, चक्रधर, लोकहितवादी, फुले, आगरकर,

शाहू, शिंदे, आंबेडकरांचा असल्याचे निर्णायक व्यापक सूत्र मांडले आहे. वर्णव्यवस्थेचे ब्राह्मण जातीय पाप आगीत जाळताना ब्राह्मण्य नाकारून समतेचा विचार मांडणाऱ्या ब्राह्मण सुधारकांना बहिष्कृत करण्याचे कुटिल कारस्थान काही विद्वेषी ब्राह्मणेतर विद्वान वर्तमानात करत असताना बाबुरावांची कविता मात्र परिवर्तनाच्या प्रवाहात ब्राह्मण-ब्राह्मणेतर भेद करीत नाही, कारण त्यांना समग्र समतेचे सर्वच प्रवाह व सर्व दिशांनी येणारे सामर्थ्य महत्त्वाचे वाटते. दलित काव्याच्या कक्षा रुंदावण्याकामी बाबुरावांचे हे चिंतन निर्णायक महत्त्वाचे ठरणार आहे. त्यामुळे बुद्ध-फुले-आंबेडकरांचे मूल्य अधिक समृद्ध होणार आहे. अस्सल जीवनानुभूती, निर्दोष समाजचिंतन आणि सर्वसमावेशक भूमिका यामुळे कवी कांबळे यांची कविता कर्नाटक-महाराष्ट्राच्या सीमा प्रांताचे सांस्कृतिक भूषण ठरते.

परिचय

बी. ए. कांबळे (गुलबर्गा)

सध्या गुलबर्गा (कर्नाटक) येथील रहिवासी. अरुणोदय काव्यसंग्रह प्रकाशित. याशिवाय 'मानवतावादी संत : कनकदास' या संशोधनात्मक पुस्तकाचे लेखन. आक्रंदन या कथासंग्रहाचा त्यांनी अनुवाद केला आहे. डॉ. एच. टी. पोते हे त्या संग्रहाचे मूळ लेखक. परिवाहन खात्यात ते कर्मचारी आहेत. अखिल भारतीय मराठी साहित्य संमेलनात मुंबई, पुणे, नाशिक, सांगली, सासवड येथे मान्यवर कवी म्हणून त्यांनी काव्यवाचन केले.

◆◆◆

३०. प्रेम मूल्याची काव्यात्म पूजा

गुलबर्गास्थित व्यंकटेश वळसंगकरांच्या नावावर अनेक कवितासंग्रह प्रसिद्ध असले, तरी 'शब्दसंगत', 'आठवडोह', 'काळकोंदण' आणि 'सांजक्षितिज' ही पुस्तके विशेष महत्त्वाची मानता येतात. त्यांना मिळालेले पुरस्कारही त्यांच्या साहित्यसेवेची अस्सल साक्ष आहे.

'सांजक्षितिज' मधील कविता प्रेम, निसर्ग आणि वेदना या अनुभूतीचे अभिव्यक्तकरण करणाऱ्या आहेत. वेदनेचे तारे अंधाऱ्या रात्री फुलवणारा हा कवी डोळ्यांत अश्रूंची फुले माळवून वेदना आळवतो आणि गीत गुंजतो. स्वत:चे असे 'कुणीच नसताना'जीवन जगणे कठीण व्हावे; पण याच अवस्थेत कवी शब्दांच्या लयबद्ध मांडणीत रमून जातात. या कवीचे 'आभाळाच्या दु:खाशीही नाते आहे', 'आभाळाच्या ओल्या आठवणी' आणि 'आभाळातील थेंबाचा काठ' कवीच्या जीवनातील वेदनेशी संबंधित आहे. स्वत:च्या दु:खाचा आभाळभर व्यापलेल्या वेदनेचा अनुबंध जुळवताना 'आभाळ' सारखी कविता कलात्मक प्रत्यय देते.

उन्हाळी आयुष्याच्या झळा भोगणाऱ्या कवीची कविता वेदनेच्या वणव्यांनी व्यापली आहे. 'अश्रू' कवितेत कवी म्हणतात, 'खूप सोसलं पापणीत पाणी साठू दिलं.' ही दु:खानुभूती प्रत्येक व्यक्तीच्या जीवनात अटळच मानलीय. अश्रूंचा शाप ती सोसून भोगूनच आकारास येते. ही कविता उदासीनतेचा परिणाम करीत नाही. कवीची जीवनश्रद्धा अविचल व अभंग आहे. ही कविता मानवी जीवनातील सुखदु:खांचे द्वंद्व समर्थपणे पेलताना दिसते.

दु:खाच्या डोहात बुडून निराशेचे साम्राज्य उभारणारी कविता मराठीत उदंड आहे. मानवी जीवनाच्या उत्थानासाठी या कवितेची उपयुक्तता संशयास्पद आहे. पण ही कविता वेदनेचे मूल्य पचवते, तिची अटळताही समजून घेते; पण वेदनेचा बळी ठरत नाही. ती माणसाच्या जगण्याचे मूल्य सिद्ध करते. म्हणून तर हा कवी नियती

व काळाशी सामना करण्याची भाषा बोलतो, कारण कवी नेहमीच माणसांच्या शोधात असतात. त्यांना खिदळणारी माणसं दिसतात. तशी भीक मागणारी, डोळ्यांत दु:खाचा समुद्र साठवणारी माणसंही दिसतात.

कवीप्रतिभेला खरे वेड प्रेम कवितेचे आहे. या संदर्भातील सूर्यवाट, ती, आठवणी, आता या प्रेमकविता प्रत्ययकारी आहेत.

फुलांच्या रंगखुणा सांगणारी प्रेयसी, या कवितेच्या केंद्रस्थानी आहे. ही प्रेयसी काहीशी बेपर्वा आहे. चांदण्यांनी तिच्या अंगणात यावं, फुलांनीच तिला हसवावं असा या सखीचा थाट आहे. पण मंदावल्या तेज्याप्रमाणे ती आता चांदणं शोधते आहे. ती गेल्यावरही कवीला तिची आठवण येत राहाते. ओसाडल्या अंगणात झाड लावावेसे वाटते. कारण ते झाड फुलारून आल्यावर सखीच्या आठवणी सांगत राहील, ही या कवीची श्रद्धा आहे.

आकाश पाण्यात चिंबत गेल्याप्रमाणे प्रेयसीच्या आठवणीत कवी चिंब भिजून जातात.

ते म्हणतात,

'तू आठवत गेलीस
पानात फूल हसून गेले
तसे शब्दांत शब्द गुंफत गेले'

कवीच्या प्रेम कविता अशा प्रीतीच्या भावनेची पुजारी आहे. त्यांच्या कवितेत चुंबन-आलिंगनाचा धिंगाणा दिसत नाही. प्रेमभावनेची नैसर्गिकता-स्वाभाविकता आणि प्रितीच्या अभिव्यक्तीची सांस्कृतिकता या कवितेने सभ्यतेच्या संकेत व्यवस्थेत पूजली आहे. म्हणून कवी व्यंकटेश वळसंगकरांच्या कवितेची नाळ पु. शि. रेगे यांच्या चावट काव्य प्रवाहाशी जुळवता येणार नाही. तिचे नाते कवी अनिल, कुसुमाग्रजांच्या प्रेम काव्याशी जुळून येते. अर्थात, कवी वळसंगकरांच्या प्रेम काव्याला, शृंगाराचे वावडे नाही. पण प्रत्यक्ष कृतीपेक्षा काव्यात्म सूचनांवरच कवीचा भर दिसतो. सुंदर प्रतिभा आणि प्रतीकांची पखरण आढळते.

सुखाचे उत्सव, हसू लपवणारी कळी, वेदनेच्या उरातील वेदनेची गाणी, उगवता-मावळता सूर्य, आभाळाच्या ओल्या आठवणी, हा सर्व सुंदर कल्पनाविलास या कवितेचे सौंदर्य वाढवतो. भव्यदिव्य कल्पनाविलासाचे पुढील प्रातिनिधिक उदाहरण पाहण्यासारखे आहे :

'मी माझ्या डोळ्यांत
ठेवेन साठवून उद्याचा सूर्य

चंद्र चांदणं सांडत येईल
त्याला तसाच धर' (मी असेन)

जीवन जगण्याचा दुर्दम्य आशावाद, वेदनेच्या आदिमपणाची सम्यक जाणीव, उजेडात न्हाऊन जाण्याचे वेड, प्रेयसीच्या प्रेमात रमण्याची वृत्ती, तटस्थ व व्रतस्थ जीवनसृष्टी अशा अनेक चिंतनसूत्रांनी कवी वळसंगकरांची कविता सात्त्विक जीवनानुभूतीचा प्रत्यय देते. महाराष्ट्राबाहेर राहून मराठी संस्कृतीचे संचित स्वत:च्या काव्यात पूजणाऱ्या कवी व्यंकटेश वळसंगकरांचा गौरव अपरिहार्यच ठरतो.

परिचय

व्यंकटेश श्यामराव वळसंगकर (गुलबर्गा)

—गुलबर्गास्थित व्यंकटेश वळसंगकर यांनी विविध दैनिके, नियतकालिकांतून लेखन केले आहे. 'आभाळ लेणं' हा त्यांचा पहिला काव्यसंग्रह. त्यानंतर 'सांजक्षितिज' हा काव्यसंग्रह प्रकाशित झाला. महाराष्ट्र आणि कर्नाटकात विविध संमेलनांतून, काव्यस्पर्धातून त्यांनी आपल्या कवितांचे वाचन केले आहे.

◆◆◆

३१. सत्ता संघर्षाची शोकांत कादंबरी

अपूर्व पब्लिकेशन पुणेच्या श्री. विजय लेले यांनी प्रा. सर्वोत्तम सताळकराची 'महत्त्वाकांक्षी' ही कादंबरी प्रकाशित करून कानडी प्रांतातील एका नव्या कादंबरीकाराला समर्थ असा न्याय दिला आहे. कथाकार सताळकर आता कादंबरीकार सताळकर झाले. बहुधा कर्नाटक प्रांताच्या मराठी वाङ्मयाच्या इतिहासात सर्वोत्तम सताळकरांची महत्त्वाकांक्षा ही रचना पहिली कादंबरी ठरावी. या पहिलेपणाचा सन्मान स्वीकारताना सर्वोत्तम सताळकर हे नवोदित कादंबरीकार न राहता ते यशस्वी लेखक असल्याची साक्ष अधोरेखित झालीय.

कादंबरी या वाङ्मय प्रकाराच्या सर्व वैशिष्ट्यांची कलात्मक पूर्तता या रचनेत झाल्यामुळे वाचक व समीक्षकांना समाधान देणारी कलाकृती म्हणून तिचा निर्देश अत्यावश्यक ठरतो. सर्वोत्तम सताळकरांचा राजकारणाचा अभ्यास, तर ताजा व सूक्ष्म आहेच; पण राजकीय पर्यावरणातील विविध व्यक्ती-नमुन्यांचे त्यांचे आकलन सम्यक व यथार्थ आहे.

नाथा किणवटकर या शून्यातून उदयास आलेल्या नेत्याच्या महत्त्वाकांक्षेची ही कहाणी आहे. प्रारंभीचा सच्चा माणूस आणि कामगारांचा कैवारी असलेला नाथा, मिल मालकाच्या आर्थिक प्रलोभनाला विकला जातो. स्वत:च्या सहकारी मित्रांशी गद्दारी करतो, कामगारांचा संप फोडतो, बदल्यात लाखो रुपयांची कमाई करतो आणि पैसे घेत असल्याचे सुधीर या मित्राने पाहाताच त्याचा अपघात घडवून आणतो. मित्राच्या रक्ताने रंगलेल्या जीवनात नाथा प्रगतीची शिखरे गाठत मुख्यमंत्र्याच्या खुर्चीजवळ पोचतो. पण तिथेही गुरुजी नावाच्या बड्या प्रस्थ असणाऱ्या नेत्याच्या पत्नीची शोभाची स्पर्धा आहे. शोभा व नाथा यांच्या मुख्यमंत्रिपदाच्या महत्त्वाकांक्षेची स्पर्धा डावपेचातून आकार घेते. पण अचानक नाथाचा खून होतो. सुजाता या तरुणीला अटक होते. सुजाता ही सुधी या कामगार नेत्याची - नाथाच्या मित्राची-

निष्पाप मुलगी तिच्या बालवयातच तिच्या वात्सल्याचा-वडिलांचा अपघात घडवला गेला. या सत्याच्या दर्शनाने सुजाताच्या मनात सूडभावना पेटली आणि तिने नाथाला गोळ्या घालून बदला घेतला. या कादंबरीतील नाथा, गुरुजी, सुजाता, शोभा, महादेवी, रुक्मिणी, अनिकेत अशा सर्वच व्यक्तिरेखा जिवंतपणाचा प्रत्यय देण्यात बऱ्याच प्रमाणात यशस्वी झाल्यात. प्रस्तावनेत सूचकपणे न्या. नरेंद्र चपळगावकर यांनी नोदवल्यानुसार व्यक्तिरेखांचा विकास मात्र कादंबरीत स्पष्ट होत नाही. व्यक्तींची मानसिक आंदोलने, त्यांच्या स्वभावधर्मातील कंगोरे याकादंबरीत अभावानेच दिसतात. परंतु कादंबरीचे कथानक, त्यातील घटनाक्रम, रहस्याची सूत्रे आणि निवेदनाची प्रत्ययकारिता वाचकाच्या मनाला भिडणारी आहे.

या कादंबरीत बाळासाहेब ठाकरे यांच्यासह अनेक महाराष्ट्रीय राजकारणाचे वास्तव संदर्भ पेरले गेलेत. अगदी तामिळी बांधवांचा कैवार घेऊन सरकारला धारेवर धरणारा नेतासुद्धा या कथानकात शेवटी भेटतो. आर्थिक भ्रष्टता, राजकीय डावपेच, गुंडाशी असणारे पुढाऱ्याचे अर्थपूर्ण संबंध, सत्तास्पर्धा आणि महत्त्वाकांक्षेच्या भराऱ्या, संघर्षाच्या ठिणग्या असा सर्वस्पर्शी राजकीय पसारा सताळभरांनी कादंबरीत जागोजाग चपखलपणे पेरून ठेवलाय. नाट्यपूर्ण घटनांच्या धक्याने सावरत-सावरतच वाचक कादंबरीच्या शेवटापर्यंत पोचतो. कथेच्या मांडणीला आवश्यक असणारे सुंदर असे तंत्र या रचनेत गुंफले आहे. त्यामुळेच चांगली व वाचनीय कादंबरी सताळकरांच्या हातून लिहिली गेलीय.

कादंबरी वर्तमानकालीन राजकारणाचा अभ्यास लेखकाच्या आकलनातून इथे कलापूर्ण झालाय. मराठी राजकीय कादंबरीच्या प्रवाहात कानडी प्रांतातील ही पहिलीच राजकीय कादंबरी आहे. तिचे वाङ्मयीन मूल्यही माडखोलकर, अरुण साधू यांच्या कर्नाटकी वारश्यात नोंदवता येते.

दगाबाजी, खून, गुंडगिरी, लाच अशा कुरूपतेबरोबरच मैत्री, प्रेम, माणुसकी, वात्सल्य अशा सात्त्विक प्रवृत्ती व मूल्यांची पेरणी विविध व्यक्तिरेखांच्या माध्यमातून ही कादंबरी पेलून नेते. नाथा हा संपूर्ण वाईट नाहीच. तो चांगलाही आहे आणि तो भ्रष्ट खुनीही आहे. अर्थात तो माणसासारखा माणूस आहे. हे माणूसपणच या राजकीय पर्यावरच्या कादंबरीत केंद्रस्थानी आहे. कादंबरीकार सताळकर मानवी जीवनातील सनातन प्रवृत्तीचा शोध घेतात. माणसातील प्रभुत्व आणि देवत्व दोन्हींचा आविष्कार घडवतात. शिवाय कादंबरीच्या तंत्रात्मक रचनेत उणीव राहू देत नाहीत.

वयाच्या ४५ वर्षांपर्यंत ब्रह्मचर्यपालन केलेल्या गुरुजींच्या राजकीय प्रवासात वयाने लहान असणाऱ्या शोभाने भूकंप घडवला गुरुजींचे ब्रह्मचर्य पातळ झाले.

महत्त्वाकांक्षी शोभाने गुरुजींच्या वासनेला कुरवाळून पक्षाची सत्तापदे मिळवली. मुख्यमंत्र्याच्या खुर्चीवर हक्क सांगण्यापर्यंत हा प्रवास स्त्री-पुरुष वासनासंबंधाच्या अधिष्ठानावर घडला. पण राजकीयदृष्ट्या सक्षम व समर्थ असणारे गुरुजी प्राकृतिक पातळीवर मात्र कमकुवत आहेत. शोभाच्याच नव्हे, तर कोणत्याही स्त्रीच्या वासना शांत करण्याचे सामर्थ्य त्यांच्यात नसल्याची वास्तवता स्पष्टपणे नोंदलीय; तरीही शोभाची तक्रार नाही. स्वाभाविक प्राकृतिक भावनांचा आवेग शांत न करणारे गुरुजी शोभाच्या राजकीय सत्ता आकांक्षेची पूर्तता करण्यात मात्र सक्षम आहेत. शरीरधर्म आणि सत्ताधर्म या दोन आकांक्षांमधील द्वंद्व सताळकरांनी ताकदीने पेलून नेलेय, ही या कादंबरीच्या कलात्मक यशाची महत्त्वाची साक्ष आहे. अशा अनेक जागा सताळकरांच्या कादंबरी लेखनातील अजोड कौशल्याची साक्ष होत राहातात.

प्राकृतिक संवाद संघर्ष, राजकीय प्रवाहाचे कुरूप वास्तव, नैतिक-अनैतिकतेच्या द्वंद्वाची वास्तविकता आणि सांस्कृतिक कुरूपतेतून जन्माला येणारी शोकांतिका या कादंबरीच्या अंतरंगात एकरूप झाल्याने सर्वोत्तम सताळकरांना यशस्वी कादंबरीकरांच्या मराठी मालिकेत कर्नाटकसाठी साहित्याचे प्रतिनिधी म्हणून गौरवण्यात मुळीच हरकत नाही. सताळकरांच्या या नव्या पहिल्या कलात्मक कादंबरीचे स्वागत आणि अभिनंदन!

परिचय

सर्वोत्तम सताळकर (गुलबर्गा)

सर्वोत्तम सताळकर हे गुलबर्गा येथील के. बी. एन अभियांत्रिकी महाविद्यालयात प्राध्यापक म्हणून कार्यरत आहेत. त्यांचे शिक्षण मराठी माध्यमातून झाले. विविध मासिकांच्या आणि दैनिकांच्या लेखन स्पर्धेत त्यांनी पारितोषिके मिळविली आहेत. गुलबर्गा येथून प्रकाशित होणाऱ्या 'अनुबंध' या त्रैमासिकात इंग्रजी कादंबरीकारांच्या साहित्याचा परिचय करून देणारी लेखनमाला त्यांनी लिहिली आहे. मेकॅनिकल आणि थर्मल पॉवर या तांत्रिक विषयांचा अभ्यास करताना ते मराठी साहित्यात रममाण झाले आहेत. विविध मराठी दैनिके व मासिकांतून त्यांचे लेखन प्रसिद्ध होत असते.

◆◆◆

३२. धगधगत्या व्यामिश्र जीवनाची प्रांजळ आत्मकथा

ॲड. दयानंद बिरादार यांनी कथा, कादंबरीसह आत्मचरित्रही लिहून कर्नाटक-महाराष्ट्राचा वाङ्मयीन अनुबंध अर्थपूर्ण केलाय. त्यांच्या 'तीन तेरा नऊ अठरा' व 'नामांतर' या कादंबऱ्या आणि 'साद' नावाचा कथासंग्रह औरंगाबादच्या श्री. के. एस. अतकरे यांच्या कैलास प्रकाशनातर्फे प्रसिद्ध झाला आहे. 'वलघे वलघे' आणि 'कमानकाठी' यासारखी वेगळ्या आकृतिबंधाची व वेगळ्या चिंतनयात्रेची पुस्तकेही ॲड. बिरादार यांच्या नावावर आहेत. 'घाटावरची बोरं' ही त्यांची आत्मकथा मराठी आत्मकथनाच्या साहित्यप्रवाहात कर्नाटक सीमेवरील मराठी जीवनाचा स्वतंत्र नवा ठसा उमटवून जाते.

शेतकरी कुटुंबातील ग्रामीण माती आणि पर्यावरणात लहानपण व औरंगाबादसारख्या सर्व चळवळीचे केंद्र असणाऱ्या शहरात शिक्षण घेतलेल्या दयानंद बिरादारांचे आयुष्य असंख्य रंगांच्या उधळणीने व सुखदुःखाच्या रणधुमाळीने ओतप्रोत आहे. महाराष्ट्र-कर्नाटक सीमा परिसरातील घाटबोरूळ परिसरात दयानंद बिरादारांचा जन्म झाला व एल्.एल्.बी. शिक्षण औरंगाबादला पूर्ण करून नंतर समाजवादी चळवळीत त्यांनी काम केले. विद्यार्थिदशेतच त्यांनी उद्धवराव पाटील, कॉ. सुदाम देशमुख या डाव्या विचारसरणीच्या वक्त्यांची भाषणे ऐकली, शाहीर अमरशेखांची गाणी ऐकली.

शिक्षकी पेशा स्वीकारला. शेती केली, समाजकार्य केले. राजकारण केले, गरीब लोकांच्या प्रश्नांवर आंदोलने केली, भाषणे ठोकली. संघर्ष पेलले, बिरादारांचे जीवन असंख्य व्यक्तींच्या कर्तृत्वाने प्रभावित आहे. त्यात असामान्य व्यक्ती जशा आहेत तशाच सामान्य व्यक्तीही आहेत. त्यांची भूमिका समाजवादी असल्याने जात-धर्माच्या पलीकडे त्यांची दृष्टी आहे. वर्ण-जातीव्यवस्थेची विषमता त्यांनी मोडीत काढल्याचे सत्य गौरवास्पद आहे.

या आत्मकथनात अनेक व्यक्तींची शब्दचित्रे संपूर्ण अर्कासह जिवंतपणाचा प्रत्यय देतात. आत्मकथेच्या दुसऱ्या भागातील 'शेतातली ज्वारी धुऊन, दळून खाणारी 'चारित्र्य संपन्न' गुंडा महारीण, परिवर्तन चळवळीत लढाईची प्रेरणा देणारा निवृत्ती रेड्डी, 'हातात डफ घेऊन' भाषणाने सभा गाजवणारे शाहीर जंगम स्वामी, अन्यायाविरुद्ध लढणारा खंडेराव भोसले, म्हशी व रेड्यावर शीघ्र कविता करणारा जमखंड्या लिंबाजी, चोवीस घंटे कामावर राहणारा चपराशी अवलिया साब, पांडबा कारभारी, व्ही. जी. पाटील, केदाऱ्या अशा विविध स्वभावधर्म असणाऱ्या व्यक्तिरेखांच्या सत्यकथा, दयानंद बिरादारांच्या आत्मचरित्राचा अविभाज्य भाग बनल्या आहेत. एका अर्थाने या सर्वच व्यक्तिरेखांचे मर्यादित चरित्र आणि बिरादारांचे आत्मचरित्र यांचा वाङ्मयीन अनुबंध इथे अर्थपूर्ण व कलात्मक झाल्याचा प्रत्यय येतो. शब्दांच्या मोजक्या मांडणीतून विशिष्ट व्यक्तीचे जिवंतपण व्यक्त करण्याची बिरादार यांची हातोटी विलक्षण सामर्थ्यशाली आहे.

'मार्क्स-एंगल्सच्या' मैत्रीची आठवण करून देणारा मित्र संग्राम, मेहुणे शंकरराव पाटील, कॅन्सरने वारलेली धर्मपत्नी, मर्डर केसमधील श्रीपतीमामा, एक हात नसलेली विद्यार्थिनी गौरम्मा, देवभोळी श्रीमती व मुलगी मीनाक्षी, रत्नाक्कामावशी, खुनाच्या आरोपातील साक्षी फोडण्यासाठी आजारीपणाचे सोंग वठवून दवाखान्यात जाणारा आरोपी, सहनशीलतेचा अंत पाहणारे व गरीब-श्रीमंत असा भेद करणारे डॉक्टर, मंत्र्यांना फोनवर व खोलीवर पाच लाखांना गंडवणाऱ्या पोरी, सेवाभावी सून, कर्तव्यदक्ष माय, अशी कितीतरी सामान्य स्तरावर जीवन जगणाऱ्या व्यक्तींचा ठसा रसिक वाचकांच्या मनावर उमटतो. बिरादार यांचे लेखक म्हणून हे यश निर्विवादच आहे.

दयानंद बिरादार यांनी त्यांच्या आयुष्यावर प्रभाव टाकणाऱ्या असामान्य व सामान्य अशा दोन्ही प्रकारच्या व्यक्तित्वांचे मनोज्ञ दर्शन सहजपणे घडवले आहे. म. गांधीजी, डॉ. आंबेडकरांसारख्या महापुरुषांचा प्रभाव त्यांच्या व्यक्तित्वावर त्यांनी भूषण म्हणूनच वागवला. पण बापू काळदाते, अनंत भालेराव, गोविंदभाई श्रॉफ यासारख्या पुरोगामी, कर्तृत्व सिद्ध करणाऱ्या व्यक्तींच्या सहवासाचा योग्य परिणाम त्यांच्या जीवनावर झाल्याच्या नोंदीही अर्थपूर्ण आहेत.

वा. ल. कुलकर्णी, द. मा. मिरासदार, पु. ल. देशपांडे अशा साहित्यिकांच्या भाषणांची गोडीही बिरादरांना होतीच. पण आ. कृ. वाघमारे, जनार्दन वाघमारे व हिराचंद वाघमारे, अशा तीन वाघमाऱ्यांच्या छायेत वाढल्याने बिरादारांना कधीच भीती वाटली नाही. त्यांच्याच शब्दांत सांगायचे तर, 'वाघाच्या छाव्यांत वाढलो

आहे.' एस. एम. जोशी, मधु लिमयेंसारख्या समाजवादी नेत्यांचा प्रभाव बिरादारांच्या आयुष्याचे अधिष्ठान होते. दयानंद बिरादारांनी सामाजिक, राजकीय आंदोलने केली, प्रबोधनाच्या चळवळीत भाषणे दिली, गरीब-श्रीमंत दलितांच्या न्याय्य हक्कांसाठी आंदोलने केली. निवडणुका लढण्याचे संघर्ष पेलले, समाजवादी विचार व चळवळीशी शेवटपर्यंत इमान राखून निष्ठा रुजविल्या, राजकीय चढ-उतार अनुभवले, जॉर्ज, देवेगौडांसारख्या राजकीय नेतृत्वापासून यादवराव, स्नेहलता रेड्डीपर्यंतच्या कर्नाटकी राजकीय पर्यावरणात बिरादारांची ऊठबस होती, असंख्य नेते आणि त्यांच्या बदलत्या भूमिका यांच्या संवाद-संघर्षात दयानंद बिरादारांचा सहभाग होता. एकूणच समाजवादी पक्ष व जनता दल अशा पक्षांच्या विभागणीचा इतिहास सूत्ररूपाने बिरादारांच्या या आत्मकथेत स्वाभाविकपणे आलाय. त्यामुळे या आत्मचरित्राची उंची वेगळ्या परिमाणाने अधोरेखित झालीय. कर्नाटक राज्यातील राजकीय संघर्षाचा धावता चित्रपट या पुस्तकात प्रत्ययाला येतो.

दयानंद बिरादारांची आर्थिक स्थिती सुरुवातीपासूनच चांगली नव्हती. मर्यादित शेती, निःस्पृह वृत्ती आणि सततचे सामाजिक कार्य यामुळे त्यांना श्रीमंतीचे डोहाळे कधीच लागले नाहीत. शिवाय आई, पत्नी इतर जवळचे नातेवाईक यांच्या मृत्यूनंतर बिरादारांचा भावनिक आधार संपला. पत्नीचा बळी घेणारा कॅन्सर पुन्हा नव्याने स्वतः दयानंद बिरादारांना भिडावा, यापेक्षा दुर्दैव कोणते? मानेचा कॅन्सर, पॅन्क्रीयाचा कॅन्सर, हृदयाचे ऑपरेशन, रेडिओथेरेपीचा वनवास, सततच्या तपासण्यांचा मनस्ताप, आर्थिक असाहाय्यता अशा संकटांच्या डोंगरांना सामान्य माणूस किती व कसा सोसू शकतो? मरण बरे वाटावे असे अनेक क्षण बिरादारांच्या आयुष्यात आले; पण स्वतःची जीवननिष्ठा आणि समाजवादी श्रद्धा यांच्याबाबत त्यांनी कधीही तडजोड केली नाही.

दयानंद बिरादारांची वैचारिकता ही तर्कशुद्ध चिंतन आणि वस्तुनिष्ठ अभ्यासाचा परिपाक आहे. त्यामुळेच या पुस्तकाच्या पानापानांवर त्यांच्या मूल्यात्मक वैचारिकतेची प्रगल्भता प्रत्ययाला येत राहाते. आयुष्यभर जॉर्ज फर्नांडिस यांची बिरादारांनी पूजा बांधली. पण तेच जॉर्ज फर्नांडिस भाजपशी दिल्लीत मैत्रीची तडजोड करताना पाहून त्यांना धक्का बसला. 'भाजपला शिव्या देणारे पासवान सत्तेच्या सावलीला आले,' त्यांच्या राजकीय 'मजबुरी' संदर्भात बिरादार म्हणतात, 'वेश्या व्यवसाय करणाऱ्या बायासुद्धा मजबुरीनेच वेश्या बनतात.' हे जळजळीत भाष्य त्यांचे सामर्थ्य आहे.

बिरादारांचे कर्तृत्व केवळ राजकीय वर्तुळात सामावत नाही, त्यांचे सामाजिक कार्य त्यांच्या घाटबोरूळ परिसरात प्रसिद्ध आहे. म्हणूनच कॅन्सरच्या दुखण्यात

सहवेदना व्यक्त करण्यात पंचक्रोशीतील सर्व जाती धर्मांचे गरीब निस्सीम श्रद्धेने सहभागी होतात. त्यांच्याच भाषेत सांगायचे झाले, तर 'महारांचा वकील म्हणून मला हिणवत होते.' ही लोकांची द्वेषमूलक प्रतिक्रिया बिरादार यांच्या अस्सल पुरोगामी भूमिकेची पावती आहे. दर्ग्याच्या भांडणात दंगल झाल्यावर 'सत्ता व दारूत बुडालेले नेते भेटून गेले पण जनजागरण मंचचे हिराचंद गुरुजी मात्र चप्पल तुटेपर्यंत व पायाला भेगा पडेपर्यंत प्रबोधनासाठी पायपीट करीत होते.' या गुरुजींचे वेड पचवण्याइतपत वेडेपण दयानंद बिरादारांच्या व्यक्तित्वात दिसते.

बिरादारांच्या चिंतनाची सूत्रे कमालीची प्रगल्भता सिद्ध करून जातात. ते म्हणतात, 'सत्य म्हणजे देव!' 'श्रीराम' नावाचा चित्रपट पाहून बिरादार अस्वस्थ होतात. भारताच्या फाळणीचे खापर गांधींच्या माथी मारल्याचे त्यांना दु:ख होते. मुसलमानांसाठी गांधींना मारलं गेलं पण ते मुसलमानही गांधीसोबत राहिले नाहीत आणि सवर्ण हिंदूही गांधींसोबत राहिले नाहीत. 'हे राम' किंवा 'मी नथुराम बोलतोय' या कलाकृतीचे खंडन झाले पाहिजे असे बिरादार यांना मनापासून वाटते. शेकडो ग्रंथांतून जे सूत्र कळणार नाही ते बिरादारांच्या या मांडणीतून सहज कळू लागते. गांधींच्या महात्मा पणाला पचवण्याची क्षमता असणारा हा अस्सल कार्यकर्ता म्हणूनच कोणत्याही विवेकवादी वाचकाला सहज भावतो.

'मुसलमानाच्या घरात गांधींचा फोटो पाहिला नसल्याचे' सांगतानाच ताजोद्दिन नवाजभाई यासारख्या देशप्रेमी सेक्युलर लोकांनी स्वखर्चाने गांधींचा पुतळा बसवकल्याणच्या चौकात उभा केल्याचे सत्य दयानंद बिरादार आत्मीयतेने व्यक्त करतात. बिरादार यांची भूमिकाच सेक्युर असल्याने विवेकाच्या निकषावर देशप्रेमी मुसलमानांचे कर्तृत्व त्यांना भावते. सावरकरांचा हिंदू राष्ट्रवाद बालपणात बिरादारांना आवडत होता पण वय वाढल्यावर मात्र गांधी समजले. माणुसकीच्या निकषावर गांधी अधिक भावले. त्यांचे कर्तृत्व आजच्या जगालाही 'रेलेव्हन्ट' असल्याचे त्यांना जाणवले.

बिरादारांच्या व्यक्तिगत व कौटुंबिक जीवनाची शोककथा बऱ्यापैकी गडद आहे. जिवलगांच्या मृत्यूचे दु:ख भोगतानाच कॅन्सरचा धोका वारंवार कोसळावा यासारखे दुर्दैव नसावे पण तेच बिरादारांच्या वाट्याला आले. न पिकणारी शेती, जावयाने घरात आणून सोडून दिलेली मुलगी, फौजदाराचा व बिरादारांचा संघर्ष व दाखल झालेला गुन्हा, दवाखान्याच्या वारंवार होणाऱ्या खर्चाची अरिहार्यता, शेतीमधील आवडती झाडे व दुभती जनावरे विकून भागवलेला खर्च, विरोधकांची कारस्थाने आणि लादलेला संघर्ष, अशा असंख्य संकटांनी दयानंद बिरादारांचे जीवन होरपळलेले आहे. त्यात सर्वांत मोठा वाटा कॅन्सरच्या आजाराचा आहे. सर्वसाधारण पेशंटचा

कॅन्सर बरा झाल्यावर पुन्हा होत नाही पण बिरादारांचा कॅन्सर अपवादात्मक स्वरूपाचा आहे. तो कधी मान पकडतो, तर कधी पोटात शिरतो. शरीराच्या कोणत्या भागात कोणत्या वेळी तो शिरून पोखरेल याचा नेम नाही. हृदयाच्या ऑपरेशनची त्यात भर पडली. त्यामुळे बहुतांश आयुष्य दवाखान्याच्या पर्यावरणातच घालवण्याची सक्ती बिरादार यांच्या जीवनात अटळ ठरली. त्यात पैशाची अडचण आणि गरीब पेशंटच्या वाट्याचा सक्तीचा वनवास मन सुन्न करणारा आहे.

या आत्मकथेतील दयानंद बिरादारांची जीवनकथा सत्यघटना, प्रसंगांच्या व कथनांच्या मालिकेतून जन्म घेते. अत्यंत खाजगी असे जीवन संदर्भ आणि प्रसंग बिरादारांनी मोजक्या अर्थपूर्ण व सूचक शब्दांत मांडले आहेत. पत्नीचा विरह सहन न झाल्याने आईजवळ झोपलेल्या बायकोला मध्यरात्री उठवून देव्हाऱ्याच्या खोलीत नेण्याचा प्रसंग अत्यंत सूचक आहे. त्याचप्रमाणे पत्नीच्या मृत्यूनंतर काही काळाने मोटारसायकल घसरून पडल्यावर शेता शेजारच्या बाईने बिरादार यांना घरात नेऊन उपचार केला आणि 'ओठावर ओठ ठेवले' हा प्रसंगही अत्यंत प्रामाणिकपणे बिरादारांनी सूचकतेने मांडलाय. याला धाडस लागते.

या आत्मकथेत विनोदाची झालर लावलेल्या अनेक जागा स्वाभाविकपणे हसू पेरतात. दवाखान्यात स्वाभाविकपणे नाव गाव विचारल्यावर 'राहता कुठे?' या प्रश्नावर बिरादारांनी 'दोन दिवसापासून जावयाकडे' असे उत्तर दिले. तसेच 'फ्रीडम फायटर आहात काय?' या प्रश्नाच्या उत्तरात 'नाही फक्त फायटर आहे' हे दिलेलं उत्तर खरेपण आणि मार्मिकपण आहे. एका नर्सने बिरादार यांना 'बाबा, अजून थोडा वेळ झोपा' म्हटल्यावर बिरादार यांनी 'लेकी' असे संबोधून, 'अजून थोडावेळ थांबल्यास आम्हा दोन भावांपैकी एकटाच शिल्लक राहील', म्हणून सांगितलं.

या आत्मकथेतील निवेदनाच्या गतिमान प्रवाहातील सहज नोंदवलेल्या काव्य रचनांमुळे वाङ्मयीन गुणवत्ता वाढली आहे. उदाहरणार्थ,

'नदीचं पाणी बाई मिळतं सागराला
माझ्या लेकीच्या परीस जावई चांगला ।।'

उर्दू भाषेतील अर्थपूर्ण काव्य ओळींची पेरणीसुद्धा निवेदनाला बहार आणणारी आहे. उदाहरणार्थ,

'मुझे कुछ गम नही की मेरे हिस्से में खार आये,
बस मेरी हसरत इतनी है कि गुलशन में बहार आये ।।'

हिंदी सिनेमाच्या 'ओ जानेवालो लौटके आना' सारख्या गाण्याचा संदर्भही या निवेदनाचे सौंदर्य वाढवतो.

बिरादारांच्या या लेखनात रामायण-महाभारत व पुराणांचे अनेक संदर्भ सहज ओघात पेरले जातात. त्यामुळे प्रगल्भ व दर्जेदार वाङ्मयीन कलाकृतीच्या प्रत्ययाचे समाधान मिळते. सीता, द्रौपदी, गांधारी, विष्णु, इंद्र, राम, अहल्या इत्यादी व्यक्तिरेखांचे संदर्भ या आत्मकथेत अर्थपूर्ण ठरलेत.

भूमिहीनांना सरकारी जमिनी मिळाव्यात, कूळकायदा लागू करावा, शेतकऱ्यांची कर्जे माफ करावीत, अशा जनआंदोलनाची उभारणी बीदर जिल्ह्यात दयानंद बिरादार यांनी केल्याचे संदर्भ या आत्मकथेच्या मूल्यात्मक उंचीची साक्ष आहेत.

मानसिक समाधान देणाऱ्या या सामाजिक कार्याच्या अनुभूती आत्मकथनात आहेतच पण नियतीचा खेळ अनुभवणाऱ्या असंख्य मृत्यूंचे थैमानही या आत्मकथेने पेलून नेले आहे. कॅन्सर भोगताना मृत्यूच्या छायेतच बिरादार जगत होते. तेव्हा त्यांना रवींद्रनाथ टागोरांच्या कवितेची आठवण झाली. 'अरे मृत्यू! चोरासारखा लपून येऊ नकोस. वाजत गाजत ये. मी तुझे स्वागत करतो.' बिरादारांचा महापुरुष व कलावंतांच्या कलांचा अभ्यास त्यांच्या संकटांत मदतीस आलाय. त्यांचे जीवन प्रगल्भ जाणिवांनी भरलेच पण त्यांची आत्मकथाही त्याच सांस्कृतिक संदर्भांनी समृद्ध झालीय. मृत्यूच्या छायेत जगताना गांधी, टागोर, आंबेडकरांसारख्या महापुरुषांच्या विचारांनी त्यांना धीर दिला.

ऐन आर्थिक आणीबाणीत मृत्यूला सामोरे जाताना हिराचंद गुरुजींनी पंधरा हजार रुपये बिरादारांना दिले. मूलबाळ, घरदार नसलेल्या संन्याशाने केलेली ही मदत 'दामाजीच्या विठ्ठला'प्रमाणे बिरादारांना भावणे स्वाभाविकच.

'संकटात रक्ताला नातं नसतं' असे तत्त्वज्ञान मांडणारी व रक्त देण्यास तयार असणाऱ्या गुलजार बेगमसारख्या कितीतरी सात्त्विक वृत्तीच्या धर्मातीत भूमिकेच्या सामान्य व्यक्तित्वांनी दयानंद बिरादार यांचे जीवन व्यापण्याचे सत्य समजून घ्यावे लागते. त्यांच्या जीवनाचे हे सांस्कृतिक वैभव आहे.

मरणांच्या अवस्थेचे टागोरप्रणीत सत्य सांगताना 'आई तिच्या रित्या स्तनापासून मूल दुसऱ्या स्तनाला लावण्यासाठी उचलते तसेच मरण, अशी अर्थपूर्ण मांडणी बिरादार निवेदनात करून जातात, तेव्हा जीवन-मरणाच्या गाभ्याला भिडण्याची या लेखकाची क्षमता लक्षात येते. टागोर पचवणे हे सामान्य प्रतिभेचे काम नव्हे!

आई, पत्नी, मामा, मंजुळामाया, मावळण्या यांच्या मृत्यूच्या तांडवांचा अनुभव घेणाऱ्या बिरादार यांच्या आत्मकथेत ज्ञानमामाच्या फाशी घेऊन झालेल्या मृत्यूचे गूढही वेधते. कॅन्सरसारख्या रोगाच्या व मृत्यूच्या गडदच्या छायेत जीवन जगण्याची सक्ती भोगणाऱ्या दयानंद बिरादारांच्या जीवनकथेचा जबरदस्त परिणाम

वाचकांवर होतो.

दयानंद बिरादारांच्या निवेदनातील भाषा वाङ्मयीन गुणांनी भारावलेली आहे. जीवनचिंतनाची अनेक सूत्रे या भाषेतून व्यक्त होतात. विशेष म्हणजे प्रसंग व घटनांच्या वर्णनात एखाद्या अर्थपूर्ण वाक्याच्या वापराने अर्थवत्ता परिणाम करून जाते. चित्र डोळ्यांसमोर उभे करण्याची क्षमता आणि मानवी जीवनाच्या गाभ्याचा अर्क अशा असंख्य वाङ्मयीन सौंदर्याचे देणे या भाषेला लाभले आहे.

त्याच्या पुढील साक्षी पाहण्यासारख्या आहेत :

१) त्यागाच्या विस्तवावर सत्ता व संपत्तीची राख साचलेली दिसत होती. (पृ. ४१)

२) अंगात आग पडलेली असावी व पंखा जवळ असूनही चालू करता येऊ नये, असं मला झालं. एके दिवशी मध्यरात्री माझ्या बायकोच्या झिपऱ्या धरून देव्हाऱ्याच्या खोलीत घेऊन गेलो. (पृ. ४३)

३) तरुणी मजकडे बघता बघता भान विसरली. पोहरा विहिरीत सोडता सोडता तिला दोर संपल्याचं कळलं नाही. (पृ. ४३)

४) मेल्यावर सारे मातीतच जातात हे कटू सत्य तो सांगून गेला. (पृ. ४९.)

५) 'आई आयुष्यभर पुरत नसते' म्हणणाऱ्या तत्त्ववेत्त्याच्या तोंडावर थुंकून मी तिथून हळूहळू पावलं टाकत निघालो. (पृ. १००)

६) कडेपत्तीला तुळसीपत्र किंवा बेलपत्र करू नये. (पृ. ७४)

७) दोन बाया बोलू लागल्या की ब्रह्मसुद्धा कंटाळतो म्हणे! (पृ. ६५)

८) म. गांधींचा देश दारूच्या नशेत बुडाला होता. (पृ. ६१)

९) मी रिकाम्या खिशाने व कापलेल्या हृदयाने गावी आलो. (पृ. ८०)

१०) वेड्या बाभळीच्या झाडाला फुलं कशी येणार होती कोणास ठाऊक! (पृ. ७३)

आत्मकथेला आवश्यक असणारा सच्चेपणा, जीवनात ठसा उमटवणाऱ्या सामान्य, असामान्य व्यक्तिरेखांचे मनोहारी चित्रण, काव्य, शेरोशायरी व सुभाषितांचे सामर्थ्य पचवलेली भाषा, ओघवती निवेदन शैली आणि जीवन चिंतनाची प्रगल्भ जाणीव, या वाङ्मयीन गुणांमुळे दयानंद बिरादारांचे 'घाटावरची बोरं' हे आत्मकथन सर्वांगसुंदर झाले आहे.

त्यांची जीवनकथा सत्याची अविरत पूजा बांधते. दलित, श्रमिक, गरीब, मजूर शेतकऱ्यांच्या अश्रूंची बांधीलकी सिद्ध करते. एक सामान्य शेतकरी समाजवादाचे संस्कार पचवून मानवतावादी मूल्यांची तहहयात श्रद्धा रुजवतो, कथा-कादंबरीची

कलात्मकता अधोरेखित करतो, सत्याच्या अग्नीत जगतो, लिहितो आणि सत्याच्याच धगीत होरपळतो. त्यामुळे अॅड. बिरादारांचे वाङ्मयीन कर्तृत्व कर्नाटकाच्या मराठी भाषेचे भूषण आहे.

'स्मृतिचित्रे'पासून सुनीताताई देशपांडे यांच्या 'आहे मनोहर तरी' या आत्मकथनाचा प्रवास शेकडो लेखक कलावंतांनी समृद्ध केलाय. दलितांची आत्मकथने स्वतंत्र परंपरेत रुजू आहेत. पण मराठीतील या दोन्ही आत्मकथन प्रवाहांना जोडणारा कलात्मक दुवा दयानंद बिरादार यांच्या 'घाटावरची बोरं' या रूपाने सिद्ध झालाय. कारण त्यात सवर्ण व दलित, उपेक्षितांच्या व्यथा, वेदनांची व सुखसंवेदनाची व्यामिश्र सत्यता प्रत्ययाला येते. म्हणूनच अस्सल व प्रामाणिक जीवनानुभूतीचा कलाप्रत्यय देणाऱ्या अॅड. बिरादार यांच्या श्रेष्ठ प्रतिभेचा व अव्वल प्रज्ञेचा गौरव अटळ आहे. त्यांच्या सर्वार्थांच्या जीवन प्रवासासाठी हार्दिक शुभेच्छा!

परिचय

अॅड. दयानंद बिरादार (हुमनाबाद)

आत्मकथा, कथा-कादंबऱ्या प्रसिद्ध. समाजवादी आंदोलनात सातत्याने सहभाग. उपेक्षितांच्या वेदनेचे कैवारी लेखक व नेते.

◆◆◆

३३. सश्रद्ध मनाचा काव्यात्म 'अरुणोदय'

वंदना किणीकरांच्या 'अरुणोदय' या काव्यसंग्रहातील कवितांचा ध्येयवाद सांस्कृतिक मूल्यात्मकता पेरण्यात पूर्ण होताना दिसतो. कानडी प्रांतातील या कवयित्रीचा 'क्षितिजरंग' हा कवितासंग्रहसुद्धा वाचकांच्या रसिकतेला भावणाराच आहे.

पाप रिचवून
घाण पिऊन
तीर्थ द्यावं
गंगेसारखं

अशी उदात्त भावना अभिव्यक्त करताना निसर्गाकडून मानवी समाजाने खूप काही शिकण्यासारखे असल्याची जाणीव सतत होत राहते. शिशिरात झडून व ग्रीष्मात वाळूनसुद्धा झाडासारखे सावली देण्याचे पवित्र काम करावे. फुलांसारखे रंग उधळून प्रेम करावे आणि जीवन सारे रिक्त करून ढगासारखे हलके व्हावे, अशी इच्छा व अपेक्षा कवयित्री वंदना किणीकर व्यक्त करतात. निसर्गाच्या अणुरेणूंशी तादात्म्य पावणारी प्रतिभा अनेक कल्पनांची अभिव्यक्ती करते. झुळझुळणाऱ्या ओढ्यासंगे ताल धरण्याचा व फुलांचा सुगंध प्राशन करण्याचा कवयित्रीचा ध्यास विलोभनीय आहे. ही स्वप्नाळू साक्ष पहा–

'मान्यगिरीच्या शीतल झुळका
अंगांगाला स्पर्शून जाव्या
अन् असणाऱ्या कुसुमाकरवी
गुलाल अवघा उधळून घ्यावा'

'केतकी बनात' आणि 'अरुणोदय' सारख्या निसर्ग कविता मराठीतील बालकवी, ना. धों. महानोर या अव्वल कवींच्या कवितांशी नाळ जुळवू पाहातात.

'अस्तित्व' सारखी कविता ईश्वर आणि मानव यांच्या विचित्र विलोभनीय

नात्यावर प्रकाश टाकते. ईश्वर सकाळच्या प्रसन्न किरणांत, नाजूक सुंदर फुलात, मृदगंधात, सृजनाच्या सागरात तर आहेच; पण तोच ईश्वर टोचणाऱ्या काट्यात तहानलेल्या वाळवंटात आणि भयाण मृत्यूतसुद्धा असल्याची द्वंद्वात्मक वास्तवता त्या अभिव्यक्त करतात. जीवनाच्या गाभ्यातील या सत्याला आकळण्याचा काव्यात्म प्रयत्न निश्चितच गौरवास्पद आहे. पण असेच जीवन हवे, हा कवयित्रीचा ध्यास महत्त्वाचा आहे, कारण वंदना किणीकरांनी जीवनातील अटळ-अपरिहार्य वास्तवतेचे सुख-दुःखात्म पदर पूर्णतः समजून घेतलेत. त्यासाठी प्रगल्भ चिंतनाची अनुभूती असावी लागते.

पं. जवाहरलाल नेहरूंच्या मृत्यूवरची कविता, किल्लारीच्या भूकंपावरची कविता या प्रासंगिक असल्या, तरी त्यातील अनुभूतीची व्यापकता आणि सच्चेपणा सहज भावणारा आहे.

कवयित्रीच्या सौंदर्यवेधी कल्पनाविलासाच्या अनेक साक्षी या कवितासंग्रहाच्या पानापानांवर उमटल्यात. त्यातील प्रातिनिधिक साक्षी पाहा-

१) 'पर्णावरले माणिकमोती
माळ ओवूनी कंठील्यावी
चमचमणारी चंद्रकलेची
निळी ओढणी ओढून घ्यावी' (कधी वाटते)

२) 'प्रीत अमृतातले विष तूच प्राशिले
भारलेल्या मानसात घननिळ दाटले' (केतकीबनात)

३) 'कोकिळेच्या कुंजनात
साद जिवाभावाची
वसंताच्या ओंजळीत
तृप्ती गाठ प्रीतीची' (मृदगंधेच्या ध्यासाने)

४) सृजनाच्या कळा
अश्रूत थरकतात
रणरणत्या उन्हात
झाडे सावलीच देतात (अश्रू)

कवयित्रीच्या कवितेतील जीवन चिंतनाची खोली स्तिमित करणारी आहे. निसर्गाच्या सान्निध्यात तृप्ती भोगणारा माणूस आज स्वार्थासाठी माणसांनाच विकतो आहे. रानफुलांचा मित्र असणारा माणूस व दुःखी माणसांचा देव बनणारा माणूस आज बदलत चाललाय. या भयाण वास्तवाचा वेध 'माणूस' या कवितेत व्यक्त

झालाय. 'खेड्याचा प्रवास'सारखी कविता मात्र काव्यात्मकता हरवून गद्याकडे झुकल्याचे दिसते. 'दुभंगलेली कलम कवीची' आणि 'अश्वत्थामा' सारख्या आशयघन कविता वर्तमान वास्तवाची व्यामिश्र अनुभूती पेलून नेतात. मानवतेचा मोहरा फिरून अशांती उरात फुटली आणि कवीची दुभंग लेखणी भळभळत्या रक्तात न्हाली. अशी अर्थपूर्ण रचना वाचताना कवयित्रीच्या चिंतन सामर्थ्याचा व कलात्मक आशयाचा प्रत्यय सहज येतो.

माणसानेच 'अणू'च्या भस्मासुराला जन्म दिला आणि अशांतीचे बी माणसानेच पेरले. आता अश्वत्थामाप्रमाणे विध्वंसाचा अभिशाप भोगणे मानवजातीला अटळ असल्याची जाणीव कवयित्री करून देतात.

विठ्ठलाच्या संकीर्तनात आणि शारदेच्या वंदनात समर्पित होणारी कवयित्रीची श्रद्धा व कविता हिंदू देवदेवता, धर्मस्थळे पारमार्थिक प्रतीके यांना पूजताना दिसते.

या कवितेला सहज लय आहे. काही कविता गाण्याच्या पात्रतेच्याही आहेत, भावगीताशी नाते सांगणाऱ्या काही कवितांचा गोडवा अवीट आहे. सश्रद्ध मनाची श्रीमंती आणि निवडक अर्थपूर्ण शब्दांचे चांदणे या काव्याविश्वाचे खास वैशिष्ट्य आहे. निर्मलकुमार फडकुलेंसारख्या समीक्षकाने म्हणून, तर या कवितेचा गौरव केला. कर्नाटक प्रांतात जन्मलेली ही कविता एकूण मराठी कवितेचा लळा जपताना आनंदाची प्रचिती देते. म्हणूनच या कवितेचे स्वागत व गौरव!

परिचय

सौ. वंदना श. किणीकर

वंदनाताई या मूळच्या सोलापूरच्या. पदव्युत्तर शिक्षणही त्यांनी सोलापुरातूनच पूर्ण केले. शिक्षण घेत असतानाच त्यांना काव्यलेखनाची आवड निर्माण झाली. ही आवड त्यांनी आजतागायत जोपासली आणि वर्धिष्णू केली आहे. 'अरुणोदय' हा त्यांचा पहिला काव्यसंग्रह. मराठीसह हिंदीतूनही त्यांनी कवितासंमेलनाची व्यासपीठे गाजविली आहेत. कर्नाटक-मराठी साहित्य संमेलन, अखिल भारतीय मराठी साहित्य संमेलन, आकाशवाणी इत्यादी ठिकाणांहून त्यांनी कवितावाचन केले आहे. त्याप्रमाणे त्या विविध दैनिकांतून आणि नियतकालिकांतूनही लेखन करीत असतात.

◆◆◆

३४. सेक्युलर जीवन जाणिवांची 'अग्निशाळा'

संग्रहातील आई ही कविता रूढ संकेत धुडकावून वाचकांना बुचकळ्यात पाडते. सर्व भाषेतील असंख्य कवी, मातेच्या थोरवीत रमण्याचा इतिहास असताना, कवी मात्र आईने आपणास उदरातच आतड्याचा गळफास देऊन मारले असते, तर तिचे 'थोर उपकार' झाले असते, अशी धक्कादायक मांडणी करतात. आईने जन्म देऊन चूक केल्याची दाहक जाणीव यातून व्यक्त होते. कवी म्हणतात,

'आई तू केवळ स्त्री आहेस
एक प्राकृतिक नारी
नावाची तू 'आई' आहेस
अन् मातेच्या लायक नव्हेस!'

आई स्वत:च्या मुक्तीसाठी व्याल्याचे सत्य वाचायला, पचवायला जड आहे. आईने रूढीच्या प्रतिष्ठेसाठी आपणास जन्म दिल्याचा कवीचा आरोप आहे. जी आई माणूस निर्माण करू शकत नाही, ती समाज काय घडवणार, हा त्यांचा प्रश्न आहे. कवी स्वत:च्या आईवर एवढा का रागावतो? कवीला वर्तमान समाजव्यवस्थेतील विषमता छळते. याच विषमतेच्या निखाऱ्यावर दलित उपेक्षितांना जगण्याची सक्ती असते. म्हणूनच कवीचा राग स्वत:च्या आईवर आहे, कारण तिनेच जन्माला घालून विषम समाजात जगायला भाग पाडलेय. त्या ऐवजी आईने समतेसाठी 'वांझोटेपण' स्वीकारून मरण स्वीकारले असते, तर जन्माआधी आईचे उपकार मानले असते, असे कवीचे म्हणणे आहे.

खरे तर कवीच्या संवेदनेला होरपळून टाकणारी विषम व्यवस्थेची आग या कवितेच्या निमित्ताने समजून घेण्याची गरज आहे; कारण या कवितेचे खरेखुरे अधिष्ठान जातव्यवस्थेतील विषमतेच्या निषेधात्मक सूत्रावर उभे आहे. आईवरचा राग हा वरवरचा आहे. तरीही अगदीच काटेकोरपणे चिंतन केल्यास आईच्या

मातृत्वावरील आरोपांचे समर्थन करता येत नाही. आईसुद्धा त्याच समाजरचनेची बळी आहे. उलट कवीला जाणवलेले सत्य प्रत्यक्षातील परिवर्तनाच्या लढाईसाठी उपयोगी ठरणारे आहे. विषमतेच्या अग्नीत केवळ कवीच होरपळत नसून दलित, श्रमिक, स्त्रिया असे अनेक समाजघटक बहुसंख्येने जळत आहेत. शिवाय विषमता ही केवळ जातीव्यवस्थेतच असते असे नसून वर्गव्यवस्था, वंशव्यवस्था अशा विभिन्न स्वरूपात सांस्कृतिक, सामाजिक, आर्थिक विषमतेचा पसारा संपूर्ण जगभर रूढ झालाय. या सर्व प्रतिकूलतेतून संपूर्ण मानवी समाजाची सर्वार्थाची मुक्तता करण्यासाठी परिवर्तनाचा लढा देणे आवश्यक आहे. त्यासाठी मानवी जन्मही आवश्यक आहे.

या पार्श्वभूमीवर मातृत्वाला दोष देण्याऐवजी सभोवतालच्या व्यवस्थेचा शास्त्रीय अभ्यास करून क्रांतिवादी महापुरुषांच्या विचारांच्या प्रकाशात परिवर्तनाचा ध्येयवाद सिद्धीस नेण्याची गरज आहे. 'आई' या कवितेत तिलाच आरोपी केल्याने नाट्य निर्माण होते; पण आईचे मातृत्व निर्दोष असल्याचेच जाणवते. उलट समाजक्रांतीची जाणीव काव्यबद्ध करणाऱ्या परिवर्तननिष्ठ क्रांतिकारक कवीला जन्म देणाऱ्या आईबद्दल चोखंदळ वाचकाला आदरच वाटेल. निदान मला तरी त्या महान मातेच्या मंगलमय मातृत्वाप्रती आत्मीयता व आदरच वाटतो! अर्थात याचे श्रेय 'आई' या कवितेला द्यावेच लागते!

कवितेचे अस्सलपण जन्मदाता या कवितेतून प्रत्ययाला येते. बापाच्या मृत्यूची एवढी जीवघेणी काव्यात्म अनुभूती मराठी कवितेच्या प्रवाहात दुर्मीळ आहे.

जन्मत:च तुमच्या डोळ्यांत पेरलेले वर्षाऋतू पापण्यांच्या क्षितिजापर्यंत ओली आग ओथंबलेली. हा वडिलांच्या बेचिराख आयुष्याचा शोकात्म आलेख निवडक, अर्थपूर्ण शब्दांत काव्यात्म होताना कवीच्या प्रतिभेचा कस लागतो. एका स्मरण संध्याकाळी पापणीचे पंख लवलवतात आणि जन्मदात्याच्या मृत्यूने 'वैऱ्यांचे खडकही पाणावतात.' 'विस्तवाचे रूळ तुटून पडण्याची चुकचुक' ही काव्यरचना हृदयाला सहज भिडते.

बाप जिवंत असताना त्याच्या मुठीत असंख्य आव्हानांचे हतबल हात कवीने अनुभवलेत. म्हणूनच आतल्या आत कोसळणाऱ्या जन्मदात्यांचे चित्त कवितेत अपरिहार्यपणे अवतरते. मनावर वादळांचे ओझे झेलण्याची सक्ती, नियतीची की सामाजिक स्थितिगतीची, या प्रश्नांचा उलगडा इतर कवितांच्या आकलनानंतर होऊ लागतो. दलित-उपेक्षितांचा जातीय विषमतेचा संदर्भच या वादळातून जाणवू लागतो. कुणाचाही मृत्यू संवेदनशील मनासाठी चटकाच असतो. पण दलितपण भोगलेल्या उपेक्षितांच्या वाट्याला मरणच नव्हे, तर जगणेही शोकात्मच असते. या सत्याच्या

दर्शनाने वाचक अस्वस्थ होतो. बापाच्या जगण्या-मरणाच्या अनुबंधाची ही कविता, श्रेष्ठ काव्याचा उत्तम नमुना आहे.

विषमतेच्या जुलमी वरवंट्यासाठी भरडलेल्या दु:खितांच्या जीवनाची ठसठसणारी वेदना 'मूक अस्तित्व' या कवितेत बोलकी झालीय. पाजी पंडिताचार्यांच्या आध्यात्मिक कसरती कवीच्या कलंडलेल्या आयुष्याला उधळत जातात. उपेक्षितांचे श्वास आणि कवीचे मुके अस्तित्व अर्थपूर्ण वेचक शब्दांत हिंदोळताना वाचक अस्वस्थ होतो. पण 'घायाळ वेदनाग्रस्त उजेड' एकतेसाठी 'अस्त सूर्याशी' दोस्ती करू लागतो. तेव्हा 'पहाटेचा उजेड' अटळ असल्याचे सत्य दिलासा देऊ लागते. क्रांतीच्या अपरिहार्यतेची काव्यात्म सूचना अनुभवताना कवीचे चिंतन सामर्थ्य सहज लक्षात येते.

हे काव्य दु:खितांच्या वेदनेची परिपक्वता पचवूनच अभिव्यक्त होते. तिचे गंभीर स्वरूप शोकनाट्याचे संचित स्वीकारून प्रगट होते. या प्रक्रियेत प्रतिमांचा पाऊस काव्यात्म रूप धारण करतो आणि निखळ कविता जन्माला येते. प्रतिमांच्या सौंदर्याची सुंदर पखरण उधळणारी 'शोकरक्त' ही कविता या संदर्भात पाहण्यासारखी आहे.

लुटलेल्या देहाच्या विधवा चिंध्या, प्रकाशभिंतीच्या आडोशाने गर्जणारे उद्ध्वस्त हुंदके, आसवांत आक्रोशणारे आतड्यांचे आरसे, बंदिस्त वादळापलीकडील हताश हृदय, फाटक्या गोधडीचे उन्मादी कोपरे, उधळलेल्या तारुण्याचे गर्भार उसासे, ही संपूर्ण प्रतिमासृष्टी 'शोकरक्त' कवितेचे सौंदर्यनिधान आहेच; पण ती कवीच्या प्रतिभा-सामर्थ्याची वाङ्मयीन साक्षही आहे.

'आपल्याच दु:खाने रंगविलेले पोस्टर्स' घेऊन प्रेतरस्त्यावर कंठभर ओरडून जगताना, एकूणच उपेक्षितांच्या हृदयावर नाचणाऱ्या सत्तांध, धर्मांध, जात्यांध प्रवृत्तीचा भोगलेला छळवाद इथे उत्कटतेने प्रत्ययाला येतो. कवीची वेदना केवळ जातीबद्ध चौकटीत न सामावता तिचे विस्तारीकरण होऊन, ती सर्व काळातील, सर्व थरातील, सर्व प्रकारच्या विषमतेच्या बळींचे दु:ख अधोरेखित करते. म्हणूनच ही कविता रुळलेल्या दलित कवितेच्या प्रवाहासोबत जाताना दिसत नाही. ही कविता दलितपणाची वेदना जरूर मुखरीत करते; पण तरीही पारंपरिक दलित काव्यप्रवाहापेक्षा तिचे मूल्य वेगळे ठरते. अर्थात या कवीच्या चिंतनाचा तळ बुद्ध-आंबेडकरी विचाराच्या संस्कारांनीच ढवळलेला आहे. तिचे अभिव्यक्तिकरण बटबटीत व लेबलमध्ये बंदिस्त होताना दिसत नाही. म्हणूनच या कवितेचे वेगळेपण इतर मराठी दलित कवींच्या तुलनेत लक्षणीय आहे. ही कविता सवर्णांना शिव्याशाप न देता त्यांच्या अज्ञानाचा आणि अत्याचारी सांस्कृतिक-विकृतीचा भाषिक संचिताच्या कलामाध्यमातून

पर्दापाश करते. 'निषेध' हा शब्द न वापरता, वर्ण-जातव्यवस्थेच्या सनातन प्रवृत्तीचा एवढा काव्यात्म नि सूचक धिक्कार मराठी कवितेत प्रथमच अनुभवतो आहे.

शहिदांच्या बलिदानाचा नि कवीच्या भावविश्वाचा अर्थपूर्ण अनुबंध 'शहिदांच्या थडग्यावर या कवितेत साकार झालाय. मजुरांच्या कवट्यांच्या चिंध्या बेवारस फाटताना खोट्या आशेचा किनारा जोडण्यासाठी श्रमाचा घास दुथडी भरून वाहिल्याची जाणीव व्यक्त होते. तेव्हा सूर्ययात्रेतही घडीभर खंड पडल्याचे कवीचे म्हणणे आहे. पायाचे तळवे चाटत अंधार डोके वर काढतो आणि 'इन्किलाब जिंदाबाद'चा आवाजही नंतर फितूर झाल्याची कवीची अनुभूती मन सुन्न करून जाते. ही कविता डॉ. आंबेडकर आणि मार्क्सवाद यांच्यातील सैद्धांतिक संघर्ष वजा करून श्रमिकांच्या घामाचे मूल्य अधोरेखित करते. 'इन्किलाब जिंदाबाद'चा नारा देणाऱ्या कम्युनिस्ट चळवळीतील फितुरीच्या वास्तवाला उजागर करते आणि शहीद, श्रमिक, दलित यांच्या ऐतिहासिक क्रांतीच्या अनुबंधांची आठवणही देते. म्हणूनच या कवितेचे केवळ वाङ्मयीन मूल्यच नव्हे, तर परिवर्तनवादी सांस्कृतिक संचितही श्रेष्ठ दर्जाचे असल्याचे सत्य समजून घ्यावे लागते. या काव्यसंग्रहातील पाऊसविषयक कविता निसर्गाचे चित्र रेखाटत असल्याचे शीर्षकावरून वाटत असले, तरी त्यांचा मूळ गाभा हा सामाजिक स्पंदनांचाच आहे. माझ्या मनात कोसळणारा पाऊस,' 'सोडचिठ्ठी', 'पर्जन्य पावसा' मनसोक्त बरस या चार कविता पावसाच्या प्रतिभेआडून समाज वास्तवाचे धगधगते चित्रच अभिव्यक्त करतात. त्याची प्रातिनिधिक उदाहरणे पुढीलप्रमाणे :

१) जुलूमखोरांनी उधळलेल्या हजारो गरिबांच्या यौवनांच्या रांगोळ्या,

२) पददलितांच्या शोषलेल्या रक्तात आपले प्रतिबिंब पाहत शृंगार करीत राहिलास,

३) पावसा किंचाळणाऱ्या बंबाळ जखमांना धुऊन काढण्यासाठी मनसोक्त बरस,

म. फुले आणि डॉ. आंबेडकरांच्या तत्त्वज्ञानाची या कवितेची बांधीलकी 'पर्जन्य' या कवितेत सन्मानित झालीय. कारण 'शोषितांच्या वणव्यात अश्रूंनी चिंब भिजलेली रात रडताना' कवीने अनुभवलीय, राखीव जखमांच्या अथांग प्रदेशातील जहरी झाडेही कवीने पाहिलीत. म्हणून तर विद्रोहाच्या अग्निरसात परंपरेची निर्दय नक्षत्रे विरून जावीत आणि 'सरणाने सारवलेल्या संसारांना मुक्त करण्यासाठी आता तेजाची शस्त्रे परजावीत' असे कवीला स्वाभाविकपणेच वाटते; तरीही कवी मनात शंका शिल्लक आहेत.

गरिबांच्या आकाशात तरंगणाऱ्या साऱ्यांना मिळतील का उदात्ततेचे नवे

स्वीकार?

हा काव्यात्म प्रश्न त्याचे निदर्शक आहे; पण कवीचा आशावाद बुलंद आहे. या क्रांतिसन्मुख जाणिवांचा सुंदर आविष्कार 'प्रेम' कवितेत अनुभवता येतो. त्यांची प्रेम कविता रुळलेली वाट नाकारून नव्या विद्रोही आशय सूत्रांसह प्रेम अभिव्यक्त करते. 'कैफियत', 'हाक' या प्रेम कविता प्रातिनिधिक म्हणून महत्त्वाच्या ठरतात. विद्रोहाचे दाहक पैंजण वाजवत प्रेयसी आली असती तर चांदण्या वितळेपर्यंत तिच्या मनात सुखाचे वणवे पेटवण्याचा या प्रियकराचा संकल्प आहे. प्रेयसीने 'पेटते क्षितिज' आणि 'तळपता सूर्य' घेऊन त्यांच्या म्हणजेच शोषक धर्मांधांच्या बेईमान सूर्याच्या उद्धट प्रकाशाला तिलांजली देऊन प्रियकराकडे यावे, असे 'हाक' या प्रेम कवितेत कवीचे आवाहन आहे.

इथे कवीची किंचित गफलत झालीय. 'तळपता सूर्य' प्रेयसीने घेऊन यावे असे म्हणताना, कवी त्यांच्या बेईमान सूर्याच्या उद्धट प्रकाशाला तिलांजली देऊन येण्याचेही दुसऱ्याच ओळीत आवाहन करतो. तळपणारा सूर्य इमानदार आणि त्यांचा सूर्य बेईमान असा विसंवाद एकाच प्रतिमेसंदर्भात त्याच कवितेत योग्य वाटत नाही; पण अशा जागा अत्यल्पच आहेत.

कवी कल्पनाविलासांचे सौंदर्य आशयमूल्याशी एकरूप होऊन अवतरताना काव्यात्मकता परिणामकारक होत जाते. त्यातील काही नमुने पुढीलप्रमाणे-

१) भंगताना कौमार्य करकरीत पिंजलेल्या शरीरातून ध्यानस्त रक्ताची समाधी तडतडून भंगलीच नाही. (पाकळ्या ओठांच्या)

२) दुःखांच्या पाऊसधारा येरझाऱ्या घालत आहेत आणि हृदयातून हुंदक्यांचा पाऊस कोसळतो आहे. (माझ्या मनात कोसणारा पाऊस)

३) हुंदके देते रात्र अजूनही झोपडभिंती साक्षीदार अन् आगीचे डंख लेवून धावत गेलीस वेशीपार (मनराई).

४) निखाऱ्यावर सोलल्या जाणाऱ्या मनाने किती सावरावे तुमचे उत्तान शृंगार. (प्रत्यक्षाच्या पाषाणावर)

५) मी सजवतो दुःखाची भरजरी झालर फेसाळलेल्या जीवन लाटांचे इंदीवर. (लाट)

कवीने डॉ. आंबेडकर, अण्णाभाऊ साठे या महापुरुषाप्रमाणेच गोविंदाग्रजांवरही कविता लिहिल्यात. मंदिराच्या कळसांना जमीनदोस्त करणारे डॉ. आंबेडकरांचे वादळी व्यक्तिमत्त्व कवीसह असंख्य प्रतिभावंतांना आव्हान देणारे आहेच. पण कम्युनिस्ट चळवळीत शोषितांच्या अश्रूंचा कैवार कोरणाऱ्या व श्रमिक मुक्तीचा

आवाज बुलंद करणाऱ्या शाहीर अण्णाभाऊ साठेंच्या कर्तृत्वाची भुरळ कवीला पडली, हे काव्यात्म सत्य 'महार व मातंग' समाजाच्या प्रत्यक्षातील वजाबाकीला ऐक्यात रूपांतर करणारे वाङ्मयीन उत्तर आहे. मार्क्स-आंबेडकरांचा काव्यात्म संवाद सूचक व महत्त्वपूर्ण आहे.

ही कविता जातीच्या भिंती ओलांडून सनातन प्रवाहातील अस्सल प्रतिभावंत कवी-नाटककार गोविंदाग्रजांच्या प्रेमात पडते. यातनांची पाखरे विझलेल्या अल्पायुषी स्वप्नांना शब्दांत अमर करते. वेदनेला जात-धर्म-वंश नसतो या अस्सल सांस्कृतिक सत्याला कवितेच्या शब्दांत गोंदवूनच कवीप्रतिभा, गोविंदाग्रजांच्या प्रामाणिक दुःखाशी भिडते. या जागेवर कवी बुद्धाची करुणा शिंपडताना दिसतात. कारण वेदनेचा पोत सामाजिक-आर्थिक विषमतेच्या संदर्भासह निसर्गजन्य व परिस्थितिजन्य गाभ्याशीही संबंधित असू शकतो. या व्यामिश्र जाणिवेचे भान या कवितेने प्रकट केलेय. म्हणूनच सोनटक्के याची कविता केवळ दलित श्रमिकांच्याच कैवारात न रमता संपूर्ण मानवाच्या अश्रूंनीच चिंब भिजलेली सांस्कृतिक घटना आहे. संयत; पण स्पष्ट विद्रोही जाणीव समाज वास्तवाचे सम्यक व शास्त्रीय आकलन, परिवर्तनवादी निर्दोष चिंतन, प्रतिमांचा पाऊस पचवणारी भाषा, मानवी मूल्यांच्या ध्यासात रमणारा काव्याशय, सौंदर्याची बरसात करणारा कल्पनाविलास, या गुणांमुळे मराठी विद्रोही कवितेच्या प्रवाहातील वाङ्मयीन भूषण आहे.

बेंगलोरसारख्या महाराष्ट्राच्या परिघाबाहेर राहून, मराठी भाषा व संस्कृतीची काव्यात्म सेवा बजावणारे अव्वल दर्जाचे कवी आहेत. त्यांच्या कवितेचे सांस्कृतिक मूल्य संपूर्ण मानवतेच्या दुःखाशी जुळून सर्वांच्या सुखाचा ध्येयवाद अधोरेखित करते.

महाराष्ट्राचा सांस्कृतिक परिप्रेक्ष ओलांडून कानडी प्रांतात मराठी झेंडा कवितेच्या शिखरावर फडकवणाऱ्या कवी युवराज सोनटक्के यांचे अभिनंदन करणे, हे कोणत्याही डोळस समीक्षकाचे कर्तव्यच आहे.

परिचय

डॉ. युवराज सोनटक्के (बेंगलोर)

नामवंत विद्रोही कवी. प्रसिद्ध आंबेडकरवादी विचारवंत व बहुसांस्कृतिक अभ्यासक

लेखक वाङ्मयाचे आणि भौतिकशास्त्राचे अभ्यासक आहेत. विज्ञान, आधुनिक औद्योगिकी व तांत्रिकी साहित्य सर्जन, मराठी व हिंदी भाषेत सामाजिक जाणिवेच्या

संबंधी काव्यरचना, लेखन, समीक्षा हे त्यांचे महत्त्वपूर्ण कार्य.

प्रमुख पुस्तके

* अग्निशाळा (कवितासंग्रह) पुरस्कृत
* ग. मा. मुक्तिबोध के काव्य में सामाजिक चिंतन (काव्यसमीक्षा)
* सिद्धार्थ बुद्ध - धम्मं एवं दर्शन (तत्त्वज्ञान)
* अग्निध्वजा (कवितासंग्रह) पुरस्कृत.

अनुवाद

* रमाई (डॉ. यशवंत मनोहर लिखित मराठी कादंबरी 'रमाई'चा हिंदी अनुवाद)

* भीमा आणि कोमेजलेली कापशी (हरपाल सिंह 'अरूष' यांचा हिंदी कवितासंग्रह 'भीमा और मुरझायी कपास'चा मराठी अनुवाद)

* नकाशावर बिंदू (वसंतकुमार परिहार यांच्या 'नक्शेपर नुक्ता' या हिंदी काव्यसंग्रहाचा मराठी अनुवाद)

सन्मान पुरस्कार

* अनोखा विश्वास इंदौरद्वारा 'महात्मा ज्योतिबा फुले शिक्षाविद' पुरस्कार.

* भारतीय दलित साहित्य अकादमी, नई दिल्ली द्वारा 'डॉ. आंबेडकर फेलोशिप' पुरस्काराने सन्मानित.

* भाव सृष्टी समाकलन समिती, रामपुराद्वारा काव्यकिरीट सन्मान.

* नागरी लिपी परिषद, नई दिल्लीद्वारा आयोजित अखिल भारतीय निबंध प्रतियोगिता शोध-छात्र-प्राध्यापक वर्गात पुरस्काराने सन्मानित.

* अनुराग सेवा संस्थान, लालसोटद्वारा (राजस्थान) 'अनुराग साहित्य सन्मान' प्राप्त.

◆◆◆

डॉ. श्रीपाल सबनीस

* निजाम सरकारच्या रझाकारांशी सशस्त्र हत्यारबंद ५०० लोकांच्या टोळीसह स्वत:च्या बुरुजावरून लढणाऱ्या बंडखोर मोहनराव सबनीस -पाटील यांच्या पोटी हाडोळी, ता. निलंगा, जि. लातूर येथे १ जुलै १९५० रोजी जन्म.

* २९ वैचारिक व समीक्षात्मक ग्रंथ प्रकाशित.

* ६८ पुस्तकांना प्रस्तावना.

* ४०० च्या वर लेख प्रसिद्ध.

* महाराष्ट्रातील सुमारे ५० मान्यवरांकडून भूमिकेचा गौरव.

* वि. वा. शिरवाडकर, प्रा. ग. प्र. प्रधान, ना. ग. गोरे, डॉ. श्रीराम लागू, डॉ. गंगाधर पानतावणे, उत्तम कांबळे, न्या. चंद्रशेखर धर्माधिकारी, नारायण सुर्वे, स. मा. गर्गे, मे. पु. रेगे. प्रा. शेषराव मोरे, प्रा. बेन्नूर, प्रा. केशव मेश्राम, डॉ. योगेंद्र मेश्राम, इत्यादी)

ग्रंथ संपदा

वैचारिक ग्रंथ

१) संस्कृती समीक्षेची तिसरी भूमिका
२) परिवर्तनवादी प्रवाहाची तौलनिक समीक्षा
३) भारतीय प्रबोधन आणि नव-आंबेडकरवाद
४) 'ब्राह्मणी' सत्यशोधक
५) प्रबोधनाचा मानदंड : सेक्युलॅरिझम
६) उगवतीचा क्रांतिसूर्य
७) भारत रत्न आणि बहिष्कृत भारत
८) साने गुरुजी विचार जागर
९) संत नामदेव-तुकारामांचे सांस्कृतिक संचित

साहित्य व संस्कृती समीक्षाग्रंथ

१) संत साहित्यातील सेक्युलॅरिझम
२) समतोल समीक्षा
३) इहवादी संस्कृती शोध
४) आदिवासी, मुस्लीम, ख्रिश्चन साहित्य मीमांसा
५) तौलनिक साहित्य आणि भाषांतर मीमांसा
६) विद्रोही अनुबंध

ललित लेखन (स्तंभलेखन)

१) मुक्तके
२) उपेक्षितांची पहाट
३) जीव रंगला रंगला

संपादित ग्रंथ

१) संस्कृती स्पंदनाचा मराठी आलेख
२) महाराष्ट्राच्या इतिहासातील स्त्रियांचे योगदान
३) प्रबोधन पर्व

नाटक

१) शुक्राची चांदणी (वगनाट्य) - अमर कलापथक मुंबईतर्फे व्यावसायिक रंगभूमीवर सादर. दिग्द.-सुहास भालेकर, नृत्य दिग्द.-सुबल सरकार, नृत्य-माया जाधव
२) मुंबईला घेऊन चला
३) पाटलाची मैना (जळगाव आकाशवाणीवर प्रसारित)

एकांकिका

१) सत्यकथा ८२ (सुवर्णपदक विजेती एकांकिका)
२) क्रांती (राज्यस्तरीय लेखन व प्रयोग पुरस्कार)
३) कॉलेज कॉर्नर

www.ingramcontent.com/pod-product-compliance
Lightning Source LLC
LaVergne TN
LVHW060451051026
849518LV00002B/728